ಸಿಳ್ಳೆ ಹೊಡೆಯುವ ಶಾಲಾ ಹುಡುಗ

ರಸ್ಕಿನ್ ಬಾಂಡ್: ಭಾರತೀಯ ಇಂಗ್ಲಿಷ್ ಲೇಖಕರು. ಮೇ 19, 1934ನೇ ಇಸವಿಯಲ್ಲಿ ಜನಿಸಿದ ರಸ್ಕಿನ್ ಬಾಂಡ್ ಶಿಮ್ಲಾ, ಯು.ಕೆ., ನವದೆಹಲಿ, ಡೆಹ್ರಾಡೂನ್ ಮೊದಲಾದೆಡೆ ನೆಲೆಸಿ ಸದ್ಯ ಮಸ್ಸೂರಿಯಲ್ಲಿ ವಾಸವಾಗಿದ್ದಾರೆ. ರಾಯಲ್ ವಾಯುಸೇನೆಯಲ್ಲಿ ಸೇವೆ ಸಲ್ಲಿಸುತ್ತಿದ್ದ ತಂದೆಯೊಂದಿಗೆ ಬಾಲ್ಯ ಕಳೆದ ರಸ್ಕಿನ್ ಬಾಂಡ್ ಅವರ ಪ್ರಾಥಮಿಕ ಶಿಕ್ಷಣ ಶಿಮ್ಲಾದ ಬಿಶಪ್ ಕಾಟನ್ ಶಾಲೆಯಲ್ಲಿ ನಡೆದಿತ್ತು. ಅಲ್ಪಾವಧಿಗೆ ಯು.ಕೆ.ಯಲ್ಲಿದ್ದು, ಆಮೇಲೆ ಭಾರತಕ್ಕೆ ಹಿಂತಿರುಗಿದ ಅವರು ಹಲವು ವರ್ಷಗಳಿಂದ ಇಲ್ಲಿ ನೆಲೆಸಿದ್ದಾರೆ. ಬಾಲ್ಯದಿಂದಲೇ ತಮ್ಮ ತಂದೆಯ ಪ್ರೇರಣೆ ಮತ್ತು ಪ್ರಭಾವದಿಂದ ಪುಸ್ತಕಗಳ ಓದಿನಲ್ಲಿ ಆಸಕ್ತಿ ತಳೆದು ಎಳೆವಯಸ್ಸಿನಲ್ಲಿ ಪ್ರಸಿದ್ಧ ಇಂಗ್ಲಿಷ್ ಲೇಖಕರ ಗ್ರಂಥಗಳನ್ನು ಅಭ್ಯಾಸ ಮಾಡಿದ್ದರಲ್ಲದೆ, ಶಾಲೆಯಲ್ಲಿ ಇರುವಾಗಲೇ ಬರೆವಣಿಗೆ ನಡೆಸಿ ಗಮನ ಸೆಳೆದವರು. ಪ್ರಾರಂಭದಲ್ಲಿ ದೆಹಲಿ ಮತ್ತು ಡೆಹ್ರಾಡೂನ್ ನಲ್ಲಿ ಪತ್ರಕರ್ತರಾಗಿ ಕಾರ್ಯನಿರ್ವಹಿಸಿ, ಆಮೇಲೆ ನಿರಂತರವಾಗಿ ಗ್ರಂಥ ರಚನೆ ನಡೆಸುತ್ತಾ ಪೂರ್ಣ ಪ್ರಮಾಣದಲ್ಲಿ ಸಾಹಿತಿಯಾಗಿ ರೂಪುಗೊಂಡವರು. ತಮ್ಮ ಹದಿನೇಳನೆಯ ವಯಸ್ಸಿನಲ್ಲಿ ಬರೆವಣಿಗೆ ಪ್ರಾರಂಭಿಸಿರುವ ರಸ್ಕಿನ್ ಬಾಂಡ್, ಎಂಭತ್ತರ ಈ ಇಳಿವಯಸ್ಸಿನಲ್ಲಿಯೂ ಕ್ರಿಯಾಶೀಲರಾಗಿ ಗ್ರಂಥಗಳನ್ನು ಪ್ರಕಟಿಸುತ್ತಿದ್ದಾರೆ.

ರಸ್ಕಿನ್ ಬಾಂಡ್ ತಮ್ಮ ಕಥೆ, ಕಾದಂಬರಿ ಮತ್ತು ಪ್ರಬಂಧಗಳಿಂದ ಅತ್ಯಂತ ಪ್ರಸಿದ್ಧರಾಗಿರುವ ಲೇಖಕರು. ಇವರ ಮೊದಲ ಕಾದಂಬರಿ 'ದಿ ರೂಮ್ ಆನ್ ದಿ ರೂಫ್' ಪ್ರಕಟವಾಗಿರುವುದು 1956 ರಲ್ಲಿ. ಇವರು ಮಕ್ಕಳಿಗಾಗಿ 50ಕ್ಕೂ ಹೆಚ್ಚು ಕೃತಿಗಳನ್ನು ರಚಿಸಿರುವ ಮುಂಚೂಣಿಯ ಸಾಹಿತಿಯಾಗಿದ್ದಾರೆ. ಇವರ ಆತ್ಮಚರಿತ್ರೆಯ ವಿವಿಧ ಸಂಪುಟಗಳು, 'ಸೀನ್ಸ್ ಫ್ರಾಮ್ ಎ ರೈಟರ್ಸ್ ಲೈಫ್' 'ಲೋನ್ ಫಾಕ್ಸ್ ಡಾನ್ಸಿಂಗ್' ಇತ್ಯಾದಿ. ಸೃಜನೇತರ ಪ್ರಕಾರದಲ್ಲಿಯೂ 'ದಿ ಲ್ಯಾಂಪ್ ಇಸ್ ಲಿಟ್', 'ಇಟ್ ಇಸ್ ಎ ವಂಡರಫುಲ್ ಲೈಫ್: ರೋಡ್ಸ್ ಆಫ್ ಹ್ಯಾಪಿನೆಸ್' ಮೊದಲಾದ ಗ್ರಂಥಗಳು ಪ್ರಕಟವಾಗಿವೆ. ರಸ್ಕಿನ್ ಬಾಂಡ್ ಅವರ ಕಥೆ, ಕಾದಂಬರಿಗಳು ವಿವಿಧ ಭಾರತೀಯ ಭಾಷೆಗಳಿಗೆ ಅನುವಾದಗೊಂಡು

ಜನಪ್ರಿಯವಾಗಿವೆ. ಭಾರತದ ಅನೇಕ ಶಾಲಾಪಠ್ಯಗಳಲ್ಲಿ ಇವರ ಕಥೆಗಳನ್ನು ಅಳವಡಿಸಿಕೊಳ್ಳಲಾಗಿದೆ. ದೃಶ್ಯ ಮಾಧ್ಯಮದಲ್ಲಿ ಕತೆ, ಕಾದಂಬರಿಗಳನ್ನು ಆಧರಿಸಿ ಕಥಾಸರಣಿಗಳನ್ನು, ಚಲನಚಿತ್ರಗಳನ್ನು ನಿರ್ಮಿಸಲಾಗಿದೆ. ಇವರ ಅತ್ಯಂತ ಜನಪ್ರಿಯ ನೀಳ್ಗತೆ 'ದಿ ಬ್ಲೂ ಅಂಬ್ರಲ್ಲಾ' ಆಧರಿಸಿದ ಹಿಂದಿ ಚಲನಚಿತ್ರಕ್ಕೆ ರಾಷ್ಟ್ರಮಟ್ಟದ ಮಕ್ಕಳ ಚಲನಚಿತ್ರ ಪ್ರಶಸ್ತಿ ದೊರೆತಿದೆ; ಕಾದಂಬರಿ 'ಎ ಫ್ಲೈಟ್ ಆಫ್ ಪಿಜಿಯನ್ಸ್' ಆಧಾರಿತ ಹಿಂದಿ ಚಿತ್ರ 'ಜುನೂನ್' ವಿಮರ್ಶಕರ ಮೆಚ್ಚುಗೆಗೆ ಪಾತ್ರವಾಗಿದೆ. ಸ್ವತಃ ರಸ್ಕಿನ್ ಬಾಂಡ್ ಅವರೇ ಹಿಂದಿ ಚಲನಚಿತ್ರವೊಂದರಲ್ಲಿ ಕಾಣಿಸಿಕೊಂಡದ್ದು ಇದೆ.

ಭಾರತ ಸರಕಾರದ ಅತ್ಯುನ್ನತ ಗೌರವ 'ಪದ್ಮಶ್ರೀ' ಮತ್ತು 'ಪದ್ಮಭೂಷಣ'ದಿಂದ ಪುರಸ್ಕೃತರಾಗಿರುವ ರಸ್ಕಿನ್ ಬಾಂಡ್ ಅವರಿಗೆ 2012ರಲ್ಲಿ ದೆಹಲಿ ಸರಕಾರವು ಜೀವಮಾನ ಸಾಧನೆ ಪ್ರಶಸ್ತಿ ನೀಡಿ ಗೌರವಿಸಿದೆ. ತಮ್ಮ ಮೊದಲ ಕಾದಂಬರಿಗೆ ಪ್ರತಿಷ್ಠಿತ ಜಾನ್ ಲುವೆಲಿನ್ ರೀಸ್ ಬಹುಮಾನಕ್ಕೆ ಪಾತ್ರರಾಗಿದ್ದ ರಸ್ಕಿನ್ ಬಾಂಡ್ ಸಾಹಿತ್ಯ ಅಕಾದೆಮಿಯ ಪ್ರಶಸ್ತಿ ಪುರಸ್ಕೃತರು.

ರಸ್ಕಿನ್ ಬಾಂಡ್

ಸಿಳ್ಳೆ ಹೊಡೆಯುವ ಶಾಲಾ ಹುಡುಗ ಮತ್ತು ಶಾಲಾ ಜೀವನದ ಇತರ ಕಥೆಗಳು

ಕನ್ನಡಕ್ಕೆ
ಗೀತಾ ಶೆಣೈ

RUPA

Published by
Rupa Publications India Pvt. Ltd 2024
7/16, Ansari Road, Daryaganj
New Delhi 110002

Sales centres:
Bengaluru Chennai
Hyderabad Jaipur Kathmandu
Kolkata Mumbai Prayagraj

P-ISBN: 978-93-90260-56-0
E-ISBN: 978-93-90260-79-9

First impression 2024

10 9 8 7 6 5 4 3 2 1

The moral right of the author has been asserted.

Printed in India

ಪರಿವಿಡಿ

ಪ್ರಸ್ತಾವನೆ

ನಾನು ಶಾಲೆಯಲ್ಲಿರುವಾಗ ಶಾಲಾ ಕಥೆಗಳನ್ನು ಓದಿರುವೆನೆ?

ಅಪರೂಪಕ್ಕೆ ಓದಿರಬಹುದು. ವಸತಿಶಾಲಾ ಬದುಕಿನ ಏಕತಾನತೆಯ ನಿತ್ಯಕ್ರಮದಲ್ಲಿ ಸಿಕ್ಕಿ ಹಾಕಿಕೊಂಡಿದ್ದ ನಾನು ದೂರದ ಪ್ರದೇಶಗಳ, ನಿರ್ಜನ ದ್ವೀಪಗಳ ಮತ್ತು ಕಾಡುಗಳ್ಳರ ಕುರಿತು ಓದಲು ಬಯಸುತ್ತಿದ್ದೆ. ಹುಲಿಗಳು ಮತ್ತು ಮೊಸಳೆಗಳಿಂದ ತುಂಬಿರುವ ಕಾಡುಗಳನ್ನು ತಿಳಿದುಕೊಳ್ಳಲು ಇಷ್ಟಪಡುತ್ತಿದ್ದೆ. ಅದೇನಿದ್ದರೂ ಶಾಲಾ ತರಗತಿ ಮತ್ತು ವಸತಿಶಾಲೆಯ ಮಲಗುವ ಕೋಣೆಗಳಿಂದ ಭಿನ್ನವಾಗಿರಬೇಕು ಎನ್ನುವುದು ನನ್ನ ಆಲೋಚನೆಯಾಗಿತ್ತು!

ನನಗೆ ಸಾಹಿತ್ಯದ ಬಾಲಕ ಹೀರೋ ಒಬ್ಬನಿದ್ದನು. ಅವನೇ ವಿಲಿಯಮ್ ಬ್ರೌನ್ (ಆತನ ಸಾವಿರಾರು ಅಭಿಮಾನಿಗಳಿಗೆ ಅವನು 'ಬರೀ ವಿಲಿಯಮ್' ಆಗಿದ್ದ.). ಶಾಲೆಯಿಂದ ದೂರವಿರಲು ಏನೆಲ್ಲಾ ಮಾಡಲು ಸಾಧ್ಯವಿದೆಯೋ ಅದನ್ನೆಲ್ಲಾ ಅವನು ಮಾಡುತ್ತಿದ್ದ. ಶಾಲೆಗೆ ಬರುವುದಿದ್ದರೆ ಸಾಮಾನ್ಯವಾಗಿ ಅವನು ತಡವಾಗಿ ಬರುತ್ತಿದ್ದ. ಅವನು ಶಾಲೆ ಮುಗಿಯುವವರೆಗೆ ಇದ್ದರೆ ಅವನ ಮುಖ್ಯೋಪಾಧ್ಯಾಯರಿಗೆ ದೊಡ್ಡ ತಲೆನೋವಾಗಿರುತ್ತಿದ್ದ.

ವಿಲಿಯಮ್ ಅವರಂತಹವರು ಈಗ ಚಾಲನೆಯಲ್ಲಿ ಇರುವವರಲ್ಲ. ತಾಂತ್ರಿಕವಾಗಿ ಮುಂದುವರಿದಿರುವ, ನೈತಿಕ, ಪರೀಕ್ಷಾ ಕೇಂದ್ರಿತ ಸಮಾಜದಲ್ಲಿ ಪ್ರತಿರೋಧಿ ಶಾಲಾ ಹುಡುಗರು ಅನಪೇಕ್ಷಿತರಾಗುತ್ತಾರೆ. ನಾವು ವಿಲಕ್ಷಣ ಐನಸ್ಟೀನ್ ಅವರಿಗಿಂತ ಶಿಷ್ಟಾಚಾರೀ ಬಿಲ್ ಗೇಟ್ಸ್ ಅವರನ್ನು ಹೆಚ್ಚು ಇಷ್ಟಪಡುತ್ತೇವೆ. ವಿಲಕ್ಷಣತೆಯು ಅನಿರೀಕ್ಷಿತ ಸಂಗತಿಗಳನ್ನು ನಡೆಸುತ್ತದೆ. ನಾವು ಅನಿರೀಕ್ಷಿತಕ್ಕೆ ಭಯಪಡುವವರಾಗಿದ್ದೇವೆ.

ನಮ್ಮ ಶಾಲಾದಿನಗಳಲ್ಲಿ ನಮಗೆ ಪರೀಕ್ಷೆಗಳು ಇದ್ದವು. ಆದರೆ ಅವು ಬೆಳವಣಿಗೆಯ ಕಾರ್ಯಗತಿಯ ಭಾಗವಾಗಿ ಮಾತ್ರ ಇದ್ದವು. ಆಗ ಸುತ್ತಲಿನ ಪ್ರಕೃತಿ ಪರಿಸರದಲ್ಲಿ ಕಾಲ್ನಡಿಗೆಯಲ್ಲಿ ಹೋಗುವುದು, ಚಾರಿತ್ರಿಕ ಪ್ರದೇಶಗಳಿಗೆ

ಪಿಕ್‌ನಿಕ್, ಪ್ರವಾಸಕ್ಕೆ ತೆರಳುವುದು, ಕಾಲ್ಚೆಂಡು ಆಟ, ಕ್ರಿಕೆಟ್, ಕಾಮಿಕ್ ಪುಸ್ತಕಗಳು, ಸಿನೆಮಾ ವೀಕ್ಷಣೆ, ಐಸ್ ಕ್ರೀಮ್ ಪಾರ್ಲರ್ ಮತ್ತು ನೆರೆಯ ಹುಡುಗಿಯರ ಶಾಲೆಗಳಿಗೆ ಗುಟ್ಟಿನಿಂದ ಹೋಗುವುದು ಇತ್ತು.

ಈ ಕೆಲವು ಸಂಗತಿಗಳನ್ನು ನಾನು ನೆನಪಿಸಿಕೊಳ್ಳುತ್ತೇನೆ. ಕೆಲವದರ ಕುರಿತು ಬರೆದಿದ್ದೇನೆ. ಇಲ್ಲಿ ನನ್ನ ವೈಯಕ್ತಿಕ ಆಯ್ಕೆ ಇದೆ. ಅದರಲ್ಲಿನ ಕೆಲವು ಅಪರೂಪದ ಮನುಷ್ಯರನ್ನು ಭೇಟಿಯಾಗುವ ಖುಷಿಯನ್ನು ನೀವು ಅನುಭವಿಸಿ, ಆಮೇಲೆ ನಿಮ್ಮ ಕಲ್ಪನಾ ಜಗತ್ತಿಗೆ ಮರಳಿ ಬನ್ನಿ.

ರಸ್ಕಿನ್ ಬಾಂಡ್

ಎರಡು ಮಾತು

ರಸ್ಕಿನ್ ಬಾಂಡ್ ಪ್ರಸಿದ್ಧ ಭಾರತೀಯ ಇಂಗ್ಲಿಷ್ ಲೇಖಕರು. ಕಳೆದ ಐವತ್ತು ವರ್ಷಗಳಿಂದ ನಿರಂತರವಾಗಿ ಬರೆವಣಿಗೆಯಲ್ಲಿ ತೊಡಗಿಸಿಕೊಂಡಿರುವ ಈ ಲೇಖಕ ತಮ್ಮ ಕತೆ, ಕಾದಂಬರಿ ಮತ್ತು ಮಕ್ಕಳ ಕಥೆಗಳಿಂದ ಜನಪ್ರಿಯರಾಗಿದ್ದಾರೆ. ರಸ್ಕಿನ್ ಬಾಂಡ್ ಅವರ ಬರೆವಣಿಗೆಗೆ ಮುಖ್ಯ ಪ್ರೇರಣೆ ಪರ್ವತ ಪ್ರದೇಶಗಳ ಜನಜೀವನ. ಅಲ್ಲಿಯ ವಿಶಿಷ್ಟ ಪ್ರಕೃತಿ, ಹವಾಮಾನ ವೈಪರೀತ್ಯಗಳು ಮತ್ತು ಅಲ್ಲಿಯ ಜನರ ಕಷ್ಟಸಹಿಷ್ಣುತೆ. ಈ ವಿವರಗಳು ಅವರ ಮಕ್ಕಳ ಕಥೆಗಳಲ್ಲಿ ಧಾರಾಳವಾಗಿ ಕಂಡು ಬರುವುದರಿಂದ, ಅನ್ಯ ಪ್ರದೇಶಗಳ ಓದುಗರಿಗೆ ಇವು ವಿಶೇಷ ಹಾಗೂ ವಿಶಿಷ್ಟ ಅನುಭವವನ್ನು ನೀಡುತ್ತವೆ.

ರಸ್ಕಿನ್ ಬಾಂಡ್ ಅವರ ಬಹುತೇಕ ಮಕ್ಕಳ ಕಥೆಗಳು ಪರ್ವತಪ್ರದೇಶದ ಮಕ್ಕಳ ದೈನಂದಿನ ಚಟುವಟಿಕೆಗಳ ಕುರಿತಾಗಿವೆ. ಸಾರಿಗೆ ಸೌಕರ್ಯವಿಲ್ಲದೆಡೆ ಗುಡ್ಡ ಹತ್ತಿ, ಕಣಿವೆ ಇಳಿದು ಕಾಲ್ನಡಿಗೆಯಲ್ಲಿ ಕೆಲವು ಮೈಲಿಗಳ ದೂರವನ್ನು ಕ್ರಮಿಸಿ ಶಾಲೆಗೆ ಬರುವ ಈ ಮಕ್ಕಳು ದಾರಿಯಲ್ಲಿ ಮಳೆ, ಗಾಳಿ, ಬಿಸಿಲು, ಚಳಿಗಳನ್ನು ಸಹಿಸಿಕೊಳ್ಳಬೇಕಾಗುತ್ತದೆ; ಗುಡ್ಡ ಕುಸಿತ, ಮಣ್ಣಿನ ಜರಿತ, ಕಾಡಿನ ಬೆಂಕಿ, ಚಿರತೆ, ಕರಡಿಗಳ ಪ್ರತ್ಯಕ್ಷ ದರ್ಶನ, ತುಂಬಿ ಹರಿಯುವ ತೊರೆಯನ್ನು ದಾಟಬೇಕಾದ ಅನಿವಾರ್ಯತೆ ಇತ್ಯಾದಿಗಳನ್ನು ಈ ಶಾಲಾ ಮಕ್ಕಳು ಎದುರಿಸಬೇಕಾಗುತ್ತದೆ. ಋತು ಬದಲಾವಣೆಯಲ್ಲಿ ಪ್ರಕೃತಿಯಲ್ಲಿ ಕಾಣಿಸಿಕೊಳ್ಳುವ ಪರಿವರ್ತನೆಗಳಿಗೆ ಅವರು ಸಾಕ್ಷಿಯಾಗುತ್ತಾರೆ.. ಈ ಎಲ್ಲಾ ಅಂಶಗಳು ಅವರಲ್ಲಿ ಧೈರ್ಯ, ಸಾಹಸಗಳನ್ನು ಮೈಗೂಡಿಸುತ್ತವೆ, ಸುತ್ತಮುತ್ತಲಿನ ಪರಿಸರದ ಕುರಿತು ಅವರಲ್ಲಿ ಜ್ಞಾನವನ್ನು ಹೆಚ್ಚಿಸುತ್ತವೆ ಎಂಬುದನ್ನು ಕಥಾ ನಿರೂಪಣೆಯಲ್ಲಿ ಲೇಖಕರು ಸ್ಪಷ್ಟಪಡಿಸುತ್ತಾರೆ.

ಪರ್ವತಪ್ರದೇಶಗಳ ಜನರ ಹಾಗೆ ಅಲ್ಲಿಯ ಮಕ್ಕಳು ಕೂಡ ಕಷ್ಟಜೀವಿಗಳು. ತಮ್ಮ ಬಿಡುವಿನ ಸಮಯದಲ್ಲಿ ಮನೆಯ ಕೃಷಿಕಾರ್ಯಗಳಲ್ಲಿ ಹೆತ್ತವರೊಂದಿಗೆ ಕೈಜೋಡಿಸುವ ಶ್ರಮಜೀವಿಗಳು. ಆ ಪ್ರದೇಶದ ಹುಡುಗರು ಕ್ರಿಕೆಟ್ ಆಟದಲ್ಲಿ

ತೋರುವ ಆಸಕ್ತಿ ಮತ್ತು ಪ್ರತಿಭೆಯನ್ನು ಲೇಖಕರು ವಿಶೇಷವಾಗಿ ಉಲ್ಲೇಖಿಸಿದ್ದಾರೆ.

ರಸ್ಕಿನ್ ಬಾಂಡ್ ಸೃಷ್ಟಿಸಿದ ಬಿನ್ಯಾ, ರಣಜಿ, ಬಿಜ್ಜು, ಬೀನಾ, ಪ್ರಕಾಶ ಮೊದಲಾದವರು ತಮ್ಮ ಸಾಹಸ, ಚೂಟಿತನ ಮತ್ತು ಜೀವನೋತ್ಸಾಹಗಳಿಂದ ಗಮನ ಸೆಳೆಯುವ ಬಾಲಪಾತ್ರಗಳು. ಸಾಮಾನ್ಯವಾಗಿ ಹುಲಿ, ಚಿರತೆ, ಕರಡಿ, ಕೋತಿ, ಹಾವು, ಮೊಸಳೆ, ಕಾಡುಹಂದಿ ಇತ್ಯಾದಿಗಳ ಸಂಗ ಮಕ್ಕಳಿಗೆ ಅಪಾಯಕಾರಿಯಾಗಿರುತ್ತದೆ. ಆದರೆ ರಸ್ಕಿನ್ ಬಾಂಡ್ ಅವರು ತಮ್ಮ ಕಥೆಗಳಲ್ಲಿ ಈ ಪ್ರಾಣಿಗಳ ಆಹಾರಕ್ರಮ ಮತ್ತು ಅವುಗಳ ಸಹಜ ಸ್ವಭಾವವನ್ನು ಮಕ್ಕಳು ತಿಳಿದುಕೊಳ್ಳುವ ಸನ್ನಿವೇಶಗಳನ್ನು ಸೃಷ್ಟಿಸಿದ್ದಾರೆ. ಈ ಜಗತ್ತಿನಲ್ಲಿ ಮನುಷ್ಯ ಮತ್ತು ಪ್ರಾಣಿಗಳ ಸಹಬಾಳ್ವೆಯನ್ನೂ ಅವರು ಪ್ರತಿಪಾದಿಸುತ್ತಿದ್ದಾರೆ ಎನ್ನಬಹುದು. ರಸ್ಕಿನ್ ಬಾಂಡ್ ಅವರ ಕೆಲವು ಕಥೆಗಳು ಭೂತ, ದೆವ್ವ ಹಾಗೂ ಪ್ರೇತಾತ್ಮಗಳ ಕುರಿತಾಗಿ ಇರುವುದು ವಿಶೇಷವಾಗಿದೆ.

ಪ್ರಸ್ತುತ ಗ್ರಂಥದಲ್ಲಿ ಶಾಲಾ ಜೀವನದ ಕುರಿತಾದ ಕಥೆಗಳಿವೆ. ಈ ಗ್ರಂಥದ ಮೊದಲ ಭಾಗದಲ್ಲಿ ಸ್ವತಃ ಲೇಖಕರೇ ತಮ್ಮ ಬಾಲ್ಯದ ವಸತಿಶಾಲೆಗಳ ದಿನಗಳನ್ನು ಕಥಾರೂಪದಲ್ಲಿ ಬಹಳ ಸ್ವಾರಸ್ಯಕರವಾಗಿ ವಿವರಿಸಿದ್ದಾರೆ. ಸ್ಕೌಟ್ ಬಾಯ್ ಆಗಿ ಅವರ ಅನುಭವ, ಅವರಿಗೆ ಗ್ರಂಥಾಲಯದ ಪುಸ್ತಕಗಳ ಓದಿನಲ್ಲಿ ಚಿಗುರಿದ ಆಸಕ್ತಿ ಹಾಗೂ ಮಹಾಯುದ್ಧದ ಸಂದರ್ಭದಲ್ಲಿ ತಾನು ಮತ್ತು ತನ್ನ ತಂದೆ ಯಾವ ರೀತಿಯಲ್ಲಿ ಅನಿಶ್ಚಿತತೆಯ ದಿನಗಳನ್ನು ಕಳೆದಿದ್ದೆವು ಎಂಬುದರ ಕುರಿತಾದ ಸ್ವಾನುಭವ ಕಥನ ಇಲ್ಲಿದೆ. 'ಭಾರತದ ಮಕ್ಕಳು' ಪ್ರಬಂಧದಲ್ಲಿ ಅವರು ವಿಶೇಷವಾಗಿ ಈ ದೇಶದ ಮಕ್ಕಳ ಶಿಕ್ಷಣದ ಕುರಿತು ತಮ್ಮ ಕಾಳಜಿ ಮತ್ತು ಸೂಕ್ಷ್ಮ ಅವಲೋಕನವನ್ನು ಮನೋಜ್ಞವಾಗಿ ವಿವರಿಸಿದ್ದಾರೆ.

ಈ ಗ್ರಂಥದ ಎರಡನೆಯ ಭಾಗದಲ್ಲಿ ಶಾಲಾ ಅಧ್ಯಾಪಕರ ಕುರಿತು, ಆಗಾಗ ಕಾಣಿಸಿಕೊಳ್ಳುವ ಭೂತಗಳ ಕುರಿತು ಮನರಂಜಿಸುವ ಲಘುಧಾಟಿಯ ಕಥೆಗಳಿವೆ. ಇಲ್ಲಿಯ 'ಪೈನ್ ಮರಗಳ ನಡುವೆ ಶಾಲೆ' ಎಂಬ ನೀಳ್ಗತೆಯು ಪರ್ವತ ಪ್ರದೇಶದ ಶಾಲಾ ಮಕ್ಕಳ ಬಹುತೇಕ ಸಮಸ್ಯೆಗಳನ್ನು ಪ್ರಸ್ತಾಪಿಸುವುದರಿಂದ ಅದು ಓದುಗರಲ್ಲಿಯೂ ಈ ಕುರಿತಾದ ಚಿಂತನೆಯನ್ನು ಹುಟ್ಟಿಸುತ್ತದೆ.

ರಸ್ಕಿನ್ ಬಾಂಡ್ ಅವರಂತಹ ಹಿರಿಯ ಸಾಹಿತಿಯ ಕೃತಿಗಳನ್ನು ಅನುವಾದಕ್ಕಾಗಿ ಕೈಗೆತ್ತಿಕೊಳ್ಳುವುದು ದಿಟ್ಟ ಸವಾಲಾಗಿರುತ್ತದೆ. ಆದರೆ ಸರಳ ನಿರೂಪಣೆ, ಲಘು ಹಾಸ್ಯದಧಾಟಿ ಹಾಗೂ ಆಕರ್ಷಕ ಶೈಲಿಯನ್ನು ಹೊಂದಿರುವ ಅವರ ಮಕ್ಕಳ ಕಥಾ ಸರಣಿಯ ಅನುವಾದ ಕಾರ್ಯ ನನ್ನಲ್ಲಿ ಧನ್ಯತೆಯ

ಭಾವವನ್ನು ಮೂಡಿಸಿದೆ. ಈ ಗಣ್ಯ ಲೇಖಕರ ಮಕ್ಕಳ ಕುರಿತಾದ ಕಾಳಜಿ ಮತ್ತು ಮಾನವೀಯತೆಯನ್ನು ಎತ್ತಿ ಹಿಡಿಯುವ ಅವರ ಪ್ರಜ್ಞೆಗೆ ಕೃತಜ್ಞತೆಗಳು ಸಲ್ಲಬೇಕು.

ರಸ್ಕಿನ್ ಬಾಂಡ್ ಬಾಲಸಾಹಿತ್ಯ ಕಥಾಸರಣಿಯಲ್ಲಿ ಅವರ ಪ್ರಮುಖ ಗ್ರಂಥಗಳನ್ನು ಕನ್ನಡಕ್ಕೆ ಅನುವಾದಿಸಲು ನನಗೆ ಅವಕಾಶವನ್ನು ನೀಡಿ, ಅವುಗಳ ಪ್ರಕಟಣೆಯ ಜವಾಬ್ದಾರಿಯನ್ನು ವಹಿಸಿಕೊಂಡಿರುವ ನವದೆಹಲಿಯ ಪ್ರತಿಷ್ಠಿತ ಪ್ರಕಾಶನ ರೂಪಾ ಪಬ್ಲಿಕೇಶನ್ಸ್ ಪ್ರೈವೇಟ್ ಲಿಮಿಟೆಡ್ ಸಂಸ್ಥೆಗೆ ಮತ್ತು ಈ ಸಂಸ್ಥೆಯ ನಿರ್ದೇಶಕರಾದ ಮಾನ್ಯ ಶ್ರೀ ಕಪಿಶ್ ಮೆಹ್ರಾ ಅವರಿಗೆ ನನ್ನ ಹೃತ್ಪೂರ್ವಕ ಕೃತಜ್ಞತೆಯನ್ನು ಸಲ್ಲಿಸುತ್ತಿದ್ದೇನೆ. ಈ ಕೃತಿಯ ಮುಖಪುಟದ ಕಲಾವಿದರಿಗೆ ನನ್ನ ಧನ್ಯವಾದಗಳು.

ಕನ್ನಡದ ಓದುಗರಿಗೆ ಈ ಗ್ರಂಥ ಮೆಚ್ಚುಗೆಯಾಗುವುದೆಂಬ ನಂಬಿಕೆ ನನ್ನದು.

ಡಾ. ಗೀತಾ ಶೆಣೈ

ರಸ್ಕಿನ್ ಜೊತೆಯಲ್ಲಿ ಶಾಲಾ ದಿನಗಳು

ನಾಲ್ಕು ಗರಿಗಳು

ನಮ್ಮ ಶಾಲೆಯ ಮಲಗುವ ಕೋಣೆಯು ತುಂಬಾ ಉದ್ದವಾಗಿದೆ. ಅದರ ಪ್ರತಿಯೊಂದೂ ಬದಿಯಲ್ಲಿ ಹದಿನೈದರಂತೆ ಒಟ್ಟು ಮೂವತ್ತು ಹಾಸಿಗೆಗಳು ಅಲ್ಲಿವೆ. ಇದು ದಿಂಬು ಜಗಳಗಳಿಗೆ ಪ್ರಶಸ್ತವಾದುದು. ಐದನೆಯ ತರಗತಿಯವರು ಏಳನೆಯ ತರಗತಿಯವರೊಂದಿಗೆ (ಇವೆರಡು ನಮ್ಮ ಶಾಲೆಯ ಹಿರಿಯ ತರಗತಿಗಳು) ಮುಖಾಮುಖಿಯಾದಾಗ ಅಲ್ಲಿ ಜಿಗಿದಾಡುವುದಕ್ಕೆ, ಚಿಕ್ಕಮಕ್ಕಳಿಗೆ ಹೆಣಗಾಡುವುದಕ್ಕೆ, ದಿಂಬು, ಗರಿಗಳ ಹಾರಾಟಕ್ಕೆ ಅಲ್ಲಿ ಬೇಕಾದಷ್ಟು ಅವಕಾಶವಿದೆ. ಅದು 'ಫಿಶ್ಶಿ ಬಂದರು!' ಅಥವಾ 'ಒಲ್ಲಿ ಬಂದರು!' ಎಂದು ಹೇಳುವವರೆಗೆ ಮುಂದುವರಿಯುತ್ತಿತ್ತು. ಆಮೇಲೆ ಕೈಯಲ್ಲಿ ಬೆತ್ತ ಹಿಡಿದು ಮುಖ್ಯೋಪಾಧ್ಯಾಯರಾದ ಮಿಸ್ಟರ್ ಫಿಶರ್ ಅಥವಾ ಹಿರಿಯ ಅಧ್ಯಾಪಕರಾದ ಮಿಸ್ಟರ್ ಒಲಿವರ್ ಹಾಜಾರಾಗಿ ಈ ಗಲಾಟೆಗೆ ಅಂತ್ಯ ಹಾಡುವರು. ಅಲ್ಲಿ ಅಲ್ಪಸ್ವಲ್ಪ ದಿಂಬು ಜಗಳಗಳಿಗೆ ಅವಕಾಶವಿದೆ. ಆದರೆ ಯಾರಿಗೂ ನೋವಾಗಬಾರದು. ಆದರೆ ಶಾಲೆ ಮುಗಿದು ರಜೆಯಲ್ಲಿ ಮನೆಗೆ ಬರುವ ಮಕ್ಕಳು ಹತ್ತಿ ಅಥವಾ ಗರಿಗಳಿಲ್ಲದ ದಿಂಬುಗಳನ್ನು ತಂದರೆ ಕೆಲವೊಮ್ಮೆ ಅವರ ಹೆತ್ತವರು ದೂರುವುದು ಇದೆ.

ಶಿಮ್ಲಾ ಶಾಲೆಯ ಕೊನೆಯ ವರ್ಷದಲ್ಲಿ ನಾವು ನಾಲ್ಕು ಮಂದಿ ಆತ್ಮೀಯ ಸ್ನೇಹಿತರಿದ್ದೆವು. ಬಾಂಬೆಯಲ್ಲಿ ಮನೆ ಇರುವ ಬೀಮಲ್, ಲಾಹೋರಿನಿಂದ ಬಂದಿರುವ ರಿಯಾಜ್, ವೆಲ್ಲೂರಿನ ಬ್ರಿಯಾನ್ ಮತ್ತು ತಂದೆಗೆ ಎಲ್ಲೆಲ್ಲಿ ವರ್ಗಾವಣೆಯಾಗುವುದೋ (ಅವರು ಆಗ ವಾಯುಪಡೆಯಲ್ಲಿದ್ದರು) ಅಲ್ಲಿ ನೆಲೆಸುವ ಈ ಕಥೆಯ ನಿರೂಪಕ ಅಂದರೆ ನಾನು.

ನಾವು ನಮ್ಮನ್ನು 'ನಾಲ್ಕು ಗರಿಗಳು' ಎಂದು ಕರೆಯಿಸಿಕೊಳ್ಳುತ್ತಿದ್ದೆವು. ಈ 'ಗರಿಗಳು' ಸೂಚಿಸುವುದೇನೆಂದರೆ ನಾವು ಸಾಹಸದಲ್ಲಿ ಜೊತೆಗಾರರು, ಕಾಮ್ರೇಡ್‌ಗಳು ಮತ್ತು ದುಂಡು ಮೇಜಿನ ವೀರರು ಇತ್ಯಾದಿ. ಬೀಮಲ್ ನವಿಲುಗರಿಯನ್ನು ತನ್ನ ಚಿಹ್ನೆಯಾಗಿ ಇಟ್ಟುಕೊಂಡ. ಅವನು ಯಾವಾಗಲೂ

ಸ್ವಲ್ಪ ಷೋಕಿ. ರಿಯಾಜ್ ಹದ್ದಿನ ಗರಿಯನ್ನು ಆಯ್ಕೆ ಮಾಡಿದ. ನಮಗೆ ಮಾತ್ರ ಯಾವ ಗರಿಯೂ ಸಿಗಲಿಲ್ಲ. ನಮ್ಮ ಪಾಲಿಗೆ ಕಾಗೆ ಅಥವ ಕೋಳಿ ಗರಿಯ ಕೊಡುಗೆ ಬಂದಾಗ ನಾವು ಅದನ್ನು ಬಲವಾಗಿ ಪ್ರತಿಭಟಿಸಿದೆವು. ಗುಂಪು ಬಿಟ್ಟು ಹೋಗುವುದಾಗಿ ಹೇಳಿದೆವು. ಕೊನೆಗೆ ನಾನು ಗಿಣಿಯ ಗರಿಗೆ ಒಪ್ಪಿಕೊಂಡೆ. (ಅದು ಮಿಸ್ಟರ್ ಫಿಶರ್ ಅವರ ಸಾಕುಗಿಣಿಯ ಗರಿಯಾಗಿತ್ತು) ಬ್ರಿಯಾನ್‌ಗೆ ಮರಕುಟಿಗನ ಗರಿ ಸಿಕ್ಕಿತು. ಅವನು ಯಾವಾಗಲೂ ಏನನ್ನಾದರೂ ಕುಟ್ಟುವವನಾಗಿದ್ದರಿಂದ, ಅದು ಅವನಿಗೆ ಹೊಂದಿಕೊಂಡಿತು.

ಬೀಮಲ್ ದೇಹದಲ್ಲಿ ಸಣಕಲ, ಅವನ ಕೈಕಾಲುಗಳು ತುಂಬಾ ಸಪೂರ. ಅವನು ಎಷ್ಟು ಹಗುರವಾಗಿದ್ದನೆಂದರೆ, ಅವನು ನಡೆದು ಬರುತ್ತಿದ್ದರೆ ಗಾಳಿಯಲ್ಲಿ ತೇಲಿ ಬಂದ ಹಾಗೆ ಕಾಣುತ್ತಿತ್ತು. ನಾವು ಅವನನ್ನು 'ಬಾಂಬಿ' ಎಂದು ಕರೆಯುತ್ತಿದ್ದೆವು. ಬಾಂಬಿ ಡಿಸ್ನೆ ಚಿತ್ರದ ಪುಟ್ಟ ಜಿಂಕೆಮರಿಯ ಹೆಸರು. ರಿಯಾಜ್ ದೇಹದಲ್ಲಿ ಸದೃಢ, ಕ್ರೀಡಾಪಟು ಆದರೆ ಅಧ್ಯಯನಶೀಲನಲ್ಲ; ತುಂಬಾ ಒಳ್ಳೆಯವನು. ಅವನದು ಸದಾ ನಗುಮೊಗ. ಬ್ರಿಯಾನ್ ಕಪ್ಪಗಿದ್ದರೂ, ನೋಡಲು ಚೆಂದದ ಹುಡುಗ. ಅವನು ದಕ್ಷಿಣದವನು. ಸ್ವಲ್ಪ ಹಠಮಾರಿ. ಕ್ರಿಕೆಟ್ ಆಟದಲ್ಲಿ ಔಟಾಗಿದ್ದರೂ ಕ್ರೀಸ್ ಬಿಟ್ಟು ಹೋಗಲು ಒಪ್ಪುತ್ತಿರಲಿಲ್ಲ. ಆದರೆ ಸ್ನೇಹಜೀವಿ ಮತ್ತು ಪ್ರಾಮಾಣಿಕ ಗೆಳೆಯ. ನಾನು ಬರಹಗಾರ, ತಪ್ಪಿಸಿಕೊಳ್ಳಲು ಕತೆ ಹೆಣೆಯುವುದರಲ್ಲಿ ಜಾಣ. ಆದರೆ ಲೆಕ್ಕದಲ್ಲಿ ಹಿಂದೆ. ನನಗೆ ಗಣಿತದಲ್ಲಿ ಸಿಕ್ಕಿದ ಗರಿಷ್ಠ ಅಂಕವೆಂದರೆ ನೂರರಲ್ಲಿ ಇಪ್ಪತ್ತು!

ಭಾನುವಾರ ಮಧ್ಯಾಹ್ನದ ಸಮಯದಲ್ಲಿ ನಮಗೆ ತರಗತಿ ಪಾಠ ಅಥವಾ ಸಂಘಟಿತ ಆಟಗಳು ಇಲ್ಲದಿರುವುದರಿಂದ ಶಾಲೆಯ ಕೆಳಭಾಗದಲ್ಲಿರುವ ಬೆಟ್ಟದ ಬಳಿ ತಿರುಗಾಡಲು ನಮಗೆ ಅನುಮತಿ ಇತ್ತು. ನಾವು ನಾಲ್ಕು ಗರಿಗಳು ಬೇಸಿಗೆಯ ಪುಟ್ಟ ಹುಲ್ಲುಗಳ ಮೇಲೆ ಕಾಲಾಡಿಸಿ ಮನೆಯಿಂದ ತಂದ ಅಪರೂಪದ ತಿಂಡಿಯನ್ನು ಹಂಚಿಕೊಂಡು, ಕಾಮಿಕ್ಸ್ ಓದುತ್ತಾ (ಕೆಲವೊಮ್ಮೆ ಒಂದು ಪುಸ್ತಕ), ಚಳಿಗಾಲದ ದೀರ್ಘ ರಜೆಯನ್ನು ಕಳೆಯುವುದರ ಕುರಿತು ಹಂಚಿಕೆ ರೂಪಿಸುತ್ತಾ ಕಾಲಕಳೆಯುತ್ತಿದ್ದೆವು. ನನ್ನ ತಂದೆಗೆ ಅಂಚೆಚೀಟಿಯಿಂದ ಹಿಡಿದು ಸಮುದ್ರ ಚಿಪ್ಪುಗಳು ಮತ್ತು ಚಿಟ್ಟೆಗಳವರೆಗೆ ಎಲ್ಲವನ್ನೂ ಸಂಗ್ರಹಿಸುವ ಹವ್ಯಾಸವಿತ್ತು. ಅವರು ನನಗೆ ಚಿಟ್ಟೆಯನ್ನು ಹಿಡಿಯುವ ಬಲೆಯೊಂದನ್ನು ನೀಡಿ ಭೋಟಾ ಶಿಮ್ಲಾದ ಬಳಿ ಮಾತ್ರ ಕಾಣಲು ಸಿಗುವ ಅಪರೂಪ ಜಾತಿಯ ಚಿಟ್ಟೆಯನ್ನು ಹಿಡಿಯಲು ಪ್ರಯತ್ನಿಸುವಂತೆ ಪ್ರೇರೇಪಿಸಿದ್ದರು. ಅವರು ವರ್ಣಿಸಿದ ಪ್ರಕಾರ ಅದು ನೇರಳೆ ಬಣ್ಣದ ದೊಡ್ಡ ಚಿಟ್ಟೆಯಾಗಿದ್ದು ಅದರ ರೆಕ್ಕೆಗಳಿಗೆ ಹಳದಿ

ಮತ್ತು ಕಪ್ಪು ಅಂಚುಗಳು ಇರುತ್ತಿದ್ದವು. ಅದನ್ನು 'ನೇರಳೆ ಚಕ್ರವರ್ತಿ' ಎಂದು ಕರೆಯುತ್ತಿದ್ದರೆಂದು ನನ್ನ ಅನಿಸಿಕೆ. ಚಿಟ್ಟೆಗಳನ್ನು ಗುರುತಿಸುವುದರಲ್ಲಿ ನಾನು ನಿಷ್ಣಾತನಲ್ಲ. ಹೀಗಾಗಿ ಶಾಲೆಯ ಮೈದಾನಿನಲ್ಲಿ ಕಂಡ ಚಿಟ್ಟೆಗಳನ್ನೆಲ್ಲಾ ಅಟ್ಟಿಸಿಕೊಂಡು ಹೋಗುತ್ತಿದ್ದೆ. ಕೊನೆಗೆ ನನ್ನ ಕೈಗೆ ಸಿಗುತ್ತಿದ್ದುದು 'ಕೆಂಪು ದಳಪತಿಗಳು' 'ದಟ್ಟ ಅರಿಶಿನಗಳು' ಅಥವಾ 'ಕ್ಯಾಬೇಜ್ ಶ್ವೇತಗಳು'. ಆದರೆ ಜಗತ್ತಿನ ಎಲ್ಲ ಸಂಗ್ರಹಕಾರರು ಬಯಸುವ ಅಪರೂಪದ ಜಾತಿಯ ಆ 'ನೇರಳೆ ಚಕ್ರವರ್ತಿ' ಮಾತ್ರ ಕೈಗೆ ಎಟಕುತ್ತಿರಲಿಲ್ಲ. ನನ್ನ ಅದೃಷ್ಟಕ್ಕೆ ನಾನು ಬೇರೆ ಸಾಹಸದ ದಾರಿಯನ್ನು ಕಂಡುಕೊಳ್ಳಬೇಕಿತ್ತು.

ಒಂದು ದಿನ, ಶಾಲೆಯ ಕೆಳಭಾಗದಲ್ಲಿರುವ ಬಂಡೆ ಮತ್ತು ಕುರುಚಲು ಪೊದೆಗಳ ನಡುವೆ ಅಡ್ಡಾಡುತ್ತಿರುವಾಗ, ಎಳೆ ಸ್ಪ್ರೂಸ್ ಮರದ ನೆರಳಿನಲ್ಲಿದ್ದ ಒಂದು ಸಣ್ಣ ಗಂಟಿನ ಮೇಲೆ ಮುಗ್ಗರಿಸಿ ಬೀಳುವವನಿದ್ದೆ. ಹತ್ತಿರ ಹೋಗಿ ನೋಡಿದಾಗ ಆ ಗಂಟು ಹಳೆಯ ಚಿಂದಿ ಬಟ್ಟೆಯಲ್ಲಿ ಸುತ್ತಿದ ಮಗುವಾಗಿತ್ತು.

"ಗರಿಗಳೇ ಬನ್ನಿ, ಬನ್ನಿ." ನಾನು ಗಟ್ಟಿಯಾಗಿ ಕೂಗಿ ಕರೆದೆ, "ಇಲ್ಲಿ ಮಗುವೊಂದನ್ನು ಬಿಟ್ಟು ಹೋಗಿದ್ದಾರೆ ನೋಡಿ!"

ಗರಿಗಳು ಬಂದು ನನ್ನನ್ನು ಸೇರಿಕೊಂಡವು ನಾವೆಲ್ಲರೂ ಮಗುವನ್ನೇ ನೋಡತೊಡಗಿದೆವು. ಅದು ನಿದ್ದೆಯಲ್ಲಿತ್ತು.

"ಈ ಬೆಟ್ಟದ ಭಾಗದಲ್ಲಿ ಮಗುವನ್ನು ಬಿಟ್ಟು ಹೋದವರು ಯಾರಿರ ಬಹುದು?" ಬೀಮಲ್ ನಿರ್ದಿಷ್ಟವಾಗಿ ಯಾರನ್ನೂ ಉದ್ದೇಶಿಸದೆ ಕೇಳಿದ.

"ಅದು ಬೇಡವಾದವರು ಬಿಟ್ಟು ಹೋಗಿರಬೇಕು." ಬ್ರಿಯಾನ್ ಹೇಳಿದ.

"ಒಳ್ಳೆಯವರು ಯಾರಾದರೂ ಬಂದು ಅದನ್ನು ಸಾಕಬಹುದು ಎಂದಿರಬೇಕು." ರಿಯಾಜ್ ಹೇಳಿದ.

"ಮನುಷ್ಯರಿಗೆ ಬದಲಾಗಿ ಚಿರತೆ ಬಂದಿದ್ದರೆ.." ನಾನು ಹೇಳಿದೆ. "ಇದನ್ನು ಇಲ್ಲಿಯೇ ಬಿಟ್ಟು ಹೋಗಲಾಗದು."

"ನಾವು ಇದನ್ನು ಸಾಕಬಹುದು." ಬೀಮಲ್ ಹೇಳಿದ.

"ನಾವು ಮಗುವನ್ನು ಸಾಕುವುದು ಸಾಧ್ಯವಿಲ್ಲ." ಬ್ರಿಯಾನ್ ಹೇಳಿದ.

"ಯಾಕೆ ಸಾಧ್ಯವಿಲ್ಲ?"

"ಅದಕ್ಕೆ ಮದುವೆಯಾಗಿರಬೇಕು."

"ನಮಗೆ ಮದುವೆಯಾಗಿಲ್ಲ."

"ನಮಗೆ ಅಲ್ವೋ ಪೆದ್ದ, ಮಗುವನ್ನು ದತ್ತು ತೆಗೆದುಕೊಳ್ಳುವವರು ವಿವಾಹಿತರಾಗಿರಬೇಕು."

"ಹಾಗಿನವರು ಬರುವವರೆಗೆ ಈ ಮಗುವನ್ನು ಇಲ್ಲಿ ಬಿಟ್ಟು ಹೋಗಲಾಗುವುದಿಲ್ಲ." ನಾನು ಹೇಳಿದೆ.

"ಇದು ಗಂಡೋ ಹೆಣ್ಣೋ ಅದೂ ನಮಗೆ ಗೊತ್ತಿಲ್ಲವಲ್ಲ." ರಿಯಾಜ್ ಹೇಳಿದ.

"ಅದರಿಂದ ಯಾವ ವ್ಯತ್ಯಾಸವೂ ಆಗದು. ಮಗುವೆಂದರೆ ಅದು ಮಗು ಅಷ್ಟೇ. ನಾವು ಇದನ್ನು ಶಾಲೆಗೆ ತೆಗೆದುಕೊಂಡು ಹೋಗೋಣ."

"ಇದನ್ನು ನಮ್ಮ ಮಲಗುವ ಕೋಣೆಯಲ್ಲಿ ಇಡುವುದೇ?"

"ಖಂಡಿತಾ ಇಲ್ಲ. ಇದಕ್ಕೆ ಹೊಟ್ಟೆಗೆ ಹಾಕುವವರು ಯಾರು? ಸಣ್ಣಮಕ್ಕಳಿಗೆ ಹಾಲು ಬೇಕಾಗುತ್ತದೆ. ನಾವು ಇದನ್ನು ಶ್ರೀಮತಿ ಫಿಶರ್ ಅವರಿಗೆ ಕೊಡೋಣ. ಅವರಿಗೆ ಮಕ್ಕಳಿಲ್ಲವಲ್ಲ."

"ಅವರಿಗೆ ಮಕ್ಕಳು ಬೇಡವೇನೋ. ನೋಡು, ಇದು ಅಳಲು ಶುರು ಮಾಡುತ್ತಿರುವ ಹಾಗಿದೆ. ನಾವು ಬೇಗನೇ ಹೋಗೋಣ."

ಸರಿಯಾಗಿ ಎಚ್ಚರವಾಗಿ ಅಳುತ್ತಿರುವ ಮಗುವನ್ನು ರಿಯಾಜ್ ಎತ್ತಿ ಬೀಮಲ್ ಕೈಗೆ ನೀಡಿದ. ಅವನು ಅದನ್ನು ಬ್ರಿಯಾನ್ಗೆ ಕೊಟ್ಟ. ಬ್ರಿಯಾನ್ ಮಗುವನ್ನು ನನ್ನ ಕೈಗೆ ಕೊಟ್ಟ, ಈಗ ಜೋರಾಗಿ ಅಳುತ್ತಿರುವ ಮಗುವಿನೊಂದಿಗೆ ನಾಲ್ಕು ಗರಿಗಳು ಬೆಟ್ಟದ ದಾರಿ ಹಿಡಿದು ಶಾಲೆಯ ಕಡೆಗೆ ಹೆಜ್ಜೆ ಹಾಕತೊಡಗಿದವು.

"ಇದು ಬಟ್ಟೆಯಲ್ಲಿಯೇ ಹೇತಿರುವ ಹಾಗಿದೆ. ನನ್ನ ಶರ್ಟಿಗೂ ಸ್ವಲ್ಪ ತಾಗಿದೆ." ನಾನು ದೂರಿದೆ

"ಚಿಂತೆ ಮಾಡಬೇಡ," ಬೀಮಲ್ ಹೇಳಿದ. "ಇದು ಒಳ್ಳೆಯ ಉದ್ದೇಶ. ನೀನು ಬಾಯ್ ಸ್ಕೌಟ್ ಎಂಬುದನ್ನು ಮರೆಯದಿರು. ನೀನು ಕಷ್ಟದಲ್ಲಿ ಇರುವ ಜನರಿಗೆ ಸಹಾಯ ಮಾಡಬೇಕು."

ಮುಖ್ಯೋಪಾಧ್ಯಾಯರು ಮತ್ತು ಅವರ ಪತ್ನಿ ದಿವಾನಖಾನೆಯಲ್ಲಿ ಕುಳಿತು ಸಂಜೆಯ ಚಹ ಮತ್ತು ಕೇಕ್ ಆಸ್ವಾದಿಸುತ್ತಿದ್ದರು. ನಾವು ಭಾರವಾದ ಹೆಜ್ಜೆ ಇಡುತ್ತಾ ಒಳ ಪ್ರವೇಶಿಸಿದೆವು.

"ನಾವು ಶ್ರೀಮತಿ ಫಿಶರ್ ಅವರಿಗಾಗಿ ಏನೋ ಕೊಡಲಿದ್ದೇವೆ." ಬಿಮಲ್ ಹೇಳಿದ.

ಶ್ರೀಮತಿ ಫಿಶರ್ ಒಮ್ಮೆ ನನ್ನ ತೋಳುಗಳಲ್ಲಿದ್ದ ಗಂಟನ್ನು ನೋಡಿ ಏರುಧ್ವನಿಯಿಂದ ಹೇಳಿದರು "ಇದೇನು ಇಲ್ಲಿ ತಂದಿರುವೆ ಬಾಂಡ್?"

"ಅದು ಮಗು ಮೇಡಂ. ಹೆಣ್ಣುಮಗು ಇರಬೇಕು. ಇದನ್ನು ನೀವು ಸಾಕಲು ಬಯಸುವಿರೇನು?"

ಶ್ರೀಮತಿ ಫಿಶರ್ ಕಳವಳದಿಂದ ಕೈ ಜಾಡಿಸಿ ಗಂಡನ ಕಡೆಗೆ ತಿರುಗಿ ಹೇಳಿದರು, "ಫ್ರಾಂಕ್, ನಾವೇನು ಮಾಡೋಣ. ಇವರು ಬೇಜವಾಬ್ದಾರಿ ಹುಡುಗರು. ಯಾರದೋ ಮಗುವನ್ನು ಎತ್ತಿ ತಂದಿರುವರಲ್ಲ!"

"ನಾವು ಪೊಲೀಸರಿಗೆ ತಿಳಿಸಬೇಕಾಗುತ್ತದೆ. ಕಳೆದು ಹೋಗಿರುವ ಮಕ್ಕಳನ್ನು ನಾವು ಶಾಲೆಯಲ್ಲಿ ಇಡುವ ಹಾಗಿಲ್ಲ." ಅವರು ಫೋನಿನತ್ತ ನಡೆದರು.

ಅಷ್ಟರಲ್ಲಿ ಹೊರಗೆ ಗಲಾಟೆಯಾಯಿತು. ಬಿರುಕಣ್ಣುಗಳ, ಅಸ್ತವ್ಯಸ್ತ ಉಡುಪಿನ ಹೆಂಗಸೊಬ್ಬಳು ಮುಂಬಾಗಿಲಿನಿಂದ ಒಳ ಪ್ರವೇಶಿಸಿದಳು. ಅವಳ ಜೊತೆಯಲ್ಲಿ ಹತ್ತಿರದ ಪ್ರದೇಶದ ಕೆಲವು ಗ್ರಾಮಸ್ಥರಿದ್ದರು. ಅವಳು ಅಳುತ್ತಾ ನಮ್ಮತ್ತ ಧಾವಿಸಿ ಬಂದಳು

"ನನ್ನ ಮಗು, ನನ್ನ ಮಗು! ಮೇರಾ ಬಚ್ಚಾ! ನೀವು ನನ್ನ ಮಗುವನ್ನು ಕದ್ದಿದ್ದೀರಿ!"

"ಇದು ನಮಗೆ ಬೆಟ್ಟದ ಹತ್ತಿರ ಸಿಕ್ಕಿರುವುದು." ನಾನು ತಡವರಿಸುತ್ತಾ ಹೇಳಿದೆ.

"ಹೌದು," ಬ್ರಿಯಾನ್ ಹೇಳಿದ, "ಹುಡುಕಿ ತೆಗೆದವರು ಇಟ್ಟುಕೊಳ್ಳಬೇಕು.'

"ಆಡಮ್ಸ್ ಸುಮ್ಮನಿರು," ಮಿಸ್ಟರ್ ಫಿಶರ್ ಆಜ್ಞಾದಾಯಕವಾಗಿ ಕೈಯೆತ್ತಿ ಹೇಳಿದರು. ಆಮೇಲೆ ಆ ಗ್ರಾಮಸ್ಥರನ್ನು ಉದ್ದೇಶಿಸಿ ಸ್ನೇಹಪೂರ್ವಕವಾಗಿ ಹೇಳಿದರು. "ಈ ಹುಡುಗರು ಬೆಟ್ಟದ ಹತ್ತಿರ ಮಗು ಒಂಟಿಯಾಗಿರುವುದನ್ನು ನೋಡಿ ಅದಕ್ಕೆ ಅಪಾಯವಾಗುವ ಮೊದಲೇ ಇಲ್ಲಿಗೆ ಕರೆತಂದಿದ್ದಾರೆ."

"ಕತ್ತೆಕಿರುಬ ಹಿಡಿಯುವ ಮೊದಲೇ.." ನಾನು ಮಾತು ಸೇರಿಸಿದೆ.

"ಅದು ಸರಿ ಬಾಂಡ್." ಎಂದು ಹೇಳಿ, ಫಿಶರ್ ಆ ಹೆಂಗಸನ್ನು ಉದ್ದೇಶಿಸಿ ಕೇಳಿದರು, "ನೀನು ಯಾಕೆ ಮಗುವನ್ನು ಒಂಟಿಯಾಗಿ ಇರಲು ಬಿಟ್ಟೆ?"

"ನಾನು ಕೆಲವೇ ನಿಮಿಷಗಳಿಗೆ ಮಗುವನ್ನು ಅಲ್ಲಿ ಮಲಗಿಸಿ ಪ್ಲಮ್ ಹಣ್ಣು ಕೀಳಲು ಮರ ಹತ್ತಿದ್ದೆ. ನಾನು ಕೆಳಗೆ ಬರುವಷ್ಟರಲ್ಲಿ ಮಗು ಅಲ್ಲಿರಲಿಲ್ಲ! ಆದರೆ ನನಗೆ ಬೆಟ್ಟದ ಮೇಲಿನಿಂದ ಮಗುವಿನ ಅಳು ಕೇಳಿಸುತ್ತಿತ್ತು. ನಾನು ಗಂಡಸರಿಗೆ ತಿಳಿಸಿದೆ. ಆಮೇಲೆ ನಾವು ಮಗುವನ್ನು ಕರೆತರಲು ಇಲ್ಲಿಗೆ ಬಂದೆವು."

"ಸರಿ, ತೆಗೆದುಕೊಳ್ಳಿ ನಿಮ್ಮ ಮಗುವನ್ನು," ನಾನು ಮಗುವನ್ನು ಅವಳ ಕೈಯಲ್ಲಿಡುತ್ತಾ ಹೇಳಿದೆ. ಅದರಿಂದ ಬಿಡುಗಡೆ ದೊರೆತಿರುವುದು ನನಗೆ ಸಂತೋಷವನ್ನೇ ಉಂಟು ಮಾಡಿತ್ತು. "ಇನ್ನು ಮುಂದೆ ಅದನ್ನು ಸರಿಯಾಗಿ ನೋಡಿಕೊಳ್ಳಿ."

"ಮಗುವನ್ನು ಕದ್ದವನು ನೀನು!" ಅವಳು ನನ್ನತ್ತ ನೋಡಿ ಕಿರಿಚಿದಳು.

"ಈ ಹುಡುಗರು ಒಳ್ಳೆಯ ಸ್ಕೌಟ್‌ಗಳು. ಜನರಿಗೆ ಸಹಾಯ ಮಾಡುವುದು ಅವರ ಕೆಲಸ." ಹೀಗೆ ಹೇಳುತ್ತಾ ಮಿಸ್ಟರ್ ಫಿಶರ್ ಗ್ರಾಮಸ್ಥರನ್ನು ಸಮಾಧಾನ ಪಡಿಸುವುದರಲ್ಲಿ ಯಶಸ್ವಿಯಾದರು.

"ಉಪಯುಕ್ತವಾಗಿರುವುದು ಮತ್ತು ನೆರವಾಗುವುದು ಸೌಟ್‌ನ ಮೂರನೆಯ ನಿಯಮ ಸರ್."

ಆಮೇಲೆ ಮುಖ್ಯೋಪಾಧ್ಯಾಯರು ಅವರ ಕಡೆಗೆ ತಿರುಗಿ ಬಿದ್ದು ಹೇಳಿದರು, "ಅದಿರಲಿ, ಈ ಪ್ಲಮ್ ಹಣ್ಣಿನ ಮರ ಶಾಲೆಗೆ ಸೇರಿದ್ದು. ಅದೇ ರೀತಿ ಪೀಚ್ ಮತ್ತು ಎಪ್ರಿಕಾಟ್ ಮರಗಳು ಕೂಡ. ಈ ಮರಗಳಲ್ಲಿ ಹಣ್ಣು ಅಷ್ಟು ಬೇಗ ಮಾಯವಾಗುತ್ತಿರುವುದು ಯಾಕೆಂದು ಈಗ ನನಗೆ ಗೊತ್ತಾಯಿತು!"

ಗ್ರಾಮಸ್ಥರು ಬೆದರಿಸಿಕೊಂಡವರ ಹಾಗೆ ತಮ್ಮ ದಾರಿ ಹಿಡಿದು ಹೋದರು. ಮಿಸ್ಟರ್ ಫಿಶರ್ ಬೆತ್ತವನ್ನು ಕೈಗೆತ್ತಿಕೊಂಡರು. ಅವರು ಅದನ್ನು ಕೈಯಿಂದ ಸವರುತ್ತಿರುವುದನ್ನು ನೋಡಿದಾಗ ನಮಗೆ ಅದರಿಂದ ಪೆಟ್ಟು ಬೀಳುವುದು ಖಾತ್ರಿಯಾಯಿತು ನನಗೆ.

"ಇಲ್ಲ ಫ್ರಾಂಕ್," ನಮ್ಮ ಪರವಾಗಿ ಮಿಸೆಸ್ ಫಿಶರ್ ಮಧ್ಯ ಪ್ರವೇಶಿಸಿ ಹೇಳಿದರು. "ಅವರು ಆ ಮಗುವನ್ನು ನೋಡಿಕೊಂಡದ್ದು ನಿಜವಾಗಿಯೂ ತುಂಬಾ ಒಳ್ಳೆಯ ಕೆಲಸ. ಅಲ್ಲಿ ನೋಡಿ, ಬಾಂಡ್ ಬಟ್ಟೆಯ ಮೇಲೆಲ್ಲಾ ಮಗುವಿನ ಹೇಸಿಗೆ ಹರಡಿಕೊಂಡಿದೆ."

"ಹೌದಲ್ಲ. ನೀವೆಲ್ಲರೂ ಹೋಗಿ ಸ್ನಾನ ಮಾಡಿ ಬನ್ನಿ. ನೀನು ಯಾಕೆ ನಗುತ್ತಿರುವೆ ಬಾಂಡ್?"

"ಸ್ಕೌಟ್ ನಿಯಮ ಸಂಖ್ಯೆ ಎಂಟು, ಓರ್ವ ಸ್ಕೌಟ್ ಎಲ್ಲ ಕಷ್ಟಗಳಲ್ಲಿ ನಗುತ್ತಿರುತ್ತಾನೆ ಮತ್ತು ಸಿಳ್ಳೆ ಹೊಡೆಯುತ್ತಿರುತ್ತಾನೆ."

ಹೀಗೆ ನಾಲ್ಕು ಗರಿಗಳ ಪ್ರಥಮ ಸಾಹಸ ಮುಕ್ತಾಯಗೊಂಡಿತು.

♣

ಸನ್ನದ್ಧರಾಗಿರಿ

ಹಿಂದೊಮ್ಮೆ ನಾನು ಸ್ಕೌಟ್ ಹುಡುಗನಾಗಿದ್ದೆ. ಆದರೆ ನನಗೆ ಜಾರುಗಂಟು ಮತ್ತು ಅಜ್ಜಿಗಂಟು, ಮಡಿಕೆಗಂಟು ಮತ್ತು ಕಳ್ಳಗಂಟು ಇವುಗಳ ನಡುವಿನ ವ್ಯತ್ಯಾಸ ಗೊತ್ತಾಗುತ್ತಿರಲಿಲ್ಲ. ಕಳ್ಳಗಂಟು ಎಂದರೆ ನೀವು ಕಳ್ಳನನ್ನು ಹಿಡಿದರೆ ಅವನನ್ನು ಕಟ್ಟಿಹಾಕಲು ಬಳಸುವ ಗಂಟು ಎಂದು ನನಗೆ ಗೊತ್ತಿರಲಿಲ್ಲ. ನಾನು ಎಂದೂ ಕಳ್ಳನನ್ನು ಹಿಡಿದಿಲ್ಲ. ಒಂದು ವೇಳೆ ಹಿಡಿದರೂ ಸರಿಯಾದ ಗಂಟು ಹಾಕಿ ಕಳ್ಳನನ್ನು ಕಟ್ಟಿ ಹಾಕುವುದು ನನಗೆ ಗೊತ್ತಿಲ್ಲವಲ್ಲ. ಪ್ರಾಯಶಃ ನಾನು ಎಚ್ಚರಿಕೆ ನೀಡಿ ಅವನನ್ನು ಬಿಟ್ಟುಬಿಡಬಹುದು ಮತ್ತು ಸ್ಕೌಟ್ ಹುಡುಗನಾಗಲು ಅವನಿಗೆ ಹೇಳಬಹುದು.

'ಸನ್ನದ್ಧರಾಗಿರಿ' ಎನ್ನುವುದು ಸ್ಕೌಟ್ ಹುಡುಗರ ಘೋಷವಾಕ್ಯ. ಅದು ಉತ್ತಮವಾದುದು ಕೂಡ. ಆದರೆ ನಾನು ಯಾವುದಕ್ಕೂ ಸರಿಯಾದ ಸಿದ್ಧತೆಯನ್ನು ನಡೆಸಿದವನೇ ಅಲ್ಲ. ಅದು ಪರೀಕ್ಷೆಯಾಗಿರಬಹುದು ಅಥವಾ ಪ್ರಯಾಣವಿರಬಹುದು ಅಥವಾ ನನ್ನ ಕೋಣೆಯ ಸೂರನ್ನು ಹಾರಿಸಿ ಬಿಡುವುದು ಇರಬಹುದು. ನಾನು ಭಾಷಣ ಮಾಡುವಾಗ ಅರ್ಧದಲ್ಲಿ ಮುಂದೆ ಏನು ಮಾತನಾಡಬೇಕು ಎನ್ನುವುದನ್ನು ಮರೆತುಬಿಡುತ್ತಿದ್ದೆ. ಅಥವಾ ನನ್ನ ಸ್ನೇಹಿತನ ಮದುವೆಗಾಗಿ ಹೊಸ ಸೂಟು ಹೊಲಿಸುತ್ತಿದ್ದೆ ಮತ್ತು ಮದುವೆಗೆ ಪೈಜಾಮದಲ್ಲಿಯೇ ಹೋಗುತ್ತಿದ್ದೆ.

ಹಾಗಿರುವಾಗ ನನ್ನಂತಹ ಅತ್ಯಂತ ಅವ್ಯವಹಾರೀ ಹುಡುಗ ಸ್ಕೌಟ್ ಹುಡುಗನಾಗಿ ಉಳಿದುದು ಹೇಗೆ?

ಪ್ರಾಥಮಿಕ ಶಾಲೆಯಲ್ಲಿ(ನಾನು ಆಗ ಇನ್ನೂ ಎಳೆಯನಾಗಿದ್ದೆ) ಒಂದು ವದಂತಿ ಹರಡಿದ ಹಾಗಿತ್ತು. ಅದೇನೆಂದರೆ ನಾನು ಒಳ್ಳೆಯ ಅಡುಗೆಯವನು ಎಂದು. ನನ್ನ ಜೀವಮಾನದಲ್ಲಿಯೇ ನಾನು ಅಡುಗೆ ಮಾಡಿದವನಲ್ಲ. ಆದರೆ ಶಾಲೆ ಸಮೀಪದ ಚಿಂಪುವಿನ ಗೂಡಂಗಡಿಯಲ್ಲಿ ತುಂಬಾ ಸಮಯ ಕಳೆಯುತ್ತಿದ್ದೆ. ನಾನು ಚಿಂಪುವಿಗೆ ಸಲಹೆ ಸೂಚನೆಗಳನ್ನು ನೀಡುತ್ತಿದ್ದೆ. ಇನ್ನೂ ಒಳ್ಳೊಳ್ಳೆ

ಸಮೋಸಾ, ಜಿಲೇಬಿ, ಟಿಕ್ಕಿ ಮತ್ತು ಪಕೋಡ ಮಾಡಲು ಉತ್ತೇಜನ ನೀಡುತ್ತಿದ್ದೆ. ನನ್ನ ಅನಪೇಕ್ಷಿತ ಉಪದೇಶಕ್ಕಾಗಿ ಕೆಲವೊಮ್ಮೆ ಅವನು ನನಗೆ ಸಮೋಸವೊಂದನ್ನು ಪುಕ್ಕಟೆ ಕೊಡುತ್ತಿದ್ದ. ಹೀಗಾಗಿ ನಾನು ಸಹಜವಾಗಿ ಅವನನ್ನು ಗೆಳೆಯನಾಗಿ ಮತ್ತು ಪೋಷಕನಾಗಿ ಕಾಣುತ್ತಿದ್ದೆ. ನನ್ನ ಈ ಅರ್ಹತೆಗಾಗಿ ಅಡುಗೆ ಬ್ಯಾಜ್ ನನಗೆ ನೀಡಲಾಗಿತ್ತು. ಮತ್ತು ನಮ್ಮ ಪಡೆಯ ಆಹಾರ ಪೂರೈಕೆಯ ಜವಾಬ್ಧಾರಿಯನ್ನು ನನಗೆ ವಹಿಸಿಕೊಡಲಾಗಿತ್ತು.

ನಮ್ಮ ಪಡೆಯಲ್ಲಿ ನಾವು ಸುಮಾರು ಇಪ್ಪತ್ತು ಜನರಿದ್ದೆವು. ಬೇಸಿಗೆ ರಜೆಯಲ್ಲಿ ನಮ್ಮ ಸ್ಕೌಟ್ ಮಾಸ್ತರ್ ಮಿಸ್ಟರ್ ಒಲಿವರ್ ಅವರು ನಮ್ಮನ್ನು ಶಿಬಿರ ಪ್ರಯಾಣಕ್ಕಾಗಿ ತಾರಾದೇವಿಗೆ ಕರೆದುಕೊಂಡು ಹೋದರು. ನೆತ್ತಿಯ ಮೇಲೆ ಗುಡಿಯಿರುವ ಬೆಟ್ಟಪ್ರದೇಶ ತಾರಾದೇವಿ. ಅದು ಶಿಮ್ಲಾದಿಂದ ಕೆಲವು ಮೈಲಿ ದೂರದಲ್ಲಿದೆ. ಮೊದಲ ರಾತ್ರಿ ನಮಗೆ ಆಲೂಗಡ್ಡೆ ಮತ್ತು ಈರುಳ್ಳಿ ಸಿಪ್ಪೆ ತೆಗೆಯುವ, ಬಟಾಣಿ ಸುಲಿಯುವ, ಮತ್ತು ಮಸಾಲೆ ಅರೆಯುವ ಕೆಲಸ ನೀಡಲಾಯಿತು. ಈ ಎಲ್ಲಾ ಅಡುಗೆ ಸಾಮಾಗ್ರಿಗಳು ಸಿದ್ಧವಾದ ಬಳಿಕ ಪಡೆಯ ಅಡುಗೆತಜ್ಞನಾದ ನನ್ನಲ್ಲಿ ಇದರಿಂದ ಏನು ಮಾಡಬಹುದು ಎಂದು ಕೇಳಲಾಯಿತು.

"ಎಲ್ಲವನ್ನೂ ಆ ದೊಡ್ಡ ಬಾಣಲೆಗೆ ಹಾಕಿ," ನಾನು ಆದೇಶ ಹೊರಡಿಸಿದೆ. "ಅದರ ಮೇಲೆ ಅರ್ಧ ಡಬ್ಬಿ ತುಪ್ಪ ಸುರಿದು, ಕೊತ್ತಂಬ್ರಿ ಸೊಪ್ಪು ಸೇರಿಸಿ ಅರ್ಧ ಗಂಟೆ ಬೇಯಿಸಿ."

ಇದು ಬೆಂದ ಬಳಿಕ ಪ್ರತಿಯೊಬ್ಬರೂ ರುಚಿ ನೋಡಿದರು. ಆದರೆ ಯಾವುದೋ ಕಮ್ಮಿ ಇದೆ ಎನ್ನುವುದು ಎಲ್ಲರ ಅಭಿಪ್ರಾಯವಾಗಿತ್ತು. "ಉಪ್ಪು ಜಾಸ್ತಿ ಹಾಕಿ" ನಾನು ಸೂಚಿಸಿದೆ.

ಜಾಸ್ತಿ ಉಪ್ಪನ್ನು ಸೇರಿಸಲಾಯಿತು. ಆದರೂ ಸರಿ ಬರಲಿಲ್ಲ. "ಒಂದು ಕಪ್ ಸಕ್ಕರೆ ಸೇರಿಸಿ" ನಾನು ಹೇಳಿದೆ.

ಸಕ್ಕರೆ ಸೇರಿಸಲಾಯಿತು. ಆದರೂ ಮಸಾಲೆಗೆ ಹದ ಬರಲಿಲ್ಲ.

"ನಾವು ಟೊಮೆಟೊ ಸೇರಿಸಲು ಮರೆತೆವು," ಒಬ್ಬ ಸ್ಕೌಟ್ ಹುಡುಗ ಹೇಳಿದ.

"ಪರವಾಗಿಲ್ಲ, ನಮ್ಮ ಬಳಿ ಟೊಮೆಟೊ ಸಾಸ್ ಇದೆ. ಒಂದು ಬಾಟಲ್ ಟೊಮೆಟೊ ಸಾಸ್ ಸೇರಿಸಿ." ನಾನು ಹೇಳಿದೆ.

"ಸ್ವಲ್ಪ ವಿನೇಗರ್ ಹಾಕಿದರೆ ಹೇಗೆ?" ಮತ್ತೊಬ್ಬ ಹುಡುಗ ಹೇಳಿದ.

'ಅದೇ ಬೇಕಾಗಿರುವುದು. ಒಂದು ಕಪ್ ವಿನೇಗರ್ ಸೇರಿಸಿ." ನಾನು ಹೇಳಿದೆ.

"ಈಗ ಇದು ಹುಳಿಹುಳಿಯಾಗಿದೆ." ರುಚಿ ನೋಡಿದವರಲ್ಲಿ ಒಬ್ಬ ಹೇಳಿದ.

"ನಾವು ತಂದಿರುವ ಜ್ಯಾಮ್ ಯಾವುದದು?" ನಾನು ಕೇಳಿದೆ.

"ಗೂಸಬೆರಿ ಜ್ಯಾಮ್."

"ಅದು ಒಳ್ಳೆಯದೇ, ಇಡೀ ಬಾಟಲ್ ಜ್ಯಾಮ್ ಹಾಕಿಬಿಡಿ."

ಖಾದ್ಯ ರುಚಿಕಟ್ಟಾಗಿತ್ತು. ಒಲಿವರ್ ಮಾಸ್ತರ ಸೇರಿದಂತೆ ಎಲ್ಲರೂ ಅದನ್ನು ಇಷ್ಟಪಟ್ಟರು. ಆ ಖಾದ್ಯದಲ್ಲಿ ಏನೇನು ಬೆರೆತು ಹೋಗಿದೆ ಎನ್ನುವುದು ಮಿಸ್ಟರ್ ಒಲಿವರಗೆ ಗೊತ್ತಿಲ್ಲ. ಅವರು ಕೇಳಿದರು, "ಇದನ್ನು ಏನೆಂದು ಕರೆಯುತ್ತಾರೆ?"

"ಇದು ಅಖಿಲ ಭಾರತ ಸಿಹಿ–ಹುಳಿ ಜ್ಯಾಮ್ ಆಲೂಗಡ್ಡೆ ಪಲ್ಯ." ನಾನು ಹೇಳಿದೆ.

"ಚಿಕ್ಕದಾಗಿ ಇದನ್ನು 'ಬಾಂಡ್ ಭುಜಿಯಾ' ಎಂದು ಕರೆಯೋಣ." ಒಬ್ಬ ಹುಡುಗ ಹೇಳಿದ. ನನಗೆ ಅಡುಗೆ ಲಾಂಛನ ಸಿಕ್ಕಿತು!

ನನಗೆ ಸ್ಕೌಟ್‌ನಲ್ಲಿ ಆಸಕ್ತಿ ಇಲ್ಲದಿರುವ ಹಾಗೆ ಸ್ಕೌಟ್ ಮಾಸ್ತರರಾಗಿ ಮುಂದುವರಿಯುವುದು ಒಲಿವರ್ ಅವರಿಗೂ ಬೇಕಾಗಿರಲಿಲ್ಲ.

ಮರುದಿನ ಒಲಿವರ್ ಮಾಸ್ತರರು ನಮಗೆ ಜಾಡು ಕಂಡುಕೊಳ್ಳುವ ಪಾಠ ಕಲಿಸುತ್ತೇನೆ ಎಂದು ಹೇಳಿ ಅರ್ಧ ಗಂಟೆ ಮೊದಲೇ ಹೊರಟು ಕಾಡು ಸೇರಿದರು. ಅವರು ತಾನು ನಡೆದು ಹೋದ ದಾರಿಯುದ್ದಕ್ಕೂ ಮುರಿದ ಗೆಲ್ಲುಗಳನ್ನು, ಕೋಳಿಗರಿಗಳನ್ನು, ಪೈನ್ ಕೋನು ಮತ್ತು ಚೆಸ್ಟ್ ಮರದ ಬೀಜಗಳನ್ನು ಚೆಲ್ಲುತ್ತಾ ಹೋದರು. ನಾವು ಆ ದಾರಿಯ ಜಾಡು ಹಿಡಿದು ಅವರನ್ನು ಸೇರಿಕೊಳ್ಳಬೇಕಿತ್ತು.

ದುರಾದೃಷ್ಟವಶಾತ್ ನಾವು ಅತ್ಯುತ್ತಮ ಜಾಡು ಕಂಡುಕೊಳ್ಳುವವರು ಆಗಿರಲಿಲ್ಲ. ನಾವು ಮಿಸ್ಟರ್ ಒಲಿವರ್ ಅವರು ನಡೆದು ಹೋಗಿರುವ ದಾರಿಯನ್ನು ಅನುಸರಿಸಿ ಕಾಡಿನಲ್ಲಿ ಸ್ವಲ್ಪ ದೂರ ಹೋದದ್ದು ನಿಜ. ಆದರೆ ಅಲ್ಲಿ ನಮ್ಮ ಕಣ್ಣಿಗೆ ತಿಳಿನೀರಿನ ಕೊಳ ಕಾಣಿಸಿದ್ದರಿಂದ ನಾವು ವಿಚಲಿತರಾದೆವು. ಅದು ನಮ್ಮನ್ನು ಕರೆಯುವ ರೀತಿಯಲ್ಲಿತ್ತು. ನಾವು ಸಮವಸ್ತ್ರವನ್ನು ಕಳಚಿ ಕೊಳದ ನೀರಿಗೆ ಹಾರಿದೆವು. ಬಹಳ ಹೊತ್ತು ನೀರಿನಲ್ಲಿ ಆಟವಾಡಿದೆವು, ದಡದ ಹುಲ್ಲಿನ ಮೇಲೆ ಮೈಚಾಚಿ ಸೂರ್ಯನ ಬಿಸಿಲನ್ನು ಆಸ್ವಾದಿಸಿದೆವು. ಹೀಗೆ ಬಹಳ ಸಮಯ ಕಳೆದ ಬಳಿಕ ಹಸಿವಾದುದರಿಂದ ನಾವು ನಮ್ಮ ಶಿಬಿರದ ಜಾಗಕ್ಕೆ ಮರಳಿ ಬಂದೆವು. ರಾತ್ರಿ ಅಡುಗೆಯ ಸಿದ್ಧತೆಯಲ್ಲಿ ಮಗ್ನರಾದೆವು. ಬೇರೆ ಬೇರೆ ವಸ್ತುಗಳನ್ನು ಸೇರಿಸಿ ಭಿನ್ನ ರೀತಿಯ ಬಾಂಡ್ ಭುಜಿಯಾ ತಯಾರಿಸಿದೆವು.

ಕತ್ತಲೆ ಕವಿಯಲಾರಂಭಿಸಿತು. ಒಲಿವರ್ ಮಾಸ್ತರರು ಇನ್ನೂ ಬಂದಿಲ್ಲವೆಂದು ನಮಗೆ ಚಿಂತೆಯಾಯಿತು. ಸ್ವಲ್ಪ ಹೊತ್ತು ಕಳೆದ ಬಳಿಕ ಕೆಲವು ಸ್ಥಳೀಯ ಜನರೊಂದಿಗೆ ಅವರು ಶಿಬಿರಕ್ಕೆ ಬಂದರು. ಅವರು ನಮಗಾಗಿ ಕಾಡಿನ ಕೊನೆಯ ಭಾಗದಲ್ಲಿ ತುಂಬಾ ಹೊತ್ತು ಕಾದು ನಿಂತಿದ್ದರಂತೆ. ಆಮೇಲೆ ತಮ್ಮದೇ ದಾರಿಯ ಜಾಡು ಹಿಡಿದು ಹಿಂತಿರುಗುವುದೆಂದು ನಿರ್ಧರಿಸಿದಾಗ, ಕತ್ತಲೆಯಲ್ಲಿ ಅವರಿಗೆ ದಾರಿ ತಪ್ಪಿತಂತೆ. ಆಗ ದೇವರಗುಡಿಯಿಂದ ಹಿಂತಿರುಗಿ ಬರುತ್ತಿದ್ದ ಸ್ಥಳೀಯರ ನೆರವಿನಿಂದ ಅವರು ಈಗ ಶಿಬಿರ ತಲುಪುವಂತಾಗಿತ್ತು.

ಒಲಿವರ್ ಮಾಸ್ತರರು ತುಂಬಾ ಸಿಟ್ಟಿನಲ್ಲಿದ್ದರು. ನಮಗೆ ನೀಡಿದ್ದ ಉತ್ತಮ ನಡತೆಯ ಮತ್ತು ಇತರ ಬ್ಯಾಜ್ಗಳನ್ನು ಹಿಂದೆ ಪಡೆದು ತಮ್ಮ ಹಸಿಬೆ ಚೀಲದಲ್ಲಿ ತುಂಬಿಸಿದರು. ನಾನು ನನ್ನ ಅಡುಗೆ ಬ್ಯಾಜನ್ನು ಹಿಂದೆ ಕೊಡಬೇಕಾಗಿ ಬಂತು.

ಒಂದು ಗಂಟೆ ಕಳೆದ ಬಳಿಕ ನಾವು ರಾತ್ರಿ ಮಲಗುವ ಚೀಲಗಳನ್ನು ಸಿದ್ಧಗೊಳಿಸುತ್ತಿದ್ದಾಗ ಒಲಿವರ್ ಮಾಸ್ತರರು ಗಟ್ಟಿಯಾಗಿ ಕೂಗಿ ಕೇಳಿದರು. “"ರಾತ್ರಿಯೂಟ ಎಲ್ಲಿದೆ?”

“ನಮ್ಮ ಊಟ ಮುಗಿದಿದೆ ಸರ್. ಎಲ್ಲಾ ಖಾಲಿಯಾಗಿದೆ.” ಒಬ್ಬ ಹುಡುಗ ಹೇಳಿದ.

“ಬಾಂಡ್ ಎಲ್ಲಿದ್ದಾನೆ? ಅವನು ಅಡುಗೆಯವನಲ್ಲವೇ? ಬಾಂಡ್ ಎದ್ದೇಳೊ. ನನಗೆ ಆಮ್ಲೆಟ್ ಮಾಡಿಕೊಡು.”

“ನಾನು ಮಾಡಲಾರೆ ಸರ್.”

‘ಯಾಕೆ ಮಾಡುವುದಿಲ್ಲ?”

“ನನ್ನ ಬ್ಯಾಜ್ ನಿಮ್ಮಲ್ಲಿದೆ. ಬ್ಯಾಜ್ ಇಲ್ಲದೆ ನಾನು ಅಡುಗೆ ಮಾಡಲಾರೆ. ಅದು ಸ್ಕೌಟ್ ನಿಯಮ ಸರ್.”

“ಈ ರೀತಿ ನಿಯಮವನ್ನು ನಾನು ಎಂದೂ ಕೇಳಿಲ್ಲ. ಆದರೆ ನೀವೆಲ್ಲರೂ ನಿಮ್ಮ ನಿಮ್ಮ ಬ್ಯಾಜ್‌ಗಳನ್ನು ಹಿಂದೆ ಪಡೆಯಬಹುದು. ನಾವು ನಾಳೆ ಶಾಲೆಗೆ ಹಿಂತಿರುಗಲಿದ್ದೇವೆ.”

ಒಲಿವರ್ ಮಾಸ್ತರರು ಅವಸರದಿಂದ ತಮ್ಮ ಡೇರೆಗೆ ಹೋದರು.

ನಾನು ಅವರಿಗಾಗಿ ಅತ್ಯುತ್ತಮ ಆಮ್ಲೆಟ್ ತಯಾರಿಸಿದೆ. ಅದನ್ನು ಕಾಡುಸೇವಂತಿಗೆ ಎಲೆ ಮತ್ತು ಮೆಣಸಿನ ಕಾಯಿಯಿಂದ ಅಲಂಕರಿಸಿದೆ.

"ಇದುವರೆಗೆ ನಾನು ಇಂತಹ ಆಮ್ಲೆಟ್ ತಿಂದೇ ಇಲ್ಲ." ಒಲಿವರ್ ಮಾಸ್ತರ ಹೇಳಿದರು.

"ಇನ್ನೊಂದು ಕೊಡಲೇ ಸರ್?"

"ನಾಳೆ ಬಾಂಡ್. ನಾಳೆ ನಾವು ಬೆಳಗ್ಗೆ ಬೇಗನೆ ಉಪಹಾರ ಮಾಡೋಣ."

ಆದರೆ ಮರುದಿನ ನಾವು ಅಂದುಕೊಂಡ ಸಮಯಕ್ಕಿಂತ ಮುಂಚಿತವಾಗಿಯೇ ಹೊರಡಬೇಕಾಗಿ ಬಂತು. ಯಾಕೆಂದರೆ ಬೆಳಗ್ಗೆ ಬೆಳಕು ಮೂಡುವ ಮೊದಲೇ ಕರಡಿಯೊಂದು ನಾವು ಶಿಬಿರ ಹೂಡಿದ್ದ ಜಾಗಕ್ಕೆ ಬಂದು ಆಹಾರ ಸಾಮಾಗ್ರಿಗಳಿದ್ದ ಡೇರೆಗೆ ನುಗ್ಗಿ ಅಲ್ಲಿದ್ದ ವಸ್ತುಗಳನ್ನೆಲ್ಲಾ ಚೆಲ್ಲಾಪಿಲ್ಲಿ ಮಾಡಿ, ದಪ್ಪ ಬಾಣಲೆಯನ್ನು ಎತ್ತಿ ಬೆಟ್ಟದ ಕೆಳಗೆ ಬಿಸಾಡಿತು.

ಅಲ್ಲಿ ದೊಡ್ಡ ಗಲಭೆಯೇ ನಡೆಯಿತು. ಆ ಗೊಂದಲದಲ್ಲಿ ದಿಕ್ಕು ತೋಚದ ಕರಡಿ ಒಲಿವರ್ ಮಾಸ್ತರರ ಡೇರೆಯೊಳಗೆ ನುಗ್ಗಿತು. (ಅದೃಷ್ಟವಶಾತ್ ನಮ್ಮ ಸ್ಕೌಟ್ ಮಾಸ್ತರರು ಡೇರೆಯೊಳಗೆ ಇರಲಿಲ್ಲ.) ಆಮೇಲೆ ಕರಡಿ ಡೇರೆಯಿಂದ ಹೊರಗೆ ಧಾವಿಸಿ ಬಂದಾಗ ಅದರ ತಲೆಗೆ ಒಲಿವರ್ ಮಾಸ್ತರರ ನಿಲುವಂಗಿ ಸುತ್ತಿಕೊಂಡಿತ್ತು. ಎರವಲು ಅಂಗಿಯೊಂದಿಗೆ ಕರಡಿ ಕಾಡಿಗೆ ಓಡಿ ಹೋಗುತ್ತಿರುವ ದೃಶ್ಯ ನಗು ಬರಿಸುವ ಹಾಗಿತ್ತು.

ನಮ್ಮದು ಧೈರ್ಯಶಾಲಿ ಪುಟ್ಟಮಕ್ಕಳ ಸ್ಕೌಟ್ ಪಡೆಯಾಗಿದ್ದರೂ, ನಾವು ನಿಲುವಂಗಿಯನ್ನು ಕರಡಿಗೇ ಬಿಟ್ಟುಕೊಟ್ಟೆವು.

✤

ನನ್ನ ನಿರ್ಜನ ದ್ವೀಪ

ನಾನು ಫುಟ್ ಬಾಲ್ ಆಟದ ಉತ್ತಮ ಗೋಲ್ ಕೀಪರ್ (ಅತ್ತಿತ್ತ ಹೆಚ್ಚು ಓಡಾಡಬೇಕಾಗಿಲ್ಲ.) ಆಗಿದ್ದರೂ ನನಗೆ ಇತರ ಬಹುಪಾಲು ಕ್ರೀಡೆಗಳಲ್ಲಿ ಆಸಕ್ತಿ ಇರಲಿಲ್ಲ. ಅದರಲ್ಲಿ ಕ್ರಿಕೆಟ್ ಒಂದು. ವಿಶೇಷವಾಗಿ ಕ್ರಿಕೆಟ್ ಆಟದ ನೆಟ್ ಪ್ರಾಕ್ಟಿಸಿನ ಸಂದರ್ಭದಲ್ಲಿ ಪ್ರಮುಖ ಆಟಗಾರ ಚೆಂಡು ಹೊಡೆಯುವ ಅಭ್ಯಾಸದಲ್ಲಿದ್ದಾಗ ಅವನಿಗೆ ನಿರಂತರವಾಗಿ ಚೆಂಡು ಎಸೆಯುವುದು ನನಗೆ ಬೋರ್ ಅನಿಸುತ್ತಿತ್ತು. ಆಮೇಲೆ ಪಂದ್ಯ ನಡೆಯುವಾಗ ಬ್ಯಾಟಿಂಗ್ ಅವಕಾಶಕ್ಕಾಗಿ ದಿನವಿಡೀ ಕಾದು ಕುಳಿತು, ನೀವು ಬ್ಯಾಟ್ ಹಿಡಿದಾಗಲೇ ನಿಮ್ಮನ್ನು ಕಂಡರಾಗದ ನಿಮಗೆ ಬುದ್ಧಿ ಕಲಿಸಲೆಂದೇ ಇರುವ ಅಂಪಾಯರ್ (ನಿಮ್ಮ ಶಿಕ್ಷಕರು) ನಿಮಗೆ ಎಲ್‌ಬಿಡಬ್ಲ್ಯು ನೀಡುವುದು, ಆಮೇಲೆ ಫೀಲ್ಡಿಂಗಿನಲ್ಲಿ ವೇಗ ಕಳೆದುಕೊಳ್ಳಲು ಬಯಸದ ಚೆಂಡಿನ ಹಿಂದೆ ಓಡುವಾಗ ನನಗೆ ಕಾಲಿನಲ್ಲಿ ಛಳಕು ಕಾಣಿಸುವುದು(ಕೆಲವೊಮ್ಮೆ ಅದು ನಿಜವೂ ಆಗಿರುತ್ತದೆ) ಹೀಗೆಲ್ಲಾ ನಡೆಯುತ್ತಿದ್ದವು. ನಾನು ಆಟದ ಬಯಲು ಬಿಟ್ಟು ಮಲಗುವ ಕೋಣೆ ಸೇರಿ ಗಂಟೆ ಎರಡು ಗಂಟೆ ಸುಖವಾಗಿ ನಿದ್ರಿಸುತ್ತಿದ್ದರೆ, ನಮ್ಮ ತಂಡದವರು ಆ ಕಲ್ಲಿನ ನೆಲದ ಮೇಲೆ ಎದ್ದು ಬಿದ್ದು ಆಟವಾಡಿಕೊಂಡಿರುತ್ತಾರೆ.

ನಮ್ಮ ಶಾಲೆಯ ಅಂಗಳದಲ್ಲಿಯಾಗಲೀ, ಆಟದ ಬಯಲಿನಲ್ಲಿಯಾಗಲೀ ಹುಲ್ಲಿನ ನೆಲ ಇರುತ್ತಿರಲಿಲ್ಲ. ಹೀಗಾಗಿ ಗೋಲ್‌ಕೀಪರ್ ಕೆಲಸ ನಿರ್ವಹಿಸುತ್ತಿರುವಾಗ ನನ್ನ ಕೈಕಾಲು, ಮಂಡಿಗಳಲ್ಲಿ ಚರ್ಮ ಸುಲಿದು ಹೋದದುಂಟು. ಆದರೂ ಕ್ರಿಕೆಟ್ ಬಾಲಿನ ಹಿಂದೆ ಓಡುವುದಕ್ಕಿಂತ ಇದು ಎಷ್ಟೋ ಉತ್ತಮ.

ಓಟದ ಕುರಿತು ನನಗಿರುವ ವೈರತ್ವವನ್ನು ನಾನು ಬೇರೆಲ್ಲಿಯೂ ಹೇಳಿರಬೇಕು. ಮೊದಲನೆಯ ಸ್ಥಾನಕ್ಕಾಗಿ ಕಷ್ಟಪಡುವ ಬದಲಾಗಿ ಸುಲಭವಾಗಿ ಕೊನೆಯ ಸ್ಥಾನವನ್ನು ಹೊಂದಬಹುದಲ್ಲ. ಅದಕ್ಕಿಂತ ಕೆಟ್ಟದು ಬೇರೇನಿರುತ್ತದೆ ಹೇಳಿ? ಕೊನೆಯ ಸ್ಥಾನ ಪಡೆಯಬಾರದೆಂದು ಕಾನೂನು ಇದೆಯಾ? ಮ್ಯಾರಥಾನ್ ಓಟದಲ್ಲಿ ನಾವು ಊರಿನ ಹೊರವಲಯಗಳಲ್ಲಿ ಓಡುತ್ತಿರುತ್ತೇವೆ. ಅಲ್ಲಿ ದಾರಿಯುದ್ದಕ್ಕೂ ನಮಗೆ ಬೇಯಿಸಿದ ಜೋಳದ ತೆನೆ, ಕಾಯಿಸಿದ ಶೇಂಗಾ ಬೀಜ ಅಥವಾ ಬಿಸಿ ಬಿಸಿ ಬೋಂಡಾ ಮಾರುವ ಬೀದಿ ವ್ಯಾಪಾರಿಗಳು ಕಾಣಲು ಸಿಗುತ್ತಾರೆ. ನಾವು ಪದಕ

ಗೆಲ್ಲುವ ಆಕಾಂಕ್ಷೆ ಇಲ್ಲದವರು (ಪದಕವೆಂದರೆ ತಗಡಿನ ತುಂಡು ತಾನೇ) ತಿಂಡಿ ಸೇವಿಸಲು ತಡೆದು ನಿಂತು(ಅಲ್ಲಿ ಕರ್ತವ್ಯ ನಿರ್ವಹಿಸುವ ಮಾಸ್ತರರು ಕಣ್ಣಳತೆಯಲ್ಲಿ ಇಲ್ಲದಿರುವುದನ್ನು ಖಚಿತಪಡಿಸಿಕೊಂಡು) ಕೊನೆಯ ಸ್ಥಾನದಲ್ಲಿ ಓಟ ಮುಗಿಸುತ್ತಿದ್ದೆವು. ಆಗ ರೇಸ್ ಗೆದ್ದ ಬಡಪಾಯಿ ಹುಡುಗ ಪಾಪ ಬಳಲಿ, ಸುಸ್ತಾಗಿ ಶಾಲೆಯ ಊಟಕ್ಕಾಗಿ ಕಾಯುತ್ತಿರುತ್ತಾನೆ. ಊಟವೆಂದರೆ ರಬ್ಬರಿನ ಹಾಗಿರುವ ಚಪಾತಿ ಮತ್ತು ಅರೆಬೆಂದ ಆಲೂಗಡ್ಡೆ ಮತ್ತು ನಾರಾಗಿರುವ ಬೀನ್ಸಿನ ಪಲ್ಯ.

ಓಟ ನನಗೆ ಹೇಳಿಸಿದ್ದಲ್ಲ. ಆದರೆ ಶಾಟ್‌ಪುಟ್‌ನಲ್ಲಿ ನಾನು ಕಳಪೆ ಅಲ್ಲ, ಕಬ್ಬಿಣದ ಗುಂಡನ್ನು ಸಾಕಷ್ಟು ದೂರದವರೆಗೆ ಎಸೆಯಬಲ್ಲವನಾಗಿದ್ದೆ. ಒಮ್ಮೆ ನಮ್ಮ ಕ್ರಿಕೆಟ್ ತರಬೇತಿದಾರರೂ, ಅಂಪಾಯರ್ ಕೂಡ ಆಗಿದ್ದ ಮಾಸ್ತರರು ನನ್ನ ತೀರಾ ಹತ್ತಿರ ನಿಲ್ಲುವ ತಪ್ಪು ಮಾಡಿದ್ದರಿಂದ ನಾನು ಎಸೆದ ಗುಂಡು(ಅಕಸ್ಮತ್ತಾಗಿ) ಅವರ ಕಾಲ್ಬೆರಳಿನ ಮೇಲೆ ಬಿತ್ತು. ಇದರಿಂದ ಅವರು ಕೆಲಸಕ್ಕೆ ಬಾರದೆ ಕೆಲವು ದಿನ ವಿಶ್ರಾಂತಿ ಪಡೆಯಬೇಕಾಗಿ ಬಂದಿತ್ತು.

"ಸಾರಿ ಸರ್!" ನಾನು ಹೇಳಿದೆ. "ಕೈ ತಪ್ಪಿ ಬಿತ್ತು."

ಆದರೆ ಅವರು ಕ್ಷಮಿಸಿ ಬಿಡುವ ಆಸಾಮಿ ಅಲ್ಲ. ಬಾಕ್ಸಿಂಗ್ ಪಂದ್ಯದಲ್ಲಿ ಅವರು ನನ್ನನ್ನು ಶಾಲೆಯ 'ಅತ್ಯಂತ ವೈಜ್ಞಾನಿಕ' ಬಾಕ್ಸರ್ನ ಎದುರಾಳಿಯಾಗಿಸಿದರು. ಬಾಕ್ಸಿಂಗ್ ಪಂದ್ಯದ ಕ್ರಮಾಗತ ನಡೆಗಳನ್ನು ಅರಿಯದ ನಾನು ವಿಜ್ಞಾನವನ್ನೆಲ್ಲಾ ಗಾಳಿಗೆ ತೂರಿ, ನನ್ನ ಜನಪ್ರಿಯ ತಲೆಹೊಡೆತವನ್ನು ಪರಿಣಾಮಕಾರಿಯಾಗಿ ಪ್ರದರ್ಶಿಸಿದೆ. ಒಂದೇ ಏಟಿನಿಂದ ಸಾಧಿಸಬಹುದಾದುದನ್ನು ಮೂರು ಸುತ್ತಿನವರೆಗೆ ಮುಂದುವರಿಸಬೇಕು ಯಾಕೆ?

ಬಹುಪಾಲು ವಸತಿ ಶಾಲೆಗಳಲ್ಲಿ ಕ್ರೀಡೆಗಳು ಕಡ್ಡಾಯವಾಗಿರುತ್ತದೆ. ನಿಮ್ಮ ಬುದ್ಧಿಮತ್ತೆ ಶೂನ್ಯವಾಗಿದ್ದರೂ, ಕ್ರೀಡೆ ನಿಮ್ಮನ್ನು ನಿಜವಾದ ಗಂಡಸನ್ನಾಗಿ ಮಾಡುತ್ತದೆ ಎನ್ನಲಾಗುತ್ತದೆ.

ಈ ಆಟದ ಬಯಲುಗಳ ಮೌಲ್ಯಬದ್ಧತೆಯು ಸಾಹಿತ್ಯವನ್ನು ಶಾಲೆಯ ಆದ್ಯತೆಯ ಪಟ್ಟಿಯಲ್ಲಿ ಅತ್ಯಂತ ಕೆಳಮಟ್ಟಕ್ಕೆ ತಳ್ಳಿತ್ತು. ನಮ್ಮಲ್ಲಿ ಉತ್ತಮವಾದ ಗ್ರಂಥಾಲಯವಿತ್ತು. ಅದರಲ್ಲಿ ಶಾಲೆಗೆ ಉಡುಗೊರೆಯಾಗಿ ಬಂದ ಗ್ರಂಥಗಳಿದ್ದವು. ಆದರೆ ಅವುಗಳ ಓದು ಬಾಕ್ಸಿಂಗ್ ಮತ್ತು ಕ್ರಿಕೆಟ್ ಆಟದ ಹಾಗೆ ಕಡ್ಡಾಯವಾಗಿರಲಿಲ್ಲ. ಗ್ರಂಥಾಲಯವು ಜನವಸತಿ ಇರದ ದ್ವೀಪದ ಹಾಗಿತ್ತು. ಆ ಗ್ರಂಥಾಲಯಕ್ಕೆ ಭೇಟಿ ನೀಡುತ್ತಿದ್ದವನು ನಾನೊಬ್ಬನೇ. ನನಗೆ ಸಾಹಿತ್ಯದಲ್ಲಿ ಆಸಕ್ತಿ ಇತ್ತು. ನನ್ನ ಪರಿಸ್ಥಿತಿ ಅಪಘಾತಕ್ಕೆ ಈಡಾಗಿರುವ ಹಡಗಿನ ಪಯಣಿಗನ ಹಾಗಿತ್ತು.

ನಾನು ಪುಸ್ತಕದ ಹುಳುವೆಂದು ಗೊತ್ತಾದ ಬಳಿಕ ನಮ್ಮ ಉಸ್ತುವಾರಿ ಮಾಸ್ತರರಾಗಿದ್ದ ಬ್ರೌನ್ ಅವರು ನನಗೆ ಗ್ರಂಥಾಲಯದ ಮೇಲ್ವಿಚಾರಣೆಯನ್ನು ಒಪ್ಪಿಸಿದರು. ಇದರರ್ಥ ಗ್ರಂಥಾಲಯದ ಬೀಗದಕೈ ನನ್ನ ಕೈಸೇರಿ ನನಗೆ ಇಷ್ಟ ಬಂದಾಗ ಗ್ರಂಥಗಳ ಆ ಉಗ್ರಾಣಕ್ಕೆ ಭೇಟಿ ನೀಡುವುದು ಸುಲಭಸಾಧ್ಯವಾಯಿತು.

ಇದೂ ದೊಡ್ಡ ಪಲಾಯನವೇ!

ಹೀಗಾಗಿ ನನಗೆ ಕ್ರಿಕೆಟ್ ನೆಟ್ ಅಭ್ಯಾಸ, ದೈಹಿಕ ತರಬೇತಿ, ಅಥವಾ ಈಜು ತರಗತಿಗಳನ್ನು ತಪ್ಪಿಸುವುದು ಸಾಧ್ಯವಾಯಿತು. ಹೆಚ್ಚುವರಿ ತರಗತಿ ಪಾಠಗಳಿಗೂ ಹಾಜರಾಗದೆ ನಾನು ನನ್ನ ನಿರ್ಜನ ದ್ವೀಪಕ್ಕೆ ನುಸುಳಿ ಹೋಗುತ್ತಿದ್ದೆ. ಅಲ್ಲಿ ನನ್ನ ಸುತ್ತಮುತ್ತ ತೆಂಗಿನ ಮರಗಳ ಸ್ಥಾನದಲ್ಲಿ ಪುಸ್ತಕಗಳು ಇರುತ್ತಿದ್ದವು. ನಾನು ಓದು, ಬರೆಹ ನಡೆಸಿದರೂ, ಕಾಲಹರಣ ಮಾಡಿದರೂ, ಅಥವಾ ಕನಸು ಕಾಣುತ್ತಿದ್ದರೂ ಯಾರೂ ನನಗೆ ತೊಂದರೆ ಕೊಡಲಾರರು ಎಂದು ನನಗೆ ಗೊತ್ತಿತ್ತು. ಯಾಕೆಂದರೆ ಪುಸ್ತಕಗಳ ಓದುವಿಕೆಯಲ್ಲಿ ಯಾರಿಗೂ ಆಸಕ್ತಿ ಇರಲಿಲ್ಲ.

ಇಂದು ಓದಿನ ಹವ್ಯಾಸ ಮರೆಯಾಗುತ್ತಿದೆ ಎಂದು ಶಿಕ್ಷಕರು, ಹೆತ್ತವರು ಅಷ್ಟೇ ಏಕೆ ಇಡೀ ಜಗತ್ತೇ ಹೇಳುತ್ತಿದೆ. ಎಳೆಯರು ಓದುವುದಿಲ್ಲ, ಪುಸ್ತಕಗಳು ಯಾರಿಗೂ ಬೇಕಾಗಿಲ್ಲ ಎಂಬ ದೂರು ಕೇಳಿ ಬರುತ್ತಿದೆ. ಅವರಿಗೆ ಓದುವ ಹವ್ಯಾಸವೇ ಇರಲಿಲ್ಲವೆಂದು ನಾನು ಹೇಳುತ್ತೇನೆ. ಇಂದು ಕೆಲವೇ ಕೆಲವರು ಸಮಯ ಕಳೆಯಲು ಓದುತ್ತಿದ್ದರೆ, ಈ ಪರಿಸ್ಥಿತಿ ಅರವತ್ತು ವರ್ಷಗಳ ಹಿಂದೆ ಹೆಚ್ಚು ಕಡಿಮೆ ಹೀಗೆಯೇ ಇತ್ತು. ಆಗ ಟೆಲಿವಿಷನ್ ಇರಲಿಲ್ಲ. ಇಂಟರನೆಟ್, ಫೇಸ್ ಬುಕ್, ಟ್ವೀಟ್ ಮಾಡುವುದು ಮತ್ತು ಟ್ವಿಟರಿಂಗ್, ವಿಡೀಯೋ ಗೇಮ್ಸ್, ಡಿವಿಡಿ – ಹೀಗೆ ಓದಿನ ಹವ್ಯಾಸಕ್ಕೆ ಅಡ್ಡಿಗಳೆಂದು ನಾವು ಯಾವುದೆಲ್ಲವನ್ನೂ ಪರಿಗಣಿಸುತ್ತೇವೆಯೋ ಅವು ಯಾವುದೂ ಆ ಕಾಲದಲ್ಲಿ ಇರಲೇ ಇಲ್ಲ.

ನಿಜವೇನೆಂದರೆ, ಓದುವಿಕೆ ಕಡಿಮೆಯಾಗಿಲ್ಲ. ನಾನು ಓದುತ್ತಿರುವ ಮತ್ತು ಬರೆಯಲು ಬಯಸುವ ಅನೇಕ ಯುವಜನರನ್ನು ಭೇಟಿಯಾಗುತ್ತಿರುತ್ತೇನೆ. ನಾನು ಚಿಕ್ಕವನಿರುವಾಗ ಹೀಗಿರಲಿಲ್ಲ. ಶಾಲೆ ಮುಗಿದ ಬಳಿಕ ನೀನು ಏನಾಗಬೇಕೆಂದು ಬಯಸುವೆ ಎಂದು ನನ್ನನ್ನು ಕೇಳಿದರೆ ಮತ್ತು ನಾನು 'ಲೇಖಕನಾಗಲು ಬಯಸುತ್ತೇನೆ' ಎಂದು ಹೇಳಿದರೆ ಆಗ ಎಲ್ಲರೂ ನಗುವವರೇ. ಲೇಖಕರೆಂದರೆ ಚಂದ್ರನಲ್ಲಿ ಅಥವಾ ಯಾವುದೋ ಒಂದು ಲೋಕದಲ್ಲಿ ವಾಸಿಸುವ ಮತಿಭ್ರಾಂತ ಜೀವಿಗಳು, ವಾಸ್ತವಿಕವಾಗಿ ಅಂತಹ ಜನರೇ ಇಲ್ಲವೆಂಬ ಭಾವನೆ ಇತ್ತು. ಹೀಗಾಗಿ ನಾನು ಲೇಖಕನಾಗಲು ಬಯಸುತ್ತೇನೆ ಎಂದು ಹೇಳುವುದನ್ನು ಬಿಟ್ಟು ಬಿಟ್ಟಿದ್ದೆ. ನಾನು ಪತ್ತೇದಾರನಾಗುತ್ತೇನೆ ಎಂದು ಹೇಳುತ್ತಿದ್ದೆ.

ಅದು ಸ್ವಲ್ಪ ಮಟ್ಟಿಗೆ ಸರಿ ಎನಿಸುತ್ತಿತ್ತು. ಎಷ್ಟೇ ಆಗಲಿ ಡಿಕ್ ಟ್ರೇಸಿ ಕಾಮಿಕ್ ಪುಸ್ತಕಗಳ ನಾಯಕನಲ್ಲವೇ. ಇನ್ನು ಮತ್ತೊಂದು ರೇಡಿಯೋ ಸರಣಿಯಲ್ಲಿ ಡ್ರಮೊಂಡ್ ಎಂಬ ನಾಯಿ ಜೇಮ್ಸ್ ಬಾಂಡ್‌ಗೆ ಮುನ್ಸೂಚಕವಾಗಿತ್ತು.

ಗ್ರಂಥಾಲಯದಲ್ಲಿ ನನಗೆ ಶೀಘ್ರದಲ್ಲಿಯೇ ಬಹಳ ಉತ್ತಮ ಸ್ನೇಹಿತರು ದೊರಕಿದರು–ಡಿಕನ್ಸ್ ಮತ್ತು ಚೆಕೊವಾ, ಮೌಪಾಸಾಂಟ್ ಮತ್ತು ಬೇರ್‍ರಿ, ಸೊಮರ್ಸೆಟ್ ಮಾಮ್ ಮತ್ತು ಹು ವಲಪೋಲ್, ಪಿ.ಜಿ. ವುಡ್ಹೌಸ್ ಹಾಗೂ ಇನ್ನೂ ಹಲವಾರು ಮಂದಿ. ಜೊತೆಗೆ ಡ್ರಮೊಂಡ್ ಬುಲ್ಡಾಗ್ ಕೂಡ. ಅದರ ಸಾಹಸವನ್ನು ರೂಪಿಸಿದ ವ್ಯಕ್ತಿ ಹೆಚ್.ಸಿ. ಮೆಕ್ನೆಲ್.

ಹಿಂದೆ ಗುಪ್ತನಾಮಗಳು ತುಂಬಾ ಪ್ರಸಿದ್ಧವಾಗಿದ್ದವು. 'ಸಾಕಿ' ಎಂದರೆ ಹೆಚ್.ಹೆಚ್. ಮುನ್ರೊ, 'ಓ.ಹೆನ್ರಿ' ಎಂದರೆ ವಿಲಿಯಂ ಪೋರ್ಟರ್, 'ಮಾರ್ಕ್ ಟ್ವೇನ್' ಎಂದರೆ ಸಾಮ್ಯುವೆಲ್ ಕ್ಲೆಮೆನ್ಸ್. 'ಎಲ್ಲೆರಿ ಕ್ವೀನ್' ಇಬ್ಬರು ವ್ಯಕ್ತಿಗಳು.

ನನ್ನ ಇಷ್ಟದ ಕೃತಿ 'ಎ ಮಾಡರ್ನ್ ಸಿಂದಬಾದ್' ಆಗಿತ್ತು. ಈ ಲೇಖಕ ಇನ್ನೂ ಕೆಲವು ಅದ್ಭುತ ಸಮುದ್ರ ಕಥೆಗಳನ್ನು ಬರೆದಿದ್ದಾರೆ. ಅವರ 'ಸ್ಪಿನ್ ಎ ಯಾರ್ನ್ ಸೇಲರ್'(1934) ಪುಸ್ತಕದ ಹಳೆಯ ಪ್ರತಿಯನ್ನು ನಾನು ಇನ್ನೂ ಜೋಪಾನವಾಗಿ ಇಟ್ಟಿದ್ದೇನೆ. ಈ ಪುಸ್ತಕದಲ್ಲಿ ಚಂಡಮಾರುತಗಳ ಮತ್ತು ವರ್ಣರಂಜಿತ ಹಡಗುಗಳ ನೌಕಾಧಿಪತಿಗಳ ಮತ್ತು ಜಾನಪದ ಹಾಡುಗಳನ್ನು ಹಾಡುವ ನಾವಿಕರ ವಿವರಗಳಿವೆ. ಆದರೆ ಈ ಲೇಖಕರ ನಿಜವಾದ ಹೆಸರನ್ನು ಕಂಡುಕೊಳ್ಳುವುದು ನನಗೆ ಸಾಧ್ಯವೇ ಆಗಲಿಲ್ಲ. ಅವರ ಕೆಲವು ಗ್ರಂಥಗಳು ಕೂಡ ಸಿಗುವುದು ಕಷ್ಟ. ಪ್ರಾಯಶಃ ನನ್ನ ಕಂಪ್ಯೂಟರ್ ಪ್ರಿಯ ಯುವ ಓದುಗರು ನನಗೆ ಸಹಾಯ ಮಾಡಬಹುದೇನೋ!

ನಲ್ವತ್ತರ ದಶಕದಲ್ಲಿ ಠಾಕೂರ್ ಅವರನ್ನು ಬಿಟ್ಟರೆ ಇಂಗ್ಲಿಷಿನಲ್ಲಿ ಬರೆಯುವ ಭಾರತೀಯ ಲೇಖಕರು ಇದ್ದದ್ದು ತುಂಬಾ ಕಡಿಮೆ. ಆರ್.ಕೆ. ನಾರಾಯಣರ ಮೊದಲ ಪುಸ್ತಕವನ್ನು ಜಗತ್ತಿಗೆ ಪರಿಚಯಿಸಿದವರು ಗ್ರಹಾಮ್ ಗ್ರೀನ್, ಮುಲ್ಕ್ ರಾಜ್ ಆನಂದರನ್ನು ಇ.ಎಮ್. ಫಾಸ್ಟರ್ ಪರಿಚಯಿಸಿದ್ದಾರೆ. ಐವತ್ತರ ದಶಕದಲ್ಲಿ ಇವರನ್ನು ಅನುಸರಿಸಿದವರೆಂದರೆ ರಾಜಾರಾವ್, ಅಥಿಯಾ ಹೊಸೇನ್, ಖುಶವಂತ ಸಿಂಗ್, ಸುಧಿನ್ ಘೋಷ್, ಜಿ.ವಿ. ದೆಸಾನಿ ಮತ್ತು ಕಮಲಾ ಮಾರ್ಕಾಂಡೇಯ.

ಕೆಲವು ವರ್ಷಗಳ ಹಿಂದೆ ನಾನು ಐವಿ ಕಾಟೇಜಿನಲ್ಲಿ ನನ್ನ ಡೆಸ್ಕಿನ ಮುಂದೆ ಕುಳಿತಿರುವಾಗ(ಈಗ ನಾನು ಕುಳಿತಿರುವಲ್ಲಿ) ನನ್ನ ಬಾಗಿಲಿನ ಬಳಿ ಒಬ್ಬ ಕುಳ್ಳ ವ್ಯಕ್ತಿ ಕಾಣಿಸಿಕೊಂಡು ತಮ್ಮನ್ನು ಪರಿಚಯಿಸಿದರು. ಅವರು ಬೇರಾರೂ ಅಲ್ಲ ಮುಲ್ಕ ರಾಜ್ ಆನಂದ್. ಆಗ ಅವರ ವಯಸ್ಸು ತೊಂಬತ್ತು. (ಅವರು ತೊಂಬತ್ತೊಂಭತ್ತು ವರ್ಷ ಬದುಕಿದ್ದರು). ಅವರು ನನ್ನ ಜೊತೆ ಪುಸ್ತಕಗಳ

ಕುರಿತು ಮಾತನಾಡುತ್ತಾ ಸುಮಾರು ಒಂದು ಗಂಟೆ ಕಳೆದರು. ನಾನು ಇನ್ನೂ ಶಿಮ್ಲಾ ಶಾಲೆಯಲ್ಲಿ ಕಲಿಯುವಾಗ ಅವರ 'ಕೂಲಿ' ಕಾದಂಬರಿ ಓದಿದ್ದಾಗಿ ಅವರಿಗೆ ತಿಳಿಸಿದೆ. ಈ ಕಾದಂಬರಿ ಶಿಮ್ಲಾ ಕೇಂದ್ರಿತ ಕತೆಯನ್ನು ಹೊಂದಿದೆ. ಅವರು ಮರಳಿ ಹೋಗುವಾಗ ಸಿದ್ಧಾರ್ಥನ ಪುಟ್ಟ ಕಿಸೆಗೆ ಹತ್ತು ರೂಪಾಯಿ ನೋಟೊಂದನ್ನು ತುರುಕಿದರು. ಸಿದ್ಧಾರ್ಥ ನನ್ನ ಮರಿ ಮೊಮ್ಮಗ. ಆಗ ಅವನ ವಯಸ್ಸು ಮೂರೋ ನಾಲ್ಕೋ ಇರಬೇಕು. ಅವನಿಗೆ ಅದರ ನೆನಪಿಲ್ಲ. ಆದರೆ ಹಿರಿಯ ಸಾಹಿತಿಯೊಬ್ಬರ ಸುಂದರ ನಡವಳಿಕೆ ಅದಾಗಿತ್ತು.

ನನಗೆ ವಯಸ್ಸಾಗಿದೆ, ನಾನು ಮುದುರಿಕೊಂಡಿರುತ್ತೇನೆ ಎಂದು ಒಪ್ಪಿಕೊಳ್ಳಲು ನಾನು ಸಿದ್ಧನಿಲ್ಲ, ಟಿ.ಎಸ್. ಇಲಿಯಟರ ಹಿತೋಪದೇಶ ಪಡೆದು ನನ್ನ ಪ್ಯಾಂಟಿನ ಅಂಚನ್ನು ಮಡಚಿಕೊಳ್ಳಬೇಕಾಗಿದೆ (ಹೌದು ಅವು ಹಳೆಯದಾಗಿ ದೊಗಲಾಗಿವೆ). ಇದನ್ನೇ ಅವರು 'ಅಸ್ತಿತ್ವವಾದದ ಬರೆವಣಿಗೆ' ಎಂದು ಕರೆಯುವುದೇ? ಅಥವಾ 'ಪ್ರಜ್ಞಾ ಪ್ರವಾಹ'ವೆಂದು?

ನನ್ನ ಹಳೆಯ ಶಾಲಾ ಗ್ರಂಥಾಲಯಕ್ಕೆ ಹಿಂತಿರುಗೋಣ. ಹೌದು, ಅದು 'ನನ್ನ ಗ್ರಂಥಾಲಯ'. ಯಾಕೆಂದರೆ ಅದರ ಕುರಿತು ಬೇರೆ ಯಾರಿಗೂ ಕಾಳಜಿ ಇದ್ದ ಹಾಗೆ ಕಾಣುತ್ತಿರಲಿಲ್ಲ. ಓದು ಬರೆವಣಿಗೆಗೆ ದಾರಿಯಾಗುತ್ತದೆ. ನಾನು ಶಾಲಾ ಬದುಕಿನ ಕುರಿತು ಬರೆಯಲಾರಂಭಿಸಿದೆ. ಅದರಲ್ಲಿ ಸ್ನೇಹಿತರು, ಸಹಪಾಠಿಗಳು, ಶಿಕ್ಷಕರು, ಮುಖ್ಯೋಪಾಧ್ಯಾಯರ ದಢೂತಿ ಹೆಂಡತಿ, ಮಲಗುವ ಕೋಣೆಯ ಕಾದಾಟಗಳು, ಶಾಲೆ ಪಕ್ಕದ ಗೂಡಂಗಡಿ, ಮತ್ತು ಹಿರಿಯ ವಿದ್ಯಾರ್ಥಿಯೊಬ್ಬನ ನಿಗೂಢ ನಾಪತ್ತೆ ಇತ್ಯಾದಿ ವಿವರಗಳನ್ನು ಬರೆಯುತ್ತಾ ಎರಡು ನೋಟ್ ಪುಸ್ತಕಗಳನ್ನು ತುಂಬಿಸಿದೆ. ಆ ಹಿರಿಯ ವಿದ್ಯಾರ್ಥಿ ಪರಿಪೂರ್ಣನೆಂದು ಹೆಸರು ಪಡೆದವನು ನಂತರ ಮಾಜಿ ಸಿನೆಮಾ ತಾರೆಯೊಬ್ಬಳ (ಆಕೆ ಅವನಿಗಿಂತ ಮೂವತ್ತು ವರ್ಷ ಹಿರಿಯಳು) ಜೊತೆಯಲ್ಲಿ ಸಂಜೋಲಿಯ ಹತ್ತಿರವಿರುವ ಬಂಗ್ಲೆಯೊಂದರಲ್ಲಿ ಸಹ-ಜೀವನ ನಡೆಸುತ್ತಿರುವುದನ್ನು ಪತ್ತೆ ಮಾಡಲಾಗಿತ್ತು. ಅವನ ಪಾಲಿಗೆ ಅದು ವಸತಿ ಶಾಲೆಯ ತೊಂದರೆಗಳಿಂದ ಬಿಡುಗಡೆಯಾಗಿತ್ತು.

ನನ್ನ ಈ ಘನ ಗ್ರಂಥ ನನ್ನ ತರಗತಿಯ ಮಾಸ್ತರರ ಕೈಗೆ ತಲುಪಲು ಹೆಚ್ಚು ಸಮಯ ಹಿಡಿಯಲಿಲ್ಲ. ಅವರು ಅದನ್ನು ಮುಖ್ಯೋಪಾಧ್ಯಾಯರಿಗೆ ಹಸ್ತಾಂತರಿಸಿದರು. ಮುಖ್ಯೋಪಾಧ್ಯಾಯರು ನನ್ನನ್ನು ಕರೆಯಿಸಿ ಚೆನ್ನಾಗಿ ಥಳಿಸಿದರು. ನನ್ನ ನೋಟು ಪುಸ್ತಕಗಳನ್ನು ಹರಿದು ಅವರ ಕಸದ ಬುಟ್ಟಿಗೆ ಎಸೆಯಲಾಯಿತು. ಅಲ್ಲಿಗೆ ನನ್ನ ಸಾಹಿತ್ಯ ಸಾಹಸ ಮುಕ್ತಾಯವಾಯಿತು.

ಆದರೆ ಬೀಜವನ್ನು ಬಿತ್ತಿದ್ದಾಗಿತ್ತು. ನಾನು ಹೆಚ್ಚು ತಲೆ ಕೆಡಿಸಿಕೊಳ್ಳಲಿಲ್ಲ. ಹೊರಜಗತ್ತು ಬೇರೆ ಬರೆಹಗಾರರಿಗೆ ಆಶ್ರಯ ಕೊಡುವುದಾದರೆ, ಅದು ನನಗೂ ಕೊಡುವುದು ಖಂಡಿತ. ನನ್ನ ಸಮಯವೂ ಬರುತ್ತದೆ.

ನನಗೆ ಗ್ರಂಥಗಳನ್ನು ಮತ್ತು ಗ್ರಂಥ ಲೇಖಕರನ್ನು ಶೋಧಿಸುವುದಿತ್ತು. ಓದಿನಲ್ಲಿ ಕಾಲ ಕಳೆಯುವುದಕ್ಕೆ ಇಡೀ ಜೀವಮಾನವೇ ಇತ್ತು. ಹಳೆಯ ಪುಸ್ತಕಗಳು, ಹೊಸ ಪುಸ್ತಕಗಳು, ಅಭಿಜಾತ ಕೃತಿಗಳು, ಸಾಹಸ ಕೃತಿಗಳು, ಚಿಕ್ಕ ಮತ್ತು ದೀರ್ಘ ಕತೆಗಳು, ಪ್ರವಾಸ ಕಥನಗಳು, ಚರಿತ್ರೆಗಳು, ಜೀವನ ಚರಿತ್ರೆಗಳು, ಹಾಸ್ಯ ಕೃತಿಗಳು, ಕಾಮಿಕ್ಸ್‌ಗಳು, ಕವನಗಳು, ಸ್ಮೃತಿಚಿತ್ರಗಳು, ಅತಿ ಅದ್ಭುತಗಳು, ಗಾದೆಗಳು.. ಅಂತಿಮವಾಗಿ ಬೆಳಕು ಆರಿ ಹೋಗುವವರೆಗೆ ಈ ಸಾಹಸ ಮುಂದುವರಿಯುವುದು.

"ದೀಪ ಆರಿಸಿ!" ಮಲಗುವ ಕೋಣೆಗಳ ಪಹರೆ ನಡೆಸುತ್ತಿದ್ದ ಕರ್ತವ್ಯ ನಿರತ ಮಾಸ್ತರರು ಹೇಳಿದರು.

ದೀಪಗಳನ್ನು ಆರಿಸಲಾಯಿತು.

ನನ್ನ ಚಿಕ್ಕ ಪಾಕೆಟ್ ಟಾರ್ಚ್ ಹೊರಬಂತು. ತಲೆಯ ಮೇಲೆ ಹೊದಿಕೆ ಎಳೆದು ನಾನು ಓದುತ್ತಿದ್ದ ಪುಸ್ತಕವನ್ನು ಮತ್ತೆ ಬಿಡಿಸಿದೆ. ಇನ್ನೂ ಇಪ್ಪತ್ತು ಅಥವಾ ಮೂವತ್ತು ನಿಮಿಷಗಳವರೆಗೆ– ನನಗೆ ನಿದ್ದೆ ಬರುವವರೆಗೂ ನಾನು ಓದಲಿದ್ದೇನೆ.

ಆ ನಿದ್ದೆಯಲ್ಲಿ ಯಾವ ಕನಸು ಬರಬಹುದು? ಕನಸಿನಲ್ಲಿ ಪುಸ್ತಕಗಳ ಅದ್ಭುತ ಪಾತ್ರಗಳೆಲ್ಲವೂ ಕಿಕ್ಕಿರಿದು ತುಂಬಿಕೊಂಡಿರುತ್ತವೆ. ಎಲ್ಲವೂ ಕಲಸು ಮೇಲೋಗರ. ಆದರೆ ಪ್ರತಿಯೊಂದೂ ಪಾತ್ರ ನಿರ್ದಿಷ್ಟವಾಗಿ ಜೀವತಳೆಯುತ್ತದೆ. ಅವು ನನ್ನ ಬಳಿ ಬಂದು ನನ್ನ ಕೈ ಕುಲುಕುತ್ತವೆ; ಮಿಸ್ಟರ್ ಪಿಕ್ವಿಕ್, ಸ್ಯಾಮ್ ವೆಲ್ಲರ್, ಅತ್ತೆ ಬೆಟ್ಸಿ ಟ್ರಾಟ್ ವುಡ್, ಮಿಸ್ಟರ್ ಡಿಕ್, ಟಾಮ್ ಸಾವೇರ್, ಲಾಂಗ್ ಜಾನ್ ಸಿಲ್ವರ್, ಲೆಮ್ಯೂಲ್ ಗಲಿವರ್, ಹುಚ್ಚ ಹಾಟೆರ್, ಅಲೀಸ್, ಟಾಡ್ ಹಾಲ್ನ ಮಿಸ್ಟರ್ ಟಾಡ್, ಹರಕ್ಯುಲೆ ಪೈರೊಟ್, ಜೀವ್ಸ್, ಲಾರ್ಡ್ ಎಮ್ಸ್‌ವರ್ಥ್, ಕಿಮ್, ಲ್ಯಾಮಾ, ಮೊಗ್ಲಿ, ಡಿಕ್ ಟರ್ಪಿನ್, ವಿಲಿಯಂ ಬ್ರೌನ್, ನೆರೊ ವುಲ್ಫೆ, ಏರಿಯಲ್, ಆಲಿಬಾಬಾ, ಸ್ನೋ ವೈಟ್, ಸಿಂಡರೆಲಾ, ಶಕುಂತಲಾ, ಜಾನ್ ಗಿಲ್ಪಿನ್, ಶೆರ್ಲೊಕ್ ಹೋಮ್ಸ್, ಡಾ ವಾಟ್ಸನ್, ಪೀಟರ್ ಮತ್ತು ವೇಂಡಿ, ಕ್ಯಾಪ್ಟನ್ ಹುಕ್, ರಿಚರ್ಡ್ ಹಾನ್ನೇ, ಅಲ್ಲನ್ ಕ್ವಾಟೆರ್ಮೇನ್, ಸೆಕ್ಸ್‌ಟನ್ ಬ್ಲಾಕ್, ಅಸಹಾಯಕ ಡ್ಯಾನ್, ಹಿರಿಯ ಅಂಕಲ್ ಟಾಮ್ ಕೊಬ್ಲೆ ಮತ್ತು ಎಲ್ಲರೂ.

✤

ಮರೆಯಲಾಗದ ದಿನ

ನೀವು ಒಂಬತ್ತು ವರ್ಷ ಪ್ರಾಯದವರಾಗಿದ್ದು, ವರ್ಷವಿಡೀ ಶಾಲೆಗೆ ಹೋಗದೆ ಪ್ರಖ್ಯಾತ ತಂದೆಯೊಂದಿಗೆ ಚಿರಸ್ಮರಣೀಯ ಸಮಯವನ್ನು ಕಳೆಯುವಂತಿದ್ದರೆ, ಮತ್ತು ಅದನ್ನು ಅನುಸರಿಸಿ ದುಃಖ ಮತ್ತು ಅಭದ್ರತೆ ಕಾಣಿಸಿಕೊಂಡರೂ, ಅದು ನಿಮ್ಮ ಬದುಕಿನ ಉತ್ತಮ ಕಾಲಾವಧಿ ಎಂದು ಹೇಳಬಹುದು.

ಇದು ಸಂಭವಿಸಿದ್ದು ನನ್ನ ತಂದೆ ತಾಯಿ ಪರಸ್ಪರ ದೂರವಾದ ಕಾರಣದಿಂದ. ಅದು ಎರಡನೆಯ ಮಹಾಯುದ್ಧ ನಡೆಯುತ್ತಿದ್ದ ಕಾಲ. ನನ್ನ ತಂದೆ ಆರ್‌ಎಎಫ್ ನಲ್ಲಿ ಸೇವೆ ಸಲ್ಲಿಸುತಿದ್ದರು. ನಿಯಮದ ಪ್ರಕಾರ ಆರ್‌ಎಎಫ್ ಉದ್ಯೋಗಿ ತನಗೆ ನೀಡಲಾದ ವಸತಿಗೃಹದಲ್ಲಿ ಮಗುವನ್ನು ಇಟ್ಟುಕೊಳ್ಳುವ ಹಾಗಿರಲಿಲ್ಲ. ನಾನು ಬೇಸಿಗೆ ಮತ್ತು ಚಳಿಗಾಲ ಆವರೊಂದಿಗೆ ಕಳೆಯಬೇಕಿತ್ತು. ಹೀಗಾಗಿ ಅವರು ದೆಹಲಿಯ ವಿವಿಧ ಪ್ರದೇಶಗಳಲ್ಲಿ –ಹೇಲೆ ರಸ್ತೆ, ಅತುಲ್ ಗ್ರೋವ್ ಓಣಿ, ಸಿಂಧಿಯಾ ಹೌಸ್ ಮುಂತಾದೆಡೆ ಬಾಡಿಗೆ ಮನೆಯಲ್ಲಿದ್ದರು. ಈ ಉಪಕ್ರಮಕ್ಕೆ ನಾನು ಚೆನ್ನಾಗಿ ಹೊಂದಿಕೊಂಡಿದ್ದೆ. ಸಿನೇಮಾ ನೋಡಲು ಹೋಗುವುದು, ಮಿಲ್ಕ್ ಶೇಕ್ ಕುಡಿಯುವುದು, ತಂದೆಯವರ ಅಂಚೆ ಚೀಟಿ ಸಂಗ್ರಹಕ್ಕೆ ನೆರವಾಗುವುದು ಇತ್ಯಾದಿಗಳಿಂದ ನನಗೆ ದೆಹಲಿಯ ವಾಸ್ತವ್ಯ ಬಹು ಆಹ್ಲಾದಕರವಾಗಿತ್ತು. ಆದರೆ ಈ ಆಲಸಿ ಸನ್ನಿವೇಶ ಹೆಚ್ಚು ಕಾಲ ಮುಂದುವರಿಯಲಿಲ್ಲ. ನನ್ನ ತಂದೆಗೆ ಕರಾಚಿಗೆ ವರ್ಗಾವಣೆಯಾಗಿ ಅವರು ನನ್ನನ್ನು ವಸತಿಶಾಲೆಗೆ ಸೇರಿಸುವುದು ಅನಿವಾರ್ಯವಾಯಿತು.

ಅದು ಶಿಮ್ಲಾದ ಅಥವಾ ಛೋಟಾ ಶಿಮ್ಲಾದ ಬಿಶಪ್ ಕಾಟನ್ ಪ್ರಿಪರೇಟರಿ ಶಾಲೆ. ಅಲ್ಲಿ ಹುಡುಗರು ನಾಲ್ಕನೆಯ ತರಗತಿಯವರೆಗೆ ಕಲಿಯಬಹುದಿತ್ತು. ಆಮೇಲೆ ಅವರನ್ನು ಹಿರಿಯ ಶಾಲೆಗೆ ಕಳುಹಿಸುತ್ತಿದ್ದರು.

ನಾನು ನಾಚಿಕೆ ಸ್ವಭಾವದವನಾಗಿದ್ದರೂ, ಈ ಚಿಕ್ಕ ಶಾಲೆಯ ಸ್ನೇಹಪೂರ್ಣ ಪರಿಸರಕ್ಕೆ ಚೆನ್ನಾಗಿ ಹೊಂದಿಕೊಂಡೆ. ಆದರೆ ಅಪ್ಪ ಜೊತೆಯಲ್ಲಿ ಇಲ್ಲದಿರುವುದು

ಕೊರತೆಯಾಗಿ ಕಾಡುತ್ತಿತ್ತು. ಅವರು ನನ್ನನ್ನು ಕಾಣಲು ಬೇಸಿಗೆ ರಜೆಯಲ್ಲಿ ಬಂದಾಗ ನಾನು ಬಹಳ ಸಂತೋಷಪಟ್ಟೆ. ಅವರಿಗೆ ಕೆಲವೇ ದಿನಗಳ ರಜೆ ಇತ್ತು. ಒಂದು ದಿನ ಮಾತ್ರ ಅವರು ನನ್ನನ್ನು ಬೆಳಗ್ಗೆ ಹೊರಗೆ ಕರೆದುಕೊಂಡು ಹೋಗಿ ಸಂಜೆ ಶಾಲೆಗೆ ಮರಳಿ ಕರೆತಂದಿದ್ದರು.

ಅಪ್ಪ ಗಾಢ ನೀಲಿ ಬಣ್ಣದ ಆರ್‌ಎಎಫ್ ಸಮವಸ್ತ್ರವನ್ನು ಧರಿಸಿ, ಇತ್ತೀಚಿಗೆ ಭಡ್ತಿ ಹೊಂದಿದ್ದ ಫ್ಲೈಟ್ ಲೆಫ್ಟಿನೆಂಟ್ ಹುದ್ದೆಯ ಪಟ್ಟಿಗಳೊಂದಿಗೆ ಕಾಣಿಸಿ ಕೊಂಡಾಗ ನಾನು ಅವರ ಕುರಿತು ಹೆಮ್ಮೆಯಿಂದ ಬೀಗಿದ್ದೆ. ಆಗ ಅವರ ವಯಸ್ಸು ನಲ್ವತ್ತು. ಅವರಿಗೆ ಗುಪ್ತ ಸಂಕೇತಗಳನ್ನು ಅರ್ಥೈಸಿಕೊಳ್ಳುವ ಕೆಲಸವಿರುತ್ತಿತ್ತು, ವಿಮಾನಯಾನ ಹೆಚ್ಚಿರುತ್ತಿರಲಿಲ್ಲ. ಅವರು ಎತ್ತರವಿಲ್ಲದ ಸ್ಥೂಲದೇಹಿ. ಅವರ ತಲೆ ಬೋಳಾಗುವುದರಲ್ಲಿತ್ತು. ಆದರೆ ಸಮವಸ್ತ್ರದಲ್ಲಿ ಅವರು ತುಂಬಾ ಚೆನ್ನಾಗಿ ಕಾಣುತ್ತಿದ್ದರು. ನಾನು ಅವರಿಗೆ ಸೆಲ್ಯೂಟ್ ಹೊಡೆದೆ. ನನಗೆ ಸೆಲ್ಯುಟ್ ಹೊಡೆಯುವುದೆಂದರೆ ತುಂಬಾ ಇಷ್ಟ. ಅಪ್ಪ ನನಗೆ ಮರಳಿ ಸೆಲ್ಯೂಟ್ ಹೊಡೆದು, ನನ್ನನ್ನು ತಬ್ಬಿಕೊಂಡರು. ನನ್ನ ಹಣೆಗೆ ಮುತ್ತಿಕ್ಕಿದರು.

"ಈ ದಿನ ಏನು ಮಾಡಬೇಕೆಂದಿರುವೆ ಮಗನೇ?"

"ನಾವು ಡವಿಕೋಸ್‌ಗೆ ಹೋಗೋಣ" ನಾನು ಹೇಳಿದೆ.

ಡವಿಕೋಸ್ ನಗರದ ಉತ್ತಮ ಉಪಹಾರಗೃಹ. ಅದು ಬಗೆಬಗೆಯ ತಿಂಡಿಗಳಿಗೆ ಪ್ರಸಿದ್ಧವಾಗಿತ್ತು. ಹೀಗಾಗಿ ನಾವು ಡವಿಕೋಸಿಗೆ ಹೋದೆವು. ನಾನು ಪುಟ್ಟ ಶಾಲೆ ಹುಡುಗ ತಿನ್ನುವ ಪ್ರಮಾಣದಲ್ಲಿ ಆಹಾರ ಸೇವಿಸಿದೆ. "ಮಧ್ಯಾಹ್ನದ ಊಟಕ್ಕೆ ಇನ್ನೂ ಸಮಯವಿದೆ. ನಾವು ಸ್ವಲ್ಪ ದೂರ ನಡೆದು ಹೋಗೋಣ." ಅಪ್ಪ ಸೂಚಿಸಿದರು.

ನಮಗಾಗಿ ತಿನಿಸುಗಳಲ್ಲಿ ಕಟ್ಟಿಸಿಕೊಂಡು ನಾವು ಮಾಲ್‌ನಿಂದ ಹೊರಗೆ ಬಂದೆವು. ಜಾಕೊ ಬೆಟ್ಟ ಹತ್ತಿಕೊಂಡು ಅದರ ತುದಿಯಲ್ಲಿರುವ ಹನುಮಂತ ದೇವಸ್ಥಾನವನ್ನು ತಲುಪಿದೆವು. ಇಲ್ಲಿ ಕೋತಿಗಳು ನನ್ನ ಕೈಯಿಂದ ತಿನಿಸಿನ ಪೊಟ್ಟಣಗಳನ್ನು ಬಲವಂತವಾಗಿ ಕಸಿದುಕೊಂಡವು. ಆಮೇಲೆ ನನಗೆ ಮತ್ತೆ ಹಸಿವಾಗಬಹುದೆಂದು ನಾವು ಅವಸರದಿಂದ ಬೆಟ್ಟ ಇಳಿದು ಬಂದೆವು. ಸಣ್ಣ ಹುಡುಗರ ಮತ್ತು ಕೋತಿಗಳ ಸ್ವಭಾವ ಹೆಚ್ಚು ಕಡಿಮೆ ಒಂದೇ ರೀತಿಯದ್ದಾಗಿರುತ್ತದೆ.

ನಾವು ಸೈಕಲ್ ರಿಕ್ಷಾದಲ್ಲಿ ಎಲಿಸಿಯಮ್ ಬೆಟ್ಟದಲ್ಲಿ ಸುತ್ತೋಣವೆಂದು ಅಪ್ಪ ಸೂಚಿಸಿದರು. ರಿಕ್ಷಾ ಎಳೆಯುವ ನಾಲ್ಕು ಮಂದಿ ಧಡೂತಿ ಯುವ ಚಾಲಕರೊಂದಿಗೆ ನಮ್ಮ ಪ್ರಯಾಣ ಸೊಗಸಾಗಿ ನಡೆಯಿತು. ಈ ಅವಕಾಶವನ್ನು

ಬಳಸಿ ಅಪ್ಪ ನನಗೆ ಕಿಪ್ಲಿಂಗ್‌ನ ಫಾಂಟಮ್ ರಿಕ್ಷಾ(ಇದರ ಪ್ರಕಟಿತ ಪ್ರತಿಯನ್ನು ನಾನು ಇನ್ನೂ ಕಾಣಬೇಕಿತ್ತು) ಕಥೆಯನ್ನು ಹೇಳಿದರು. ಮಧ್ಯಾಹ್ನದ ಊಟಕ್ಕೆ ನನಗೆ ಚೆನ್ನಾಗಿ ಹಸಿವಾಗಲೆಂದು ಇನ್ನೂ ನಾಲ್ಕೈದು ಭೂತದ ಕತೆಗಳನ್ನೂ ಹೇಳಿದರು.

ನಾವು ವೆಂಗರ್‌ನಲ್ಲಿ (ಅಥವಾ ಕ್ಲಾರ್ಕ್‌ನಲ್ಲಿ ಇರಬಹುದೇ?) ಊಟ ಮುಗಿಸಿದೆವು. 'ಭೂತಗಳ ಸಹವಾಸ ಸಾಕು ಕಣೋ ರಸ್ಕಿನ್ ನಾವು ಪಿಕ್ಚರ್ ನೋಡಲು ಹೋಗೋಣ.' ಎಂದು ಅಪ್ಪ ಹೇಳಿದರು. ನನಗೆ ಚಲನಚಿತ್ರ ನೋಡುವುದೆಂದರೆ ತುಂಬಾ ಇಷ್ಟ. ನಾನು ದೆಹಲಿಯಲ್ಲಿ ಬಹಳ ನೋಡಿದ್ದೇನೆ, ಶಿಮ್ಲಾದಲ್ಲಿ ನೋಡುವುದು ಬಾಕಿ ಇತ್ತು. ಇಲ್ಲಿ ಮೂರು ಸಿನೆಮಾ ಮಂದಿರಗಳಿವೆ: ರೀಗಲ್, ರಿಜ್ ಮತ್ತು ರಿವೊಲಿ.

ನಾವು ರಿವೊಲಿಗೆ ಹೋದೆವು. ಅದು ಹಿಮಸ್ಕೇಟಿಂಗ್ ವಲಯದ ಹತ್ತಿರವಿರುವ ಹಳೆಯ ಬ್ಲೆಸಿಂಗ್ಟನ್ ಹೊಟೇಲಿನ ಬಳಿ ಇತ್ತು. ನಾವು ನೋಡಿದ ಚಿತ್ರ ಐಸ್ ಸ್ಕೇಟರ್ ಕುರಿತಾಗಿತ್ತು. ಆ ಪಾತ್ರವನ್ನು ನಿರ್ವಹಿಸಿದ ಯುವತಿ ನಾರ್ವೆಯ ಒಲಿಂಪಿಯನ್ ಛಾಂಪಿಯನ್ ಸೊಂಜಾ ಹೆನಿ. ಈ ಚೆಲುವೆ ಅನೇಕ ಸಂಗೀತಪ್ರಧಾನ ಹಾಲಿವುಡ್ ಚಿತ್ರಗಳಲ್ಲಿ ನಟಿಸಿದ್ದಾಳೆ. ಈ ಚಿತ್ರದಲ್ಲಿ ಅವಳಿಗೆ ಸ್ಕೇಟಿಂಗ್ ಮಾಡುವುದು ಮತ್ತು ಸುಂದರವಾಗಿ ಕಾಣುವ ಭೂಮಿಕೆ ಇತ್ತು. ಅದನ್ನು ಅವಳು ಸಮರ್ಥವಾಗಿ ನಿರ್ವಹಿಸಿದ್ದಳು. ನಾನು ಅವಳನ್ನು ಪ್ರೀತಿಸಬೇಕೆಂದುಕೊಂಡಿದ್ದೆ. ಆದರೆ ನಾನು ಬೆಳೆದು ದೊಡ್ಡವನಾಗುವಷ್ಟರಲ್ಲಿ ಅವಳು ಸ್ಕೇಟಿಂಗ್ ನಿಲ್ಲಿಸಿ ಚಿತ್ರಗಳನ್ನು ಮಾಡುವುದರಲ್ಲಿ ನಿರತಳಾಗಿದ್ದಳು. ಆಮೇಲೆ ಸೊಂಜಾ ಹೆನಿಗೆ ಏನಾಗಿರಬಹುದು?

ಚಿತ್ರ ಮುಗಿದ ಬಳಿಕ ಶಾಲೆಗೆ ಮರಳಿ ಹೋಗುವ ಸಮಯ ಬಂತು. ನಾವು ಛೋಟಾ ಶಿಮ್ಲಾದವರೆಗೆ ನಡೆದು ಹೋದೆವು. ಮುಂದಿನ ಚಳಿಗಾಲದ ರಜೆಗಳನ್ನು ಕಳೆಯುವುದು ಹೇಗೆ, ಯುದ್ಧ ಮುಗಿದ ಬಳಿಕ ಹೋಗುವುದು ಎಲ್ಲಿಗೆ ಎಂಬುದರ ಕುರಿತು ಮಾತನಾಡಿಕೊಂಡೆವು.

"ಈಗ ನಾನು ಕಲ್ಕತ್ತೆಯಲ್ಲಿ ಇರುತ್ತೇನೆ," ಅಪ್ಪ ಹೇಳಿದರು. "ಅಲ್ಲಿ ಒಳ್ಳೆಯ ಪುಸ್ತಕದ ಅಂಗಡಿಗಳಿವೆ. ಚಿತ್ರಮಂದಿರಗಳು, ಚೀನೀ ಉಪಹಾರಗೃಹಗಳಿವೆ. ನಾವು ಗ್ರಾಮಫೋನ್ ರೆಕಾರ್ಡ್ ಖರೀದಿಸೋಣ, ನಮ್ಮ ಅಂಚೆಚೀಟಿ ಸಂಗ್ರಹವನ್ನು ಹೆಚ್ಚಿಸೋಣ."

ನಾವು ನಿಧಾನವಾಗಿ ನಡೆಯುತ್ತಾ ಶಾಲೆಯ ಗೇಟಿನಿಂದ ಆಟದ ಬಯಲನ್ನು

ದಾಟಿ ಹೋಗುವಾಗ ಕತ್ತಲೆ ಆವರಿಸಿತು. ನನ್ನ ಇಬ್ಬರು ಸ್ನೇಹಿತರು ಬೀಮಲ್
ಮತ್ತು ರಿಯಾಜ್ ನಮಗಾಗಿ ಕಾಯುತ್ತಿದ್ದರು. ಅಪ್ಪ ಅವರೊಂದಿಗೆ
ಮಾತನಾಡಿದರು. ಅವರ ಮನೆಗಳ ಕುರಿತು ವಿಚಾರಿಸಿದರು. ಗಂಟೆ ಬಾರಿಸಿತು.
ನಾವು ಪರಸ್ಪರ ವಿದಾಯ ಹೇಳಿಕೊಂಡೆವು.

"ಈ ದಿನವನ್ನು ನೆನಪಿನಲ್ಲಿ ಇಟ್ಟುಕೋ ರಸ್ಕಿನ್," ಅಪ್ಪ ಹೇಳಿದರು.

ಅವರು ಮೃದುವಾಗಿ ನನ್ನ ತಲೆಯನ್ನು ತಟ್ಟಿ ಹೊರಟುಹೋದರು.

ಆಮೇಲೆ ನಾನು ಅವರನ್ನು ಕಾಣಲೇ ಇಲ್ಲ.

ಮೂರು ತಿಂಗಳ ಬಳಿಕ ಅವರು ಕಲ್ಕತ್ತಾದ ಸೇನಾ ಆಸ್ಪತ್ರೆಯಲ್ಲಿ ಮರಣ
ಹೊಂದಿದರು ಎಂಬ ಸುದ್ದಿಯನ್ನು ನಾನು ಕೇಳಿದೆ.

ಕೆಲವೊಮ್ಮೆ ನಾನು ಅವರ ಕನಸು ಕಾಣುತ್ತೇನೆ. ನನ್ನ ಕನಸಿನಲ್ಲಿ ಅವರು
ಯಾವಾಗಲೂ ಒಂದೇ ರೀತಿ ಇರುತ್ತಾರೆ. ನನ್ನ ಕುರಿತು ಕಾಳಜಿ ವಹಿಸುವುದು
ಮತ್ತು ನನ್ನ ಕೈಹಿಡಿದು ಹಳೆಯ ಚಿರಪರಿಚಿತ ರಸ್ತೆಗಳಲ್ಲಿ ನಡೆದುಕೊಂಡು
ಹೋಗುವುದು.

ನಾನು ಆ ದಿನವನ್ನು ಮರೆತೇ ಇಲ್ಲ. ಅರವತ್ತೈದು ವರ್ಷಗಳು ಕಳೆದಿವೆ,
ಆದರೆ ಅದು ನಿನ್ನೆ ನಡೆದ ಹಾಗೆ ನನ್ನ ನೆನಪಿನಲ್ಲಿ ಉಳಿದು ಬಂದಿದೆ.

❖

ನನ್ನ ತಂದೆಗೊಂದು ಪತ್ರ

ನನ್ನ ಪ್ರೀತಿಯ ಅಪ್ಪಾ,

ಕಳೆದ ವಾರ ನಾನು ದಿಲಾರಾಮ ಮಾರುಕಟ್ಟೆಯಿಂದ ರಾಜಪುರದವರೆಗೆ ನಡೆದು ಹೋಗುವುದೆಂದು ನಿರ್ಧರಿಸಿದ್ದೆ. ಹೀಗೆ ನಾನು ಕಾಲ್ನಡಿಗೆಯಲ್ಲಿ ಸಾಗದೆ ಹಲವು ವರ್ಷಗಳಾಗಿದ್ದವು. ಅದು ಬರೀ ಐದು ಮೈಲಿ ದೂರದ ನೇರ ರಸ್ತೆ. ಆ ರಸ್ತೆಯ ಇಕ್ಕೆಲಗಳಲ್ಲಿ ಮರಗಳ ಸಾಲು ಮತ್ತು ಮನೆಗಳು. ನಡುವೆ ಅಲ್ಲಲ್ಲಿ ಹೊಲಗಳು ಮತ್ತು ಸಾಲ್ ಮರಗಳ ಕಾಡು. ರಸ್ತೆ ಹೆಚ್ಚು ಬದಲಾಗಿಲ್ಲ. ಆದರೆ ಹಿಂದಿಗಿಂತಲೂ ವಾಹನದಟ್ಟಣೆ ಜಾಸ್ತಿ. ಇದರಿಂದ ಹಸಿರು ಪರಿಸರಕ್ಕೆ ಧಕ್ಕೆ ತರುವಂತಹ ಸದ್ದು ಮತ್ತು ಧೂಳು ಅಲ್ಲಿ ತುಂಬಿತ್ತು. ಆದರೂ ನಾನು ನಡಿಗೆಯಲ್ಲಿ ಸಂತೋಷ ಅನುಭವಿಸಿದೆ. ಬೆಟ್ಟಗಳ ಮೇಲಿನಿಂದ ಬೀಸುವ ತಂಗಾಳಿ ನನಗೆ ಹರ್ಷ ನೀಡಿತು. ಅತ್ಯಂತ ವೈವಿಧ್ಯಪೂರ್ಣ ಮರಗಳು, ಮನೆ ಆವರಣದಲ್ಲಿ ಬೆಳೆದಿರುವ ಬಣ್ಣಬಣ್ಣದ ಬೋಗನವಿಲ್ಲಾ ಹೂಗಳು ಮನಸ್ಸಿಗೆ ಮುದ ನೀಡಿದರೆ, ರಸ್ತೆಯಲ್ಲಿ ಸಾಗುವ ಸೈಕಲ್ ಸವಾರರು, ಎತ್ತಿನ ಬಂಡಿಗಳು ಹಳೆಯ ದಿನಗಳನ್ನು ನೆನಪಿಸಿದವು. ಆಗ ಕಾರು, ಟ್ರಕ್ ಮತ್ತು ಬಸ್ಸುಗಳು ಈಗಿನ ಹಾಗೆ ನಿಯಮಿತವಾಗಿ ಇರುತ್ತಿರಲಿಲ್ಲ.

ದಿಲಾರಾಮ್ ಮಾರುಕಟ್ಟೆಯ ಸ್ವಲ್ಪ ಮುಂದೆ, ರಸ್ತೆಯ ಕೆಳಗೆ ಕಾಲುವೆ ಸಾಗುವಲ್ಲಿ ಹಳೆಯ ಮನೆಯೊಂದು ಎತ್ತರದ ಜಾಗದಲ್ಲಿದೆ. ಅದನ್ನು ನಾವು ಮೆಲ್ವಿಲೆ ಹಾಲ್ ಎಂದು ಕರೆಯುತ್ತಿದ್ದೆವು. ಆ ಮನೆಯಲ್ಲಿ ಮೆಲ್ವಿಲೆ ಕುಟುಂಬದ ಮೂರು ಪೀಳಿಗೆಗಳು ವಾಸವಾಗಿದ್ದವು. ಈಗ ಅದು ಸರಕಾರಿ ಕಚೇರಿಯಾಗಿ ನೋಡಲು ತುಂಬಾ ಕೊಳಕಾಗಿ ಅಲಕ್ಷಿತವಾಗಿ ಇದೆ. ಅದರ ಹತ್ತಿರ ಪುಟ್ಟದೊಂದು ಮನೆ ಅಥವಾ ಗೆಸ್ಟ್ ಹೌಸ್ ಇದೆ. ಅಲ್ಲಿ ನೀವು ಅಮ್ಮನಿಂದ ಕಾನೂನುಬದ್ಧ ವಿಚ್ಛೇದನ ಪಡೆಯುವ ಅವಧಿಯಲ್ಲಿ ವಾಸವಾಗಿದ್ದಿರಿ. ಆಮೇಲೆ ನಾನು ನಿಮ್ಮೊಂದಿಗೆ ಇರಲು ದೆಹಲಿಗೆ ಹೋದೆ.

ನೀವು ಮೆಲ್ವಿಲೆಯಲ್ಲಿ ಅತಿಥಿಯಾಗಿದ್ದಾಗ ನಾನು ವಸತಿ ಶಾಲೆಯಲ್ಲಿದ್ದೆ. ಹೀಗಾಗಿ ನಾನು ನಿಮ್ಮೊಂದಿಗೆ ಅಲ್ಲಿ ವಾಸವಾಗಿರಲಿಲ್ಲ. ಆದರೆ ಮುಂದಿನ ಎರಡು ಮೂರು ವರ್ಷಗಳಲ್ಲಿ ನಾನು ಎಷ್ಟೋ ಕೋಣೆಗಳಲ್ಲಿ, ಶಿಬಿರಗಳಲ್ಲಿ ಮತ್ತು ಆರ್‌ಎಫ್ ಮನೆಗಳಲ್ಲಿ ನಿಮ್ಮೊಂದಿಗೆ ಕಾಲ ಕಳೆದಿದ್ದೇನೆ. ಆದರೆ ನನಗೆ ಮೆಲ್ವಿಲೆ ಚೆನ್ನಾಗಿ ಗೊತ್ತಿದೆ. ಯಾಕೆಂದರೆ ನೀವು ಮರಣ ಹೊಂದದ ಬಳಿಕ ಶಾಲೆಯ ರಜಾ ದಿನಗಳಲ್ಲಿ ನಾನು ಅಲ್ಲಿಗೆ ಭೇಟಿ ನೀಡಿದ್ದುಂಟು. ಅವರು ನಿಮ್ಮ ಕುರಿತು ಯಾವಾಗಲೂ ಪ್ರೀತಿಯಿಂದ ಮಾತನಾಡುತ್ತಿದ್ದರು. ಅವರಲ್ಲಿ ಒಬ್ಬ ಸಹೋದರಿ, ನಿಮಗೆ ಆ ಮನೆಯನ್ನು ನಿಗದಿಪಡಿಸಿದ ಶ್ರೀಮತಿ ಚಿಲ್ ನನ್ನನ್ನು ವಾತ್ಸಲ್ಯದಿಂದ ನೋಡಿಕೊಂಡಿದ್ದಾರೆ. ಅವರು ಮದುವೆಯಾಗಿ ಮಧುಚಂದ್ರದಲ್ಲಿದ್ದಾಗಲೇ ಅವರ ಪತಿ ಕಾಲರಾದಿಂದ ಮೃತಪಟ್ಟಿದ್ದರಂತೆ. ಆಮೇಲೆ ಅವರು ಮರುಮದುವೆಯಾಗಲೇ ಇಲ್ಲ. ಉತ್ತಮ ನಡವಳಿಕೆಯ ಆಕೆ ಯಾವಾಗಲೂ ಸಂತೋಷವಾಗಿಯೇ ಇರುವುದನ್ನು ನಾನು ಕಂಡಿದ್ದೇನೆ. ಹುಟ್ಟುಹಬ್ಬಗಳಲ್ಲಿ, ಕ್ರಿಸಮಸ್ ಹಬ್ಬದಲ್ಲಿ ಅವರು ನನಗೆ ಉಡುಗೊರೆಗಳ ಹೊರೆಯನ್ನೇ ನೀಡಿದ್ದಾರೆ. ಖಾಸಗಿ ದುರಂತವನ್ನು ಎದುರಿಸಿದವರೇ ಅತ್ಯಂತ ಕರುಣಾಳು ಮನುಷ್ಯರಾಗಿರುತ್ತಾರೆ.

ಒಬ್ಬ ಸೈಕಲ್ ಸವಾರ, ಯುವಕ ನನ್ನ ಹತ್ತಿರ ತಡೆದು ನಿಂತು ತನ್ನ ನೆನಪಿದೆಯೇ ಎಂದು ವಿಚಾರಿಸಿದ.

'ನಿನ್ನ ಈ ದಪ್ಪ ಮೀಸೆಯಿಂದ ನನಗೆ ಗೊತ್ತಾಗುತ್ತಿಲ್ಲ' ಎಂದು ನಾನು ಹೇಳಿದೆ.

"ನಾನು ಸಿಸ್ಟರ್ಸ್ ಬಜಾರಿನ ರೋಮಿ ಕಣೊ," ಅವನು ಹೇಳಿದ.

ಹೌದಲ್ಲ! ನನಗೆ ಅವನ ಗುರುತು ಹತ್ತಿತು. ನಾವು ಪರಸ್ಪರ ಭೇಟಿಯಾಗದೇ ಹತ್ತು ವರ್ಷ ಕಳೆದಿರಬೇಕು. ಆಗ ಅವನು ಶಾಲೆಯಲ್ಲಿ ಕಲಿಯುವ ಹುಡುಗನಾಗಿದ್ದ. ಈಗ ತಾನು ಶಿಕ್ಷಕನಾಗಿದ್ದೇನೆ ಎಂದು ಹೇಳುತ್ತಿದ್ದಾನೆ. ಚಿಕ್ಕದೊಂದು ಖಾಸಗಿ ಶಾಲೆಯಲ್ಲಿ ಕಲಿಸುತ್ತಿದ್ದೇನೆ, ಸಂಬಳ ಕಡಿಮೆ ಆದರೆ ನಿರುದ್ಯೋಗಿಯಾಗಿ ಇರುವುದಕ್ಕಿಂತ ಇದು ಒಳ್ಳೆಯದಲ್ಲವೇ ಎಂದು ಅವನು ಹೇಳಿದಾಗ ನಾನು ಅದಕ್ಕೆ ಒಪ್ಪಿಕೊಂಡೆ.

"ನೀನು ಒಳ್ಳೆಯ ಶಿಕ್ಷಕನೆಂದು ನಾನು ತಿಳಿಯುತ್ತೇನೆ, ರೋಮೀ. ಇದು ಈಗಲೂ ಆದರ್ಶ ವೃತ್ತಿಯಾಗಿದೆ."

ಅವನು ಸೈಕಲಿನಲ್ಲಿ ಮುಂದೆ ಚಲಿಸಿದಾಗ ಖುಷಿಯಲ್ಲಿರುವ ಹಾಗೆ ಕಂಡಿತು. ಹುಡುಗರನ್ನು ಸೈಕಲ್ ಮೇಲೆ ನೋಡಿದಾಗಲೆಲ್ಲಾ ನನಗೆ ದೆಬ್ರಾದಲ್ಲಿ ಕಳೆದ ಬಾಲ್ಯದ ದಿನಗಳು ನೆನಪಾಗುತ್ತವೆ. ವಾಹನ ದಟ್ಟಣೆಯಿಲ್ಲದ ಅಂದಿನ ರಸ್ತೆಗಳು

ಸೈಕಲ್ ಸವಾರರಿಗೆ ತುಂಬಾ ಅನುಕೂಲಕರವಾಗಿರುತ್ತಿದ್ದವು. ವಸಂತದ ಹನಿಮಳೆಯಲ್ಲಿ ಸೊಮಿ ಸೈಕಲ್ಲಿನ ಮೇಲೆ ಇದೇ ರಸ್ತೆಯಲ್ಲಿ ಸಾಗುತ್ತಿರುವ ದೃಶ್ಯ ನನ್ನ ಮೊತ್ತಮೊದಲ ಕಾದಂಬರಿ 'ರೂಮ್ ಆನ್ ದಿ ರೂಫ್'ನ ಪ್ರಾರಂಭದ ದೃಶ್ಯಕ್ಕೆ ಸ್ಫೂರ್ತಿಯಾಗಿದೆ. ನಾನು ಸೊಮಿ ಮತ್ತು ದೆಬ್ರಾಗೆ, ಹಾಗೆ ನೋಡುವುದಾದರೆ ಭಾರತಕ್ಕೂ ವಿದಾಯ ಹೇಳಿದ ಕೆಲವು ವರ್ಷಗಳ ನಂತರ ಬರೆದ ಕಾದಂಬರಿ ಇದು.

ನನಗೆ ಸೊಮಿ ನೆನಪಾಗುತ್ತಿದ್ದುದು ಇದೇ ರೀತಿ–ಚಡ್ಡಿ ಧರಿಸಿ, ತಲೆ ಮುಂಡಾಸನ್ನು ಪಕ್ಕಕ್ಕೆ ಸರಿಸಿ ಬಾಯಿಯಲ್ಲಿ ಯಾವಾಗಲೂ ಹಾಡು ಹೇಳಿಕೊಳ್ಳುತ್ತಾ ಸೈಕಲಲ್ಲಿ ಬರುವ ಸೊಮಿ. ಆಗ ಅವನಿಗೆ ಬರೀ ಹದಿನೈದು ವರ್ಷ. ನಾನು ಅವನಿಗಿಂತ ವಯಸ್ಸಿನಲ್ಲಿ ಸ್ವಲ್ಪ ಹಿರಿಯನಾಗಿದ್ದೆ. ಆದರೆ ನನಗೆ ಸೈಕಲ್ ಸವಾರಿ ಮೈಗೂಡಿರಲಿಲ್ಲ. ನಿಧಾನವಾಗಿ ಇಳಿಯಲು ಹೋಗಿ ನಾನು ಯಾವಾಗಲು ಸೈಕಲ್ಲಿನಿಂದ ಕೆಳಗೆ ಬೀಳುತ್ತಿದ್ದೆ. ಒಮ್ಮೆ ಎತ್ತಿನ ಬಂಡಿ ಹತ್ತಲು ಹೋಗಿ ಕೈ ಮುರಿದುಕೊಂಡಿದ್ದೆ. ಕಳೆದ ವರ್ಷ ಡೂನಿನ ಹಿರಿಯ ನಾಗರಿಕರಾಗಿರುವ ಡಾಕ್ಟರ್ ಮೂರ್ತಿ ಸ್ಥಳೀಯ ಕಾರ್ಯಕ್ರಮವೊಂದರಲ್ಲಿ ಭೇಟಿಯಾಗಿದ್ದರು. ಅವರು ನನ್ನ ಕೈಗೆ ನಲ್ವತ್ತು ವರ್ಷಗಳ ಹಿಂದೆ ಚಿಕಿತ್ಸೆ ನೀಡಿರುವುದನ್ನು ನೆನಪಿಸಿಕೊಂಡರು. ಅವರು ನನ್ನೊಂದಿಗೆ ಎಷ್ಟು ಒಳ್ಳೆಯದಾಗಿ ನಡೆದುಕೊಂಡಿದ್ದರೆಂದರೆ ನನ್ನ ಕೈ ಇನ್ನೂ ಮೊಂಡಾಗಿರುವುದನ್ನು ಅವರ ಮುಂದೆ ಪ್ರಸ್ತಾಪಿಸಲು ನಾನು ಹಿಂಜರಿದೆ.

ನಾನು ನಿಜವಾಗಿಯೂ ಭೂಮಿಯ ಮನುಷ್ಯ. ನನಗೆ ನೆಲ ಬಿಟ್ಟು ವಾಹನದಲ್ಲಿ ಚಲಿಸುವುದು ಎಂದಿಗೂ ಸುಲಭವೆನಿಸಿಲ್ಲ. ಹೀಗಾಗಿ ಬದುಕಿನುದ್ದಕ್ಕೂ ನಾನು ಕಾಲ್ನಡಿಗೆಯ ಮನುಷ್ಯನಾಗಿಯೇ ಉಳಿದಿದ್ದೇನೆ. ವಿಮಾನದಲ್ಲಿ, ರೈಲಿನಲ್ಲಿ ಅಷ್ಟೇ ಯಾಕೆ ಲಿಫ್ಟ್ ನಲ್ಲಿಯೂ ನನಗೆ ಭಯವಾಗುವುದುಂಟು.

ಅಪ್ಪಾ, ನಿಮಗೆ ಆ ಪ್ರಸಂಗ ನೆನಪಿರಬಹುದಲ್ಲ? ಆಗ ನನಗೆ ನಾಲ್ಕು ಅಥವಾ ಐದು ವರ್ಷವಿರಬೇಕು. ನೀವು ನನ್ನನ್ನು ಗಲ್ಫ್ ಆಫ್ ಕಚ್‌ನಲ್ಲಿ ಅರಬ್ ಹಡಗಿನಲ್ಲಿ ತಿರುಗಾಡಿಸಲು ಕರೆದುಕೊಂಡು ಹೋಗಿದ್ದಿರಿ. ಹಡಗು ವಾಲುತ್ತಾ ತೇಲುತ್ತಾ ಮುಂದೆ ಸಾಗುತ್ತಿದ್ದರೆ, ಐದೇ ನಿಮಿಷದಲ್ಲಿ ನನ್ನ ಹೆದರಿಕೆ ಹೆಚ್ಚುತ್ತಾ ಹೋಯಿತು. ನಾನು ಭಯದಿಂದ ಎಷ್ಟು ಬೊಬ್ಬೆ ಹಾಕಿದ್ದೆನೆಂದರೆ ಅವರು ದೋಣಿಯಲ್ಲಿ ಕುಳ್ಳಿರಿಸಿ ನನ್ನನ್ನು ಹಿಂದೆ ಕರೆದುಕೊಂಡು ಬರಬೇಕಾಗಿ ಬಂದಿತ್ತು. ಆ ಹುಟ್ಟು ಹಾಕುವ ದೋಣಿ ಪ್ರಯಾಣವೂ ಸುಖಕರವಾಗಿತ್ತು ಎಂದು ಹೇಳುವ ಹಾಗಿಲ್ಲ.

ಒಮ್ಮೆ ಅಮ್ಮ ನನ್ನನ್ನು ತನ್ನೊಂದಿಗೆ ನಾಲ್ಕು ರೆಕ್ಕೆಗಳುಳ್ಳ ವಿಮಾನದಲ್ಲಿ

ಕೊಂಡೊಯ್ಯಲು ನಿರ್ಧರಿಸಿದ್ದರು. ಅದು ಟೈಗರ್ ಮೋತ್ ಇರಬೇಕು. ಅದರ ಚಿತ್ರ ನನ್ನಲ್ಲಿ ಎಲ್ಲಿಯೋ ಇರಬೇಕು. ಅದು ಹೇಗಿತ್ತೆಂದರೆ ಮೊದಲ ಮಹಾಯುದ್ಧದಲ್ಲಿ ಅದನ್ನು ಆಗಸದಿಂದ ಕೆಳಗೆ ಬೀಳಿಸಲು ಹೆಚ್ಚಿನ ನೆರವಿನ ಅಗತ್ಯ ಬೀಳಲಿಲ್ಲ. ಅದನ್ನು ಮನೆಯಲ್ಲಿಯೇ ತಯಾರಿಸಬಹುದಿತ್ತು ಎಂದು ಕಾಣುತ್ತದೆ. ಅದೇನೇ ಇರಲಿ, ಈ ವಿಮಾನದಲ್ಲಿಯೂ ನಾನು ಕೈಕಾಲು ಬಡಿದು ಕಿರಿಚಾಡಿದೆ. ಪಾಪ ಆ ಪೈಲಟ್ ಬೇರೆ ವಿಧಿಯಿಲ್ಲದೆ ನಿಲ್ದಾಣದಲ್ಲಿಯೇ ಸುತ್ತು ಹೊಡೆದು ಮೊದಲ ಅವಕಾಶದಲ್ಲಿಯೇ ನನ್ನನ್ನು ಇಳಿಸಿಬಿಟ್ಟಿದ್ದ. ಕೆಲವು ತಿಂಗಳು ಕಳೆದ ಬಳಿಕ ಅದೇ ವಿಮಾನ ಅದೇ ಪೈಲಟ್ ನೊಂದಿಗೆ ಅಪಘಾತಕ್ಕೆ ಒಳಗಾಗಿತ್ತು. ಇದರಿಂದ ನೆಲದಲ್ಲಿ ಚಲಿಸದ ವಾಹನಗಳ ಕುರಿತು ನನ್ನ ಹೆದರಿಕೆ ಇನ್ನೂ ಹೆಚ್ಚಾಗಿತ್ತು.

ಸೊಮಿಯ ಕುರಿತು ಹೇಳುವುದಾದರೆ, ನನ್ನ ಸ್ನೇಹಿತರಲ್ಲಿ ಅವನು ಬೆಳೆದು ದೊಡ್ಡವನಾದ ಬಳಿಕ ನಾನು ಅವನನ್ನು ನೋಡಲೇ ಇಲ್ಲ. ಹೀಗಾಗಿ ನನ್ನ ನೆನಪಿನಲ್ಲಿ ಅವನು ಅದೇ ವಯಸ್ಸಿನ, ಚುರುಕಾದ ಅಸೀಮ ಪ್ರೀತಿಯ ಸ್ನೇಹಿತನಾಗಿಯೇ ಉಳಿದಿದ್ದಾನೆ. ಕೆಲವೊಮ್ಮೆ ಬಾಲ್ಯದ ಸ್ನೇಹಿತರನ್ನು ಬಹುಕಾಲದ ಬಳಿಕ ಭೇಟಿಯಾಗುವುದು ನಿರಾಶಾಜನಕವಾಗಬಹುದು. ಇಷ್ಟವಾಗದೆಯೂ ಇರಬಹುದು. ಆ ಭೇಟಿ ಬರೀ ಬದುಕಿ ಉಳಿದುದರ ಗುರುತಾಗಿರುತ್ತದೆ. ಯಶಸ್ಸಂತೂ ಇನ್ನೂ ಹೆಚ್ಚು ವಿರೂಪಗೊಳಿಸುವಂತಹದು. ವೃತ್ತಿಯಲ್ಲಿ ಅತ್ಯುನ್ನತ ಸ್ಥಾನ ಹೊಂದಿದವರು ಅಥವಾ ಅಧಿಕಾರದ ಔನ್ನತ್ಯವನ್ನು ಕಂಡವರು, ಅದಕ್ಕೆ ಭೌತಿಕವಾಗಿ ಹಾಗೂ ಆಧ್ಯಾತ್ಮಿಕವಾಗಿ ಅಪಾರ ಬೆಲೆ ಕೊಡಬೇಕಾಗಿ ಬರುತ್ತದೆ. ಅದು ಸವಕಲು ಮಾತಾಗಿ ಕಾಣಬಹುದು. ಆದರೆ ಹಣದಿಂದ ಉತ್ತಮ ಆರೋಗ್ಯವನ್ನು ಅಥವಾ ಮನಸ್ಸಿನ ನೆಮ್ಮದಿಯನ್ನು – ವಿಶೇಷವಾಗಿ ಕೊನೆಯದನ್ನು ಖರೀದಿಸಲಾಗುವುದಿಲ್ಲ. ನೀವು ಉತ್ತಮ ಹವಾಮಾನದ ಹುಡುಕಾಟದಲ್ಲಿ ಅಥವಾ ಉತ್ತಮ ಚಿಕಿತ್ಸೆಗಾಗಿ ವಿಶ್ವದ ಕೊನೆಯವರೆಗೂ ಹಾರಿ ಹೋಗಬಹುದು. ಹಾರುತ್ತಲೇ ಇರಬೇಕಾಗಿಯೂ ಬರಬಹುದು! ಬಡತನ ಉದಾತ್ತನಾಗಿಸದೇ ಇರಬಹುದು. ಅದು ಬಡತನಕ್ಕೆ ಅಸಾಧ್ಯವೂ ಹೌದು. ಆದರೆ ಬಡತನ ನಿಮಗೆ ಪ್ರತಿಯೊಂದು ನಿಯಮವನ್ನು ಪಾಲಿಸಲು ಕಲಿಸುತ್ತದೆ.

ನಾನು ಆಗಾಗ ಸೊಮಿಯ ಕನಸು ಕಾಣುತ್ತಿರುತ್ತೇನೆ. ಕಳೆದ ನಲ್ವತ್ತು ವರ್ಷಗಳಿಂದ ನಾನು ಕಾಣುತ್ತಿರುವ ಈ ಕನಸು ಯಾವಾಗಲೂ ಒಂದೇ ರೀತಿಯದ್ದಾಗಿದೆ. ನಾವು ಡೆಬ್ರಾದ ಹಳೆಯ ಕವಾಯತು ಬಯಲಿನ ಜಾತ್ರೆ

ನಡೆಯುವ ತಾಣದಲ್ಲಿ ಭೇಟಿಯಾಗುತ್ತೇವೆ. ಹಿಂದೆ ಇದು ಉತ್ತಮ ಸ್ಥಿತಿಯಲ್ಲಿತ್ತು. ಕನಸಿನಲ್ಲಿ ನಾನು ಬೆಳೆದ ಗಂಡಸಾಗಿದ್ದರೆ ಅವನು ಇನ್ನೂ ಹುಡುಗನಾಗಿರುತ್ತಾನೆ. ನಾವು ಅಲ್ಲಿ ಸುತ್ತಾಡುತ್ತೇವೆ. ಅಲ್ಲಿಯ ಪರಿಸರವನ್ನು ಆಸ್ವಾದಿಸುತ್ತೇವೆ. ಕನಸು ಮುಗಿದಾಗ ನಾವಿನ್ನೂ ಅದೇ ಜಾಗದಲ್ಲಿ ಇರುತ್ತೇವೆ. ಪ್ರಾಯಶಃ ಆ ತಾಣ ಸ್ವರ್ಗವನ್ನು ಪ್ರತಿನಿಧಿಸುತ್ತಿರಬಹುದು.

ಸ್ವರ್ಗ. ಅದೇ ನಿಜವಾದ ಸ್ವರ್ಗವೇ?– ಪರಿಪೂರ್ಣ ತಾಣ, ಪರಿಪೂರ್ಣ ಸಂಗಾತಿಯೊಂದಿಗೆ? ಅಪ್ಪಾ, ನಾನು ಮತ್ತು ನೀವು ಮತ್ತೊಮ್ಮೆ ಭೇಟಿಯಾದರೆ ನೀವು ಅದೇ ರೀತಿ ಕಾಣಬಹುದೇ ನಾನು ಸಣ್ಣ ಹುಡುಗನಾಗಿರುತ್ತೇನೆಯೇ ಅಥವಾ ಮುದುಕನಾಗಿರುತ್ತೇನೆ?

ನಿಮ್ಮ ಕುರಿತಾದ ನನ್ನ ಕನಸಿನಲ್ಲಿ ನಾನು ನಿಮ್ಮನ್ನು ನಿಬಿಡ ರಸ್ತೆಯಲ್ಲಿ ಭೇಟಿಯಾಗುತ್ತೇನೆ. ಅದೂ ಬಹಳ ವರ್ಷಗಳ ಬಳಿಕ. ನೀವು ಅದೇ ಹಳೆಯ ಪ್ರೀತಿಯಿಂದ ನನ್ನನ್ನು ಸ್ವಾಗತಿಸುತ್ತೀರಿ. ಆದರೆ ಇಷ್ಟು ವರ್ಷಗಳ ಕಾಲ ನೀವು ಇದ್ದದ್ದು ಎಲ್ಲಿ ಅಪ್ಪಾಜಿ? ಯಾವುದೋ ಬೇರೆ ಗುರಿಯಲ್ಲಿ ಚಲಿಸುವ ಪ್ರಯಾಣಿಕರಾಗಿ, ಪ್ರಾಯಶಃ ನಾನು ಹೇಗಿರುವೆನೆಂದು ನೋಡುವುದಕ್ಕಾಗಿಯೇ ಆಗಾಗ ಮರಳಿ ಬರುತ್ತೀರಲ್ಲ.

ರಸ್ಕಿನ್ ಬಾಂಡ್

✤

ನಮ್ಮ ಬಹು ದೊಡ್ಡ ಪಲಾಯನ

ಆ ಚಳಿಗಾಲದಲ್ಲಿ ನಾನು ಒಂಟಿಯಾಗಿದ್ದೆ. ಆಗ ನನ್ನ ವಯಸ್ಸು ಹದಿನಾಲ್ಕು ವರ್ಷ. ರಜೆಯ ಮೊದಲ ಕೆಲವು ವಾರಗಳನ್ನು ನಾನು ಅಮ್ಮ ಮತ್ತು ಮಲತಂದೆಯವರ ಜೊತೆಯಲ್ಲಿ ಡೆಹರಾದಲ್ಲಿ ಕಳೆದಿದ್ದೆ. ಆಮೇಲೆ ಅವರು ದೆಹಲಿಗೆ ತೆರಳಿದರು. ನಾನೊಬ್ಬನೇ ಹಿಂದೆ ಉಳಿದೆ. ನನ್ನ ಆವಶ್ಯಕತೆಗಳನ್ನು ನೋಡಿಕೊಳ್ಳುವ ಆಳುಗಳಿದ್ದರು ನಿಜ, ಆದರೆ ನನಗೆ ಜೊತೆ ನೀಡಲು ಯಾರೂ ಇರಲಿಲ್ಲ. ನಾನು ಮುಂಜಾನೆ ಬೆಟ್ಟಗಳ ಹಾದಿ ಹಿಡಿದು ಸುತ್ತಾಡುತ್ತಿದ್ದೆ. ಆಮೇಲೆ ಮನೆಗೆ ಬಂದು ಊಟ ಮುಗಿಸಿ ಸ್ವಲ್ಪ ಓದುತ್ತಿದ್ದೆ. ಆಮೇಲೆ ಮತ್ತೆ ಸುತ್ತಾಡಲು ಹೋಗಿ ರಾತ್ರಿಯೂಟದ ಸಮಯಕ್ಕೆ ಸರಿಯಾಗಿ ಹಿಂತಿರುಗಿ ಬರುತ್ತಿದ್ದೆ. ಕೆಲವೊಮ್ಮೆ ನಾನು ನನ್ನ ತಾತನ ಮನೆಯವರೆಗೆ ನಡೆದುಕೊಂಡು ಹೋಗುತ್ತಿದ್ದೆ. ಆದರೆ ಈಗ ಆ ಮನೆಯಲ್ಲಿ ನನಗೆ ಪರಿಚಯವಿಲ್ಲದವರು ವಾಸವಾಗಿದ್ದರಿಂದ ಅದು ನನಗೆ ವಿಭಿನ್ನವಾಗಿ ಕಾಣುತ್ತಿತ್ತು.

ಮೂರು ತಿಂಗಳ ಚಳಿಗಾಲದ ರಜೆ ಮುಗಿಯಿತು. ನಾನು ಶಿಮ್ಲಾದ ನನ್ನ ವಸತಿ ಶಾಲೆಗೆ ಹಿಂತಿರುಗಲು ಕಾತುರನಾಗಿದ್ದೆ.

ಶಾಲೆಯಲ್ಲಿ ನನಗೆ ಬಹಳ ಮಂದಿ ಸ್ನೇಹಿತರಿದ್ದರು ಎಂದಲ್ಲ. ನನಗೆ ಒಬ್ಬ ಸ್ನೇಹಿತನ ಆವಶ್ಯಕತೆ ಇತ್ತು. ಆದರೆ ಅಲ್ಲಿರುವ ರೌಡಿ ಗುಂಪಿನಲ್ಲಿ ನನಗೆ ಬೇಕಾಗಿರುವ ಸ್ನೇಹಿತನನ್ನು ಕಂಡುಕೊಳ್ಳುವುದು ಸುಲಭವಾಗಿರಲಿಲ್ಲ. ಅವರೆಲ್ಲ ಪೇಟ್ಲೆಗೆ ಬೀಜ ಹಾಕಿ ಸಿಡಿಸುವ, ಡೆಸ್ಕಿನ ಮೇಲೆ ತಮ್ಮ ಹೆಸರನ್ನು ಕೆತ್ತುವ, ಶಿಕ್ಷಕರ ಮೇಜಿಗೆ ಚ್ಯೂಯಿಂಗ್ ಗಮ್ ಅಂಟಿಸುವ ಎಂಟನೆಯ ತರಗತಿಯ ತರಲೆ ಮಕ್ಕಳು. ನಾನು ಬೇರೆ ಮಕ್ಕಳೊಂದಿಗೆ ಬೆಳೆದಿದ್ದರೆ ಇದೇ ರೀತಿ ಶಾಲಾ ಹುಡುಗರ ಉಡಾಳತನವನ್ನು ಮೈಗೂಡಿಸುತ್ತಿದ್ದೇನೋ ಏನೋ. ಆದರೆ ನನ್ನ ಅಮ್ಮನಿಂದ ದೂರವಾದ ಬಳಿಕ ನಾನು ಒಂಟಿಯಾಗಿದ್ದ ತಂದೆಯವರಿಗೆ ಜೊತೆ

ನೀಡುತ್ತಾ, ಸಮೀಪದ ಬಂಧುಗಳ ಸಂಪರ್ಕವಿಲ್ಲದೆ ಅಪ್ರಾಪ್ತವಯಸ್ಸಿನಲ್ಲಿಯೇ ಪ್ರಬುದ್ಧನಾಗಿದ್ದೆ.

ಎಂಟನೆಯ ತರಗತಿಯಲ್ಲಿ ಒಂದು ತಿಂಗಳು ಕಳೆದ ಬಳಿಕ ಹೊಸ ಹುಡುಗನೊಬ್ಬ ನನ್ನ ಗಮನವನ್ನು ಸೆಳೆದ. ಅವನ ಹೆಸರು ಒಮರ್. ಅವನು ತನ್ನ ಪಾಡಿಗೆ ಇರುತ್ತಿದ್ದ. ಬೇರೆ ಹುಡುಗರು ಸರ್ಕಸ್ಸಿನ ಮಾರ್ಕ್ಸ್ ಸಹೋದರರನ್ನು ಅನುಕರಣೆ ಮಾಡುತ್ತಿದ್ದರೆ ಅವನು ಅದರಲ್ಲಿ ಭಾಗಿಯಾಗುತ್ತಿರಲಿಲ್ಲ. ಹಾಗೆಂದು ಈ ಉಡಾಳತನವನ್ನು ಅವನು ದ್ವೇಷಿಸುತ್ತಿರಲಿಲ್ಲ. ಅದರಲ್ಲಿ ಪಾಲುಗೊಳ್ಳುವ ಪ್ರಯತ್ನವನ್ನೂ ನಡೆಸುತ್ತಿರಲಿಲ್ಲ. ಒಮ್ಮೆ ನಾನು ಅವನನ್ನು ನೋಡುತ್ತಿರುವುದನ್ನು ಗಮನಿಸಿ ಅವನು ವಿಷಾದ ಭಾವದಿಂದ ನನ್ನತ್ತ ನಗು ಬೀರಿದ. ಈ ತರಗತಿಯಲ್ಲಿ ಮತ್ತೊಬ್ಬ ಪ್ರಬುದ್ಧನಿರಬಹುದೇ? ತನ್ನ ವಯಸ್ಸಿಗಿಂತ ತುಸು ಹೆಚ್ಚು ಮಾಗಿದವನು?

ನಾವು ಪರಸ್ಪರ ಮಾತುಕತೆ ಪ್ರಾರಂಭಿಸುವ ಮೊದಲೇ, ಭೇಟಿಯಾದಾಗಲೆಲ್ಲಾ ಒಮರ್ ಮತ್ತು ನಾನು ಪರಸ್ಪರ ಪರಿಚಯವಿದ್ದ ಹಾಗೆ ಗೌರವಪೂರ್ವಕವಾಗಿ ತಲೆಯಾಡಿಸಲು ಪ್ರಾರಂಭಿಸಿದೆವು. ನಾವು ತರಗತಿಯ ಮೊಗಸಾಲೆಯಲ್ಲಿ ಅಥವಾ ಊಟದ ಮನೆಯ ಪರಿಸರದಲ್ಲಿ ಅಥವಾ ಮಲಗುವ ಕೋಣೆಯಲ್ಲಿ ಮುಖಾಮುಖಿಯಾಗುತ್ತಿದ್ದೆವು. ನಮ್ಮ ವಾಸದ ಮನೆಗಳು ಬೇರೆ ಬೇರೆಯಾಗಿದ್ದವು. ಅಲ್ಲಿಯ ನಿಯಮಗಳು ಬೇರೆಯದಾಗಿ ಇರುತ್ತಿದ್ದವು. ಒಂದು ಮನೆಯ ಸದಸ್ಯನೊಂದಿಗೆ ಬೇರೆ ಮನೆಯ ಸದಸ್ಯ ಬೆರೆಯುವ ಹಾಗಿರಲಿಲ್ಲ. ಈ ರೀತಿಯ ಸಾರ್ವಜನಿಕ ಶಾಲೆಗಳಿಗೆ ನಿಮ್ಮನ್ನು ಪ್ರತ್ಯೇಕ ಜಾಗಗಳಲ್ಲಿ ಇಟ್ಟುಕೊಳ್ಳುವುದು ಚೆನ್ನಾಗಿ ಗೊತ್ತಿತ್ತು. ಹಾಗಿದ್ದರೂ ನಾನು ಮತ್ತು ಒಮರ್ ಶಾಲೆಯ ಹಂಗಾಮಿ ಹಾಕಿ ತಂಡಕ್ಕೆ ಆಯ್ಕೆಗೊಂಡಾಗ ನಮ್ಮ ನಡುವಿನ ತಡೆಗಳು ಮಾಯವಾದವು. ಒಮರ್ಗೆ ಬಾಲ್ ತಡೆಯುವ 'ಫುಲ್ ಬ್ಯಾಕ್' ಸ್ಥಾನ ನೀಡಿದರೆ, ನಾನು ಗೋಲಕೀಪರ್ ಆಗಿದ್ದೆ.

ಸಾಮಾನ್ಯವಾಗಿ ಮಿತಭಾಷಿಯಾಗಿದ್ದ ಒಮರ್ ಈಗ ನನ್ನೊಂದಿಗೆ ಆಗಾಗ ಮಾತನಾಡುತ್ತಿದ್ದ. ನಾವು ಆಟದ ಬಯಲಿನಲ್ಲಿ ಪರಸ್ಪರ ಚೆನ್ನಾಗಿ ಹೊಂದಿಕೊಂಡೆವು. ಗೋಲಕೀಪರ್ ಮತ್ತು ಫುಲ್ ಬ್ಯಾಕ್ ನಡುವೆ ಉತ್ತಮ ತಿಳಿವಳಿಕೆ ಇರಬೇಕಾಗುತ್ತದೆ. ನಮ್ಮಿಬ್ಬರ ನಡೆಗಳು ಸಮಾನವಾಗಿದ್ದವು. ಅವನ ನಡೆಗಳು ನನಗೆ ನಿರೀಕ್ಷಿತವಾಗಿದ್ದರೆ, ಅವನಿಗೆ ನನ್ನ ನಡೆಗಳು ಚೆನ್ನಾಗಿ ಗೊತ್ತಾಗುತ್ತಿದ್ದವು. ಕೆಲವು ವರ್ಷಗಳ ಬಳಿಕ ನಾನು ಕೊನ್ರಾಡನ 'ದಿ ಸೀಕ್ರೆಟ್ ಶೇರರ್' ಓದುವಾಗ ಒಮರನನ್ನು ನೆನಪಿಸಿಕೊಂಡೆ.

ನಾವು ಶಾಲೆ, ತರಗತಿ ಮತ್ತು ಮಲಗುವ ಕೋಣೆಯ ವ್ಯಾಪ್ತಿಯಿಂದ ಹೊರಗೆ

ಹೋದ ಬಳಿಕವೇ ನಮ್ಮ ಸ್ನೇಹ ಬೆಳೆಯಿತು. ಹಾಕಿ ಟೀಮ್ ಮತ್ತೊಂದು ಬೆಟ್ಟ ಪ್ರದೇಶವಾಗಿರುವ ಸನವರ್ಗೆ ಪ್ರಯಾಣ ಬೆಳೆಸಿತು. ಅಲ್ಲಿ ನಾವು ನಮ್ಮ ಹಳೆಯ ವೈರಿಗಳಾದ ಲಾರೆನ್ಸ್ ರಾಯಲ್ ಮಿಲಿಟ್ರಿ ಶಾಲೆಯ ತಂಡದ ಜೊತೆಯಲ್ಲಿ ಎರಡು ಪಂದ್ಯಗಳನ್ನು ಆಡಲಿದ್ದೆವು. ಅದು ನನ್ನ ತಂದೆ ಕಲಿತ ಶಾಲೆ. ನನಗೆ ಅಲ್ಲಿಯ ಕ್ರೀಡಾ ಬಯಲನ್ನು ನೋಡುವ, ಅಲ್ಲಿಯ ತರಗತಿ ಕೋಣೆಗಳಿಗೆ ದೃಷ್ಟಿ ಹಾಯಿಸುವ ಕುತೂಹಲವಿತ್ತು.

ಸನವರ್ ಭೇಟಿಯಲ್ಲಿ ನಾನು ಮತ್ತು ಒಮರ್ ಬಹಳ ಸುತ್ತಾಡಿದೆವು. ನಾವು ಆ ಶಾಲೆಯ ಮಕ್ಕಳಾಗಿರದೆ ಅತಿಥಿಗಳಾಗಿದ್ದುದರಿಂದ, ನಮ್ಮ ಬಿಡು ಸಮಯದಲ್ಲಿ ಶಾಲೆಯ ಆವರಣದ ಒಳಗೆ ಕಾಲಾಡಿಸುತ್ತಾ ನಮ್ಮ ವೈಯಕ್ತಿಕ ವಿವರಗಳನ್ನು, ನಮ್ಮ ಬದುಕಿನ ಕತೆಯನ್ನು ಹಂಚಿಕೊಳ್ಳಲು ಅಲ್ಲಿ ಯಾವ ತಡೆಯೂ ಇರಲಿಲ್ಲ. ಒಮರ್ ಕೂಡ ತನ್ನ ತಂದೆಯನ್ನು ಕಳೆದುಕೊಂಡಿದ್ದ- ಅದನ್ನು ನಾನು ಮೊದಲೇ ಊಹಿಸಿದ್ದೆನೇ? ಅವನ ತಂದೆ ಪೇಶಾವರದ ಆಚೆಗಿನ ನ್ಯಾಯಾಬಾಹಿರ ಭೂ ಸಮುದಾಯದಿಂದ ಬಂದವನು. ಅವನನ್ನು ಗಡಿಯಲ್ಲಿ ಯಾವುದೋ ಬುಡಕಟ್ಟು ಗಲಭೆಯಲ್ಲಿ ಗುಂಡಿಕ್ಕಿ ಕೊಲ್ಲಲಾಗಿತ್ತು. ಈಗ ಒಮರನ ಶಿಕ್ಷಣದ ಜವಾಬ್ದಾರಿಯನ್ನು ಅವನ ಶ್ರೀಮಂತ ಚಿಕ್ಕಪ್ಪ ನೋಡಿಕೊಳ್ಳುತ್ತಿದ್ದರು.

ನಾವು ಶಾಲೆಯ ಪ್ರಾರ್ಥನಾ ಮಂದಿರದಲ್ಲಿ ಸುತ್ತಾಡಿದೆವು. ಅಲ್ಲಿ ನನ್ನ ತಂದೆಯವರ ಹೆಸರು ಕಂಡಿತು–ಎ.ಎ.ಬಾಂಡ್. ಅದು ಎರಡನೆಯ ಮಹಾಯುದ್ಧದಲ್ಲಿ ಸೇವೆ ಸಲ್ಲಿಸುತ್ತಿರುವಾಗ ಜೀವ ಕಳೆದುಕೊಂಡ ಶಾಲೆಯ ಹಳೆಹುಡುಗರಿಗೆ ಗೌರವ ಸೂಚಿಸುವ ಪಟ್ಟಿಯಲ್ಲಿತ್ತು.

"ಅವರ ಹೆಸರಿನಲ್ಲಿ ಎ.ಎ. ಎಂದರೇನು?" ಒಮರ್ ಕೇಳಿದ.

"ಆಬ್ರೆ ಅಲೆಕ್ಸಾಂಡರ್"

"ವಿಚಿತ್ರ ಹೆಸರು. ನಿನ್ನ ಹೆಸರು ಕೂಡ ಹಾಗೆ ಇದೆ. ನಿನ್ನ ಹೆತ್ತವರು ನಿನ್ನನ್ನು 'ರಸ್ಟಿ' ಎಂದು ಯಾಕೆ ಕರೆಯುತ್ತಿದ್ದರು?"

"ನನಗೆ ಸರಿಯಾಗಿ ಗೊತ್ತಿಲ್ಲ."

ನಾನು ಬರೆಯುತ್ತಿರುವ ಗ್ರಂಥದ ಕುರಿತು ಅವನಿಗೆ ಹೇಳಿದೆ. ಅದು ನನ್ನ ಮೊದಲ ಗ್ರಂಥ. ಅದರ ಶೀರ್ಷಿಕೆ 'ನೈನ್ ಮಂಥ್ಸ್'. (ಶಾಲೆಯ ಶೈಕ್ಷಣಿಕ ಅವಧಿಯದು ಗರ್ಭಧಾರಣೆಯದ್ದಲ್ಲ.) ಅದರಲ್ಲಿ ಶಾಲೆಯಲ್ಲಿ ನಡೆಯುವ ಕೆಲವು ಘಟನೆಗಳನ್ನು ವಿವರಿಸಲಾಗಿದೆ. ಕೆಲವು ಶಿಕ್ಷಕರ ಕುಚೋದ್ಯ ಮಾಡಲಾಗಿದೆ. ನನ್ನ ಅಪ್ರಬುದ್ಧ ಸಾಹಿತ್ಯ ಯೋಜನೆಯ ಈ ವಿವರಗಳನ್ನೆಲ್ಲಾ ಮೂರು ಖಾಲಿ

ಪುಸ್ತಕಗಳಲ್ಲಿ ಬರೆದು ತುಂಬಿಸಿದ್ದೆ. ಅದನ್ನು ಓದಲು ನಾನು ಒಮರನಿಗೆ ಅವಕಾಶ ಮಾಡಿಕೊಟ್ಟೆ. ಪ್ರಾಯಶಃ ಅವನೇ ನನ್ನ ಮೊದಲ ಓದುಗ ಮತ್ತು ವಿಮರ್ಶಕನಾಗಿರಬೇಕು.

"ಇದು ಬಹಳ ಆಸಕ್ತಿದಾಯಕವಾಗಿದೆ. ಆದರೆ ಬೇರೆಯವರ ಕೈಗೆ ಸಿಕ್ಕಿದರೆ, ಅದೂ ವಿಶೇಷವಾಗಿ ಮಿಸ್ಟರ್ ಫಿಶರ್ ಕೈಗೆ ಸಿಕ್ಕಿದರೆ ನಿನಗೆ ತೊಂದರೆಯಾಗುವುದು ಖಚಿತ."

ಅದು ಶ್ರೇಷ್ಠ ಸಾಹಿತ್ಯವಾಗಿರಲಿಲ್ಲವೆಂದು ನಾನು ಹೇಳಬಲ್ಲೆ. ನಾನು ಹಾಕಿ ಮತ್ತು ಫುಟ್‌ಬಾಲ್‌ನಲ್ಲಿ ಸಾಕಷ್ಟು ನುರಿತನಾಗಿದ್ದೆ. ನಾನು ಕೆಲವು ಅತ್ಯುತ್ಕೃಷ್ಟ ನಡೆಗಳನ್ನು ಪ್ರದರ್ಶಿಸಿದೆ. ನಾವು ಸನವರ್ ವಿರುದ್ಧ ಪಂದ್ಯವನ್ನು ಗೆದ್ದೆವು. ನಾವು ಶಿಮ್ಲಾಗೆ ಮರಳಿ ಬಂದ ಬಳಿಕ ಕೆಲವು ದಿನಗಳವರೆಗೆ ಶಾಲೆಯ ಹೀರೋಗಳಾಗಿದ್ದೆವು. ನಮ್ಮ ಕೆಲವು ಸಂಕೋಚವನ್ನು ಕಳೆದುಕೊಂಡೆವು ಮತ್ತು ಇತರ ಹುಡುಗರೊಂದಿಗೆ ಸ್ವಲ್ಪ ಮಟ್ಟಿಗೆ ಸಂಪರ್ಕ ಸಾಧಿಸಿದೆವು. ಇಷ್ಟಾಗುವಾಗ ನಮ್ಮ ವಸತಿಯನ್ನು ನೋಡಿಕೊಳ್ಳುತ್ತಿದ್ದ ಮಿಸ್ಟರ್ ಫಿಶರ್ ನನ್ನ ಹಾಸಿಗೆಯ ಕೆಳಗೆ ನನ್ನ ಬೃಹತ್ ಸಾಹಿತ್ಯ ಕೃತಿ ನೈನ್ ಮಂಥ್ಸ್‌ನ್ನು ಕಂಡು ಹಿಡಿದರು. ಅವರು ಅದನ್ನು ತೆಗೆದುಕೊಂಡು ಹೋಗಿ ಪ್ರತಿ ಪುಟವನ್ನು ಓದಿದರಂತೆ(ಅದನ್ನು ನನಗೆ ಅವರೇ ಹೇಳಿದ್ದು). ಆಗ ಕಠಿಣ ಶಿಕ್ಷೆ ಚಾಲನೆಯಲ್ಲಿ ಇತ್ತು. ನನಗೆ ಮಲಕ್ಕಾದ ಕೋಲಿನಿಂದ ಐದಾರು ಪೆಟ್ಟುಗಳು ಬಿದ್ದವು. ನನ್ನ ಹಸ್ತಪ್ರತಿಯನ್ನು ಹರಿದು ಮಿಸ್ಟರ್ ಫಿಶರ್ ಅವರ ಕಸದ ಬುಟ್ಟಿಗೆ ಎಸೆಯಲಾಯಿತು. ನನ್ನ ಪ್ರಯತ್ನಗಳಿಗೆ ಸಿಕ್ಕಿದ ಪಾರಿತೋಷಕವೆಂದು ಯಾರಿಗಾದರೂ ತೋರಿಸುವುದಿದ್ದರೆ ಅದು ನನ್ನ ಪೃಷ್ಟದ ಮೇಲಿದ್ದ ನೇರಳೆ ಗುದ್ದು ಗಾಯಗಳು. ಆಸಕ್ತರಿಗೆಲ್ಲಾ ನಾನು ಅದನ್ನು ಬಹಳ ಹೆಮ್ಮೆಯಿಂದ ತೋರಿಸುತ್ತಿದ್ದೆ. ಈ ಕಾರಣಕ್ಕಾಗಿ ಮತ್ತೆರಡು ದಿನ ನಾನು ಹೀರೋ ಆಗಿ ಮೆರೆದೆ.

ಒಂದು ದಿನ ಒಮರ್ ನನ್ನಲ್ಲಿ ಕೇಳಿದ, "ಬ್ರಿಟಿಷರು ಭಾರತವನ್ನು ಬಿಟ್ಟು ಹೋದ ಬಳಿಕ ನೀನೂ ಹೊರಟು ಹೋಗುವೆಯಾ?"

"ಇಲ್ಲವೆಂದು ಕಾಣುತ್ತದೆ," ನಾನು ಹೇಳಿದೆ. "ಇಂಗ್ಲೆಂಡಿಗೆ ಮರಳಿ ಹೋಗಲು ಅಲ್ಲಿ ನನ್ನವರು ಯಾರೂ ಇಲ್ಲ. ನನ್ನ ಪೋಷಕರಾದ ಮಿಸ್ಟರ್ ಹ್ಯಾರಿಸನ್ ಅವರಿಗೂ ಮರಳಿ ಹೋಗುವ ಉದ್ದೇಶ ಇಲ್ಲವೆಂದು ತೋರುತ್ತದೆ."

"ನಮ್ಮ ಮುಖಂಡರು ಮತ್ತು ಬ್ರಿಟಿಷರು ದೇಶವನ್ನು ವಿಭಜಿಸಲಿದ್ದಾರೆ ಎಂದು

ಎಲ್ಲರೂ ಹೇಳುತ್ತಿದ್ದಾರೆ. ಶಿಮ್ಲಾ ಭಾರತದಲ್ಲಿ ಇರುತ್ತದೆ, ಪೇಶಾವರ ಪಾಕಿಸ್ತಾನಕ್ಕೆ ಸೇರುತ್ತದೆ."

"ಓ ಹಾಗೇನೂ ನಡೆಯಲಾರದು." ನಾನು ಹಗುರವಾಗಿ ಹೇಳಿದೆ. "ಇಷ್ಟು ದೊಡ್ಡ ದೇಶವನ್ನು ಅವರು ತುಂಡರಿಸುವುದು ಹೇಗೆ?"

ನಾವು ಈ ಸಾಧ್ಯತೆಯ ಕುರಿತು ಮಾತನಾಡುತ್ತಿರುವಾಗಲೇ, ನೆಹರೂ, ಜಿನ್ನಾ ಮತ್ತು ಮೌಂಟಬೆಟನ್ ಮತ್ತು ಇದಕ್ಕೆ ಸಂಬಂಧಿಸಿದವರೆಲ್ಲರೂ ಈ ದೊಡ್ಡ ಶಸ್ತ್ರಚಿಕಿತ್ಸೆಗೆ ತಮ್ಮ ಉಪಕರಣಗಳನ್ನು ಸಿದ್ಧಗೊಳಿಸುತ್ತಿದ್ದರು.

ಅವರ ನಿರ್ಧಾರ ನಮ್ಮ ಹಾಗೂ ಬೇರೆಲ್ಲರ ಬದುಕಿನ ಮೇಲೆ ಪರಿಣಾಮ ಬೀರುವ ಮೊದಲೇ ನಾವು ನಮ್ಮ ಬಿಡುಗಡೆಯ ದಾರಿಯನ್ನು ಕಂಡುಕೊಂಡೆವು. ಮೂರನೆಯ ಕಟ್ಟಡ ಸಮುಚ್ಚಯದ ನೆಲದ ಕೆಳಗೆ ನಮಗೆ ಸುರಂಗವೊಂದು ಕಂಡಿತು. ಅದು ಹಳೆಯ ಚರಂಡಿಯೊಂದರ ಭಾಗ. ನಾನು ಮತ್ತು ಒಮರ್ ಅದರ ಒಳಗೆ ಪ್ರವೇಶಿಸಿ ಅದು ಎಷ್ಟು ದೂರದವರೆಗೆ ಹೋಗಬಹುದೆಂದು ಶೋಧಿಸತೊಡಗಿದೆವು. ಸುಮಾರು ಇಪ್ಪತ್ತು ಅಡಿಗಳವರೆಗೆ ತೆವಳಿ ಸಾಗಿದಾಗ ನಮ್ಮ ಸುತ್ತಲೂ ಕತ್ತಲೆ ಕವಿಯಿತು. ಒಮರನ ಕೈಯಲ್ಲಿ ಚಿಕ್ಕ ಪೆನ್ ಟಾರ್ಚ್ ಇತ್ತು. ಅದರ ಬೆಳಕಿನಲ್ಲಿ ನಾವು ತಡವರಿಸುತ್ತಾ ಮುಂದುವರಿದೆವು. (ಹಿಂದೆ ಹೋಗುವುದು ಅಸಾಧ್ಯವಾಗಿತ್ತು.) ಸ್ವಲ್ಪ ಸಮಯದಲ್ಲಿ ನಮಗೆ ಸುರಂಗದ ಇನ್ನೊಂದು ಬದಿಯಲ್ಲಿ ತುಸು ಬೆಳಕಿನ ಕಿರಣ ಕಂಡಿತು. ಧೂಳು, ಕೊಳೆ, ಜೊಂಡು ತುಂಬಿದ ಸುರಂಗದಿಂದ ನಾವು ಕೊನೆಗೂ ಹುಲ್ಲುಹಾಸನ್ನು ಬಂದು ತಲುಪಿದೆವು. ಅದು ಶಾಲೆಯ ಆವರಣದ ತುಸು ಮುಂಭಾಗದಲ್ಲಿತ್ತು. ಹಿರಿಯರು ನಿರ್ಧರಿಸಿದ ಗಡಿಗಳನ್ನು ಮೀರಿ ಪಲಾಯನ ಮಾಡುವುದು ಯಾವಾಗಲೂ ದೊಡ್ಡ ಸಾಹಸವೇ ಆಗಿರುತ್ತದೆ. ಇಲ್ಲಿ ನಾವು ಅಪರಿಚಿತ ಜಾಗದಲ್ಲಿದ್ದೆವು. ಪಾಸಪೋರ್ಟ್ ಇಲ್ಲದೆ ಪಯಣಿಸುವುದೆಂದರೆ ಬಿಡುಗಡೆಯನ್ನು ಹೊಂದಿದ ಹಾಗೆ!

ಆದರೆ ಇನ್ನೂ ಹೆಚ್ಚಿನ ಪಾಸ್ಪೋರ್ಟ್‌ಗಳು ಮತ್ತು ಇನ್ನೂ ಹೆಚ್ಚಿನ ಗಡಿಗಳು ದಾರಿಯಲ್ಲಿ ಕಾಣಿಸಲಿದ್ದವು.

ನಮ್ಮ ಶಾಲೆಯ ಸ್ಥಾಪಕರ ದಿನಾಚರಣೆಗೆ ವೈಸರಾಯ್ ಮತ್ತು ಗರ್ವನರ್ ಜನರಲ್ ಲಾರ್ಡ್ ಮೌಂಟಬೆಟನ್ ಬಂದು ಬಹುಮಾನಗಳನ್ನು ವಿತರಿಸಿದರು. ನನಗೆ ಯಾವುದೋ ಒಂದು ವಿಷಯಕ್ಕಾಗಿ ಬಹುಮಾನ ಬಂದಿತ್ತು. ನಾನು ಸೂಟುಧಾರಿಯಾಗಿದ್ದ ಈ ಅಜಾನುಬಾಹು ವ್ಯಕ್ತಿಯಿಂದ ಬಹುಮಾನ ಸ್ವೀಕರಿಸಲು ವೇದಿಕೆಯನ್ನು ಹತ್ತಿ ಹೋದೆ. ಆಗ ಬಿಶಪ್ ಕಾಟನ್ ಭಾರತದ

ಪ್ರೀಮಿಯರ್ ಶಾಲೆಯಾಗಿದ್ದು, ಅದನ್ನು 'ಪಶ್ಚಿಮದ ಎರೊನ್' ಎಂಬುದಾಗಿ ಉಲ್ಲೇಖಿಸುತ್ತಿದ್ದರು. ಹಿಂದೆ ಈ ಶಾಲೆಯ ಕಾರ್ಯಕ್ರಮದಲ್ಲಿ ವೈಸರಾಯ್‌ಗಳು ಮತ್ತು ಗರ್ವನರುಗಳು ಪಾಲುಗೊಂಡಿದ್ದರು. ಈ ಶಾಲೆಯಲ್ಲಿ ಕಲಿತವರಲ್ಲಿ ಅನೇಕ ಮಂದಿ ಸಿವಿಲ್ ಸರ್ವಿಸ್ ಮತ್ತು ವಾಯುಸೇನೆಯನ್ನು ಸೇರಿದ್ದರು. ಇಲ್ಲಿಯ 'ಹಳೆ ವಿದ್ಯಾರ್ಥಿ' ಜನರಲ್ ಡಾಯರ್ ಕುರಿತು ಮಾತ್ರ ಯಾರೂ ಬಾಯಿ ತೆರೆಯುತ್ತಿರಲಿಲ್ಲ. ಅಮೃತಸರದಲ್ಲಿ ನರಮೇಧಕ್ಕೆ ಅಪ್ಪಣೆ ನೀಡಿದ ವ್ಯಕ್ತಿ ಜನರಲ್ ಡಾಯರ್. ಅವರು ಬ್ರಿಟನ್ ಮತ್ತು ಭಾರತದ ನಡುವೆ ಬೆಳೆಯುತ್ತಿದ್ದ ವಿಶ್ವಾಸವನ್ನು ನಾಶಪಡಿಸಿದವರೂ ಹೌದು.

ಈಗ ಮೌಂಟಬೆಟನ್ ನಮ್ಮ ಸುತ್ತ ನಡೆಯುತ್ತಿರುವ ಚರಿತ್ರಾರ್ಹ ಘಟನೆಗಳ ಕುರಿತು ಮಾತನಾಡಿದರು. ಯುದ್ಧ ಕೊನೆಗೊಳ್ಳಲಿದೆ, ಜಗತ್ತು ಶಾಂತಿ ಮತ್ತು ಸೌಹಾರ್ದದಲ್ಲಿ ನೆಲೆಸಲಿದೆ ಮತ್ತು ಭಾರತ ಬ್ರಿಟನ್ ನೊಂದಿಗೆ ಸಮಾನ ಪಾಲುದಾರನಾಗಿ ಶ್ರೇಷ್ಠ ದೇಶಗಳಲ್ಲಿ ಒಂದಾಗಲಿದೆ ಎಂಬುದಾಗ ಯುಎನ್ ಆಶ್ವಾಸನೆ ನೀಡಿದೆ ಎಂಬುದಾಗಿ ಅವರು ತಿಳಿಸಿದರು.

ಕೆಲವು ವಾರಗಳು ಕಳೆದ ಬಳಿಕ, ಬಂಗಾಲ ಮತ್ತು ಪಂಜಾಬ್ ಪ್ರಾಂತ್ಯಗಳನ್ನು ಇಬ್ಭಾಗಗೊಳಿಸಲಾಯಿತು. ಉತ್ತರ ಭಾರತದಲ್ಲೆಲ್ಲಾ ದಂಗೆ ಹರಡಿತು. ಹೊಸದಾಗಿ ರೂಪಿಸಲಾದ ಪಾಕಿಸ್ತಾನ ಮತ್ತು ಭಾರತದ ಗಡಿಗಳನ್ನು ದಾಟಿ ಹೋಗುವ ಜನರ ಅಗಾಧ ಸಮೂಹ ವಲಸೆ ನಡೆಯಿತು. ಮನೆಗಳನ್ನು ನಾಶಪಡಿಸಲಾಯಿತು. ಸಾವಿರಾರು ಮಂದಿ ಜೀವ ಕಳೆದುಕೊಂಡರು.

ನಡುಮನೆಯ ರೇಡಿಯೋ ಮತ್ತು ಅಪರೂಪದ ವೃತ್ತಪತ್ರಿಕೆಗಳಿಂದ ನಮಗೆ ವಿದ್ಯಮಾನಗಳ ಮಾಹಿತಿ ದೊರೆಯುತ್ತಿತ್ತು. ಆದರೆ ನಾನು ಮತ್ತು ಒಮರ್ ಹೊರಜಗತ್ತಿನ ಎಲ್ಲ ಕೊಲೆ ಸುಲಿಗೆ ದ್ವೇಷಗಳಿಂದ ಮುಕ್ತರಾಗಿ ನಮ್ಮ ಸುರಂಗದಲ್ಲಿ ಇರುತ್ತಿದ್ದೆವು. ಸುರಂಗದ ಹೊರಗೆ ಶಾಲೆಯ ಕೆಳಭಾಗದಲ್ಲಿರುವ ಪೈನ್ ಮರಗಳ ನಡುವೆ ಹುಲ್ಲು ಬೆಳೆದಿತ್ತು. ಅದರಲ್ಲಿ ಡೇಸಿ ಇತ್ಯಾದಿ ಹೂಗಳು ಅರಳಿದ್ದವು ನಮಗೆ ಮರಕುಟಿಗ ಹಕ್ಕಿಯ ಕುಟ್ಟುವಿಕೆ ಮತ್ತು ದೂರದ ಹಿಮಾಲಯದ ಬಾರ್ಬೆಟ್ ಹಕ್ಕಿಯ ಕೂಗು ಕೇಳಿ ಬರುತ್ತಿತ್ತು. ಅಲ್ಲಿ ನಮ್ಮ ತಂಟೆಗೆ ಬರುವವರು ಯಾರೂ ಇರಲಿಲ್ಲ.

"ಯುದ್ಧಗಳೆಲ್ಲಾ ಮುಗಿದ ಬಳಿಕವೂ ಚಿಟ್ಟೆಯು ಚೆಲುವಾಗಿಯೇ ಉಳಿಯುವುದು." ನಾನು ಹೇಳಿದೆ.

"ಇದನ್ನು ನೀನು ಬೇರೆ ಎಲ್ಲಿಯಾದರೂ ಓದಿರಬೇಕಲ್ಲ?" ಒಮರ್ ಹೇಳಿದ.

"ಇಲ್ಲ. ಈಗ ತಾನೇ ನನ್ನ ತಲೆಗೆ ಹೊಳೆದ ವಿಚಾರವಿದು."

“ನೀನು ಈಗಾಗಲೇ ಲೇಖಕನಾಗಿರುವೆ.”

“ಇಲ್ಲ ನನಗೆ ಭಾರತದ ಹಾಕಿ ತಂಡದಲ್ಲಿ ಅಥವಾ ಫುಟ್ ಬಾಲ್ ತಂಡದಲ್ಲಿ ಆಡಬೇಕಾಗಿದೆ. ಅದು ವಿಜೇತ ತಂಡಗಳಲ್ಲಿ ಮಾತ್ರ.”

“ನೀನು ಯಾವಾಗಲೂ ಗೆಲುವು ಸಾಧಿಸಲಾರೆ. ಹೀಗಾಗಿ ನೀನು ಲೇಖಕನಾಗುವುದೇ ಉತ್ತಮ.”

ಮುಂಗಾರು ಪ್ರವೇಶಿಸಿತು. ಸುರಂಗದೊಳಗೆ ನೀರು ಕೆಸರು ತುಂಬಿತು. ನಮಗೆ ಲಾರೆನ್ಸ್ ಒಲಿವರ್ ನ ಹ್ಯಾಮ್ಲೆಟ್ ಚಿತ್ರ ನೋಡಲು ಹೊರಗೆ ಕಳುಹಿಸಿದರು. ಚಿತ್ರದ ವೀಕ್ಷಣೆ ಮಳೆಗಾಲದ ಮಂದ ಮಧ್ಯಾಹ್ನದಲ್ಲಿ ನಮ್ಮ ಉತ್ಸಾಹವನ್ನು ಹೆಚ್ಚಿಸಲಿಲ್ಲ. ಆದರೆ ಆ ವರ್ಷ ನಾವು ನೋಡಿದ ಕೊನೆಯ ಚಿತ್ರ ಅದಾಗಿತ್ತು. ಯಾಕೆಂದರೆ ಇದ್ದಕ್ಕಿದ್ದಂತೆ ಶಿಮ್ಲಾದ ಕೆಳಗಿನ ಮಾರುಕಟ್ಟೆಯಲ್ಲಿ ಕೋಮು ಗಲಭೆ ಪ್ರಾರಂಭವಾಯಿತು. ಆ ಪ್ರದೇಶ ಕಿಪ್ಲಿಂಗ್ ಹೇಳುವ ರೀತಿ ‘ಆ ಜಾಗದಲ್ಲಿ ತನ್ನ ದಾರಿಯನ್ನು ಕಂಡುಕೊಳ್ಳಬಹುದಾದ ವ್ಯಕ್ತಿಯು ಭಾರತದ ಬೇಸಿಗೆ ರಾಜಧಾನಿಯ ಪೊಲೀಸರನ್ನು ವಂಚಿಸಬಲ್ಲ’ ಎನ್ನುವ ಹಾಗಿತ್ತು. ನಾವು ಅನಿರ್ದಿಷ್ಟಾವಧಿಗೆ ಶಾಲೆಯಲ್ಲಿ ಬಂಧಿಯಾದೆವು.

ಒಂದು ಬೆಳಗ್ಗೆ ಪ್ರಾರ್ಥನೆ ಮುಗಿದ ಬಳಿಕ ನಮ್ಮ ಮುಖ್ಯೋಪಾಧ್ಯಾಯರು ಹೀಗೆ ಘೋಷಿಸಿದರು: ‘ಈಗಿನ ಪಾಕಿಸ್ತಾನದಲ್ಲಿ ಮನೆ ಇರುವ ಮುಸ್ಲಿಂ ಹುಡುಗರು ತಕ್ಷಣ ಜಾಗ ಖಾಲಿ ಮಾಡಬೇಕು, ಅವರನ್ನು ಸಶಸ್ತ್ರಕಾವಲು ಪಡೆಯೊಂದಿಗೆ ಗಡಿ ದಾಟಿಸಿ ಅವರ ಮನೆಗಳಿಗೆ ತಲುಪಿಸಲಾಗುತ್ತದೆ.’

ನಮ್ಮ ಪಲಾಯನಕ್ಕೆ ಅವಕಾಶ ನೀಡಲಾಗದ ಸ್ಥಿತಿಯಲ್ಲಿ ಸುರಂಗವಿತ್ತು. ಮಾರುಕಟ್ಟೆಯ ಕಡೆಗೆ ಹೋಗುವುದು ಅಸಾಧ್ಯವಾಗಿತ್ತು. ಆಟದ ಬಯಲಿನಲ್ಲಿ ನೀರು ತುಂಬಿ ಅದು ನಿರ್ಜನವಾಗಿತ್ತು. ನಾನು ಮತ್ತು ಒಮರ್ ಒಂದು ಒದ್ದೆಯಾದ ಬೆಂಚಿನಲ್ಲಿ ಕುಳಿತು ಭವಿಷ್ಯದ ಭರವಸೆಯ ಕುರಿತು ಮಾತನಾಡಿ ಕೊಂಡೆವು. ಆದರೆ ನಾವು ಯಾವುದೇ ಸಮಸ್ಯೆಗಳನ್ನು ಪರಿಹರಿಸಿಕೊಳ್ಳಲಿಲ್ಲ. ಎಲ್ಲ ಪರಿಹಾರಗಳನ್ನು ಮೌಂಟಬೆಟನ್, ನೆಹರೂ ಮತ್ತು ಜಿನ್ನಾ ಅವರೇ ನೋಡಿಕೊಳ್ಳುತ್ತಿದ್ದರು.

“ಒಮರ್ ಬಿಟ್ಟು ಹೋಗುವ ಸಮಯ ಸಮೀಪಿಸಿತು. ಅವನ ಜೊತೆಯಲ್ಲಿ ಲಾಹೋರ್, ಪಿಂಡಿ ಮತ್ತು ಪೇಶಾವರದ ಬೇರೆ ಐವತ್ತು ಮಂದಿ ಹುಡುಗರಿದ್ದರು. ಅಲ್ಲಿ ಉಳಿದವರು ನಾವು–ಹಿಂದು, ಕ್ರೈಸ್ತ ಮತ್ತು ಪಾರ್ಸಿಗಳು.

ಅಲ್ಲಿ ಕಾದಿರುವ ಟ್ರಕ್‌ಗಳಲ್ಲಿ ಲಗ್ಗೇಜನ್ನು ತುಂಬಿಸಿಕೊಳ್ಳಲು ನಾವು ಅವರಿಗೆ ಸಹಾಯ ಮಾಡಿದೆವು. ಕೆಲವು ಹುಡುಗರು ದುಃಖ ಸಹಿಸಲಾರದೆ ಅತ್ತರು. ಬಹು ಶಿಸ್ತಿನ ಮತ್ತು ಭಾವನಾತ್ಮಕನಾಗಿರದ ನಮ್ಮ ಶಾಲೆಯ ಕ್ಯಾಪ್ಟನ್ ಪಠಾಣನಾಗಿದ್ದು ಅವನೂ ಬಿಟ್ಟು ಹೋಗುವವನಿದ್ದನು. ಅವನು ಕೂಡ ದುಃಖದಲ್ಲಿದ್ದ. ಒಮರ್ ಉತ್ಸಾಹದಿಂದ ನನಗೆ ಕೈ ಬೀಸಿದ. ನಾನು ಮರಳಿ ಅವನಿಗೆ ಕೈ ಬೀಸಿದೆ. ಮುಂದೆ ಎಂದಾದರೂ ಭೇಟಿಯಾಗುವುದಾಗಿ ನಾವು ಪರಸ್ಪರ ಮಾತು ಕೊಟ್ಟಿದ್ದೆವು.

ಅವರ ಪಡೆ ಸುರಕ್ಷಿತವಾಗಿ ಮುಂದೆ ಸಾಗಿತು. ಆದರೆ ನಮ್ಮ ಶಾಲೆಯ ಅಡುಗೆಯಾತ ಬೆಟ್ಟದ ತಳಭಾಗದ ಕಾಲಿಕಾ ಊರಿನ ಹೊರವಲಯದಲ್ಲಿ ಸುತ್ತಾಡುತ್ತಿರುವಾಗ ಗಲಭೆ ಗುಂಪಿಗೆ ಸಿಕ್ಕಿಹಾಕಿಕೊಂಡ. ಆಮೇಲೆ ಅವನು ಮತ್ತೆ ಯಾರಿಗೂ ಕಾಣಿಸಲಿಲ್ಲ.

ಶೈಕ್ಷಣಿಕ ವರ್ಷ ಮುಗಿಯುವ ಹಂತದಲ್ಲಿ ನಾವೆಲ್ಲರೂ ಶಾಲಾ ರಜೆಗಳನ್ನು ಕಳೆಯಲು ಹೊರಡುವ ಸಿದ್ಧತೆಯಲ್ಲಿದ್ದಾಗ ನನಗೆ ಒಮರನ ಪತ್ರ ಬಂತು. ಅವನು ಅದರಲ್ಲಿ ತನ್ನ ಹೊಸ ಶಾಲೆಯ ಕುರಿತು ಅಲ್ಪಸ್ವಲ್ಪ ಬರೆದಿದ್ದ. ನನ್ನ ಸಾಂಗತ್ಯ, ನಮ್ಮ ಆಟಗಳು ಮತ್ತು ನಮ್ಮ ಬಿಡುಗಡೆಯ ಸುರಂಗವನ್ನು ನಾನು ಮಿಸ್ ಮಾಡುತ್ತಿದ್ದೇನೆ ಎಂಬುದಾಗಿ ಬರೆದಿದ್ದ. ನಾನು ಮಾರುತ್ತರ ಬರೆದು ಅವನಿಗೆ ನನ್ನ ಮನೆಯ ವಿಳಾಸವನ್ನು ನೀಡಿದೆ. ಆದರೆ ಮತ್ತೆ ನನಗೆ ಅವನ ಪತ್ರ ಬರಲಿಲ್ಲ.

ಸುಮಾರು ಹದಿನೇಳು ಅಥವಾ ಹದಿನೆಂಟು ವರ್ಷಗಳ ಬಳಿಕ ನನಗೆ ಒಮರನ ಕುರಿತು ಸುದ್ದಿ ತಿಳಿಯಿತು; ಆದರೆ ಅದು ಬೇರೆ ಸಂದರ್ಭವಾಗಿತ್ತು. ಆಗ ಭಾರತ ಮತ್ತು ಪಾಕಿಸ್ತಾನದ ನಡುವೆ ಯುದ್ಧ ನಡೆಯುತ್ತಿತ್ತು. ಶಿಮ್ಲಾದ ತುಸು ದೂರದಲ್ಲಿರುವ ಅಂಬಾಲಾದ ಮೇಲೆ ಬಾಂಬ್ ದಾಳಿ ನಡೆದಾಗ ಪಾಕಿಸ್ತಾನಿ ವಿಮಾನವೊಂದನ್ನು ಹೊಡೆದು ಉರುಳಿಸಲಾಗಿತ್ತು. ಅದರಲ್ಲಿದ್ದ ವೈಮಾನಿಕ ಸಿಬ್ಬಂದಿಗಳು ಸತ್ತು ಹೋಗಿದ್ದರು. ಅವರಲ್ಲಿ ಒಮರ್ ಒಬ್ಬನಾಗಿದ್ದ ಎಂದು ನನಗೆ ತಡವಾಗಿ ತಿಳಿದು ಬಂತು.

ನಾವು ಹುಡುಗರಾಗಿದ್ದಾಗ ನಮಗೆ ಚಿರಪರಿಚಿತವಾಗಿ ಆಟದ ಮೈದಾನು ಅವನಿಗೆ ಕಾಣಿಸಿತ್ತೇ? ಪ್ರಾಯಶಃ ಬೆಟ್ಟದ ತಳಭಾಗದಲ್ಲಿ ಚಲಿಸುತ್ತಿರುವಾಗ ಅವನಿಗೆ ಶಾಲಾ ದಿನಗಳ ನೆನಪು ಮರುಕಳಿಸಿರಬಹುದು. ನಾವು ಅಲ್ಪಸ್ವಲ್ಪ ಬಿಡುಗಡೆಯನ್ನು ಹೊಂದಲು ಪಲಾಯನ ನಡೆಸುತ್ತಿದ್ದ ಸುರಂಗ ಮಾರ್ಗ ಅವನಿಗೆ ನೆನಪಾಗಿರಬಹುದು.

ಆದರೆ ಆಗಸದಲ್ಲಿ ಸುರಂಗಗಳು ಇರುವುದಿಲ್ಲವಲ್ಲ.

✤

ಓದು ನನ್ನ ಧರ್ಮವಾಗಿತ್ತು

ನನ್ನ ಶಾಲಾ ಶುಲ್ಕವನ್ನು ಆರ್‌ಎಫ್ ಭರಿಸುವ ಆಶ್ವಾಸನೆ ಇದ್ದುದರಿಂದ ನಾನು ಬಿಶಪ್ ಕಾಟನ್ ಶಾಲೆಯಲ್ಲಿ ಮುಂದುವರಿಯುವುದು ಸಾಧ್ಯವಾಗಿತ್ತು. ಶಿಮ್ಲಾದಲ್ಲಿ ನಮಗೆ ದೈವತ್ವದ ಕುರಿತು ಕಲಿಸುತ್ತಿದ್ದ ವೇಲ್ಸ್ ನ ಮಾಜಿ ಮಿಲಿಟ್ರಿ ಯೋಧ ಮಿಸ್ಟರ್ ಜೋನ್ಸ್ ಕರುಣಾಳಾಗಿದ್ದರು. ನಮಗೆ ಬೇರೆ ಯಾವುದೇ ನಿರ್ದಿಷ್ಟ ವಿಷಯವನ್ನು ಕಲಿಸುವ ಶೈಕ್ಷಣಿಕ ಅರ್ಹತೆ ಅವರಿಗೆ ಇರಲಿಲ್ಲ. ಆದರೆ ಉನ್ನತ ಅರ್ಹತೆಯಿದ್ದ ಬಹುತೇಕ ಬೇರೆ ಶಿಕ್ಷಕರಿಗಿಂತ ನಾನು ಅವರಿಂದ ಕಲಿತದ್ದು ಹೆಚ್ಚು ಎಂದು ಹೇಳಬಹುದು. ಅವರು ನನಗೆ ಬೈಬಲ್ ಓದಲು ಅನುವು ಮಾಡಿಕೊಟ್ಟಿದ್ದರು. ಅದು ಕಿಂಗ್ ಜೇಮ್ಸ್ ಆವೃತ್ತಿಯಾಗಿದ್ದು ಅದರ ಶೈಲಿ ತುಂಬಾ ಸರಳವಾಗಿತ್ತು.

ಚಿಕ್ಕ ಹುಡುಗರಿಗೆ ಮಿಸ್ಟರ್ ಜೋನ್ಸ್ ಚೆನ್ನಾಗಿ ಹೊಂದಿಕೊಂಡಿದ್ದರು. ಇದಕ್ಕೆ ಕಾರಣ ಅವರು ಈ ಮಕ್ಕಳಿಗೆ ಎಂದೂ ಶಿಕ್ಷಿಸುತ್ತಿರಲಿಲ್ಲ. ಮೇಷ್ಟ್ರುಗಳಲ್ಲಿ ಶಾರೀರಿಕ ಶಿಕ್ಷೆಯನ್ನು ವಿರೋಧಿಸುತ್ತಿದ್ದವರು ಇವರೊಬ್ಬರೇ. ಹುಡುಗರ ತಪ್ಪು ವರ್ತನೆಗಳಿಗೆ ಬೆತ್ತ ಪ್ರಯೋಗ ಮಾಡಬಾರದೆಂದು ಅವರು ಬಹಳ ಕಾಲದಿಂದ ಪ್ರಚಾರ ಮಾಡುತ್ತಿದ್ದರು. ಈ ಕಾರಣಕ್ಕಾಗಿ ಅವರನ್ನು ತಲೆ ಕೆಟ್ಟವರೆಂದು ತಿಳಿದುಕೊಂಡದ್ದೂ ಇದೆ. ಮಕ್ಕಳಿಗೆ ಶಾರೀರಿಕ ಶಿಕ್ಷೆ ನೀಡಲು ನಿರಾಕರಿಸುತ್ತಿದ್ದ ಕಾರಣಕ್ಕಾಗಿಯೇ ಅವರು ಹುದ್ದೆಯ ಹಿರಿತನವನ್ನು ಕಳೆದುಕೊಂಡಿದ್ದರು.

ಆದರೆ ಪಾರಿವಾಳವೊಂದನ್ನು ಸಾಕಿರುವುದು ಬಿಟ್ಟರೆ ಮಿಸ್ಟರ್ ಜೋನ್ಸ್‌ಗೆ ತಲೆಗಿಲೆ ಕೆಟ್ಟಿರಲಿಲ್ಲ. ಆ ಸಾಕಿದ ಪಾರಿವಾಳವು ಅವರನ್ನು ಎಲ್ಲೆಡೆ ಅನುಸರಿಸುತ್ತಿತ್ತಲ್ಲದೆ, ಕೆಲವೊಮ್ಮೆ ಅದು ಅವರ ಬೋಳು ತಲೆಯ ಮೇಲೆಯೂ ಹತ್ತಿ ಕುಳಿತುಕೊಳ್ಳುತ್ತಿತ್ತು. ಅವರು ಪಾರಿವಾಳ (ಮತ್ತು ಸಿಗಾರ)ವನ್ನು ತರಗತಿಯಿಂದ ದೂರವೇ ಇಡುತ್ತಿದ್ದರು. ಅವರದು ಬ್ರಹ್ಮಚಾರಿ ಕುಟೀರ. ಆ ಮನೆ ತುಂಬಾ ಸಿಗಾರದ ಹೊಗೆ ಮತ್ತು ಹರಡಿಕೊಂಡಿರುವ ಸಾಮಾನುಗಳು. ಹೀಗಾಗಿ ಅದು ಸ್ವಚ್ಛವಾಗಿ ಇರುತ್ತಿರಲಿಲ್ಲ.

ಅವರಿಗೆ ಡಿಕನ್ಸ್ ಪುಸ್ತಕಗಳ ಕುರಿತು ಒಲವು ಇತ್ತು. ನಾನು ನಿಖೊಲಸ್ ನಿಖಲೆಬಿ ಮತ್ತು ಸ್ಕೆಚಸ್ ಬೈ ಬಾಕ್ಸ್ ಓದಿಕೊಂಡಿರುವುದನ್ನು ತಿಳಿದ ಬಳಿಕ ಅವರು ತನ್ನಲ್ಲಿದ್ದ ಡಿಕನ್ಸ್‌ನ ಸಮಗ್ರ ಕೃತಿಗಳನ್ನು ನೋಡಲು ಅವಕಾಶ ಒದಗಿಸಿದ್ದರು. ಅದರಲ್ಲಿ ಫಿಜ್ ಬರೆದ ಚಿತ್ರಗಳಿದ್ದವು. ಆಮೇಲೆ ನಾನು ಡೇವಿಡ್ ಕಾಪರ್ ಫಿಲ್ಡ್ ಓದಿಕೊಂಡೆ. ಅದು ನನಗೆ ತುಂಬಾ ಸಂತೋಷವನ್ನು ಕೊಟ್ಟಿತು. ಯುವ ಡೇವಿಡನ ಗೆಲುವುಗಳು ಮತ್ತು ಅವನ ಯಾತನೆಗಳೊಂದಿಗೆ ನನ್ನನ್ನು ಸಮೀಕರಿಸುತ್ತಿದ್ದೆ. ಕಾಪರ್ ಫಿಲ್ಡ್ ಓದಿದ ಬಳಿಕ ನನಗೆ ಲೇಖಕನಾಗುವುದು ಒಳ್ಳೆಯದೆನಿಸಿತು. ಈಗಾಗಲೇ ಬೀಜವನ್ನು ಬಿತ್ತಿಯಾಗಿತ್ತು. ಆದರೆ ಗೋಲ್ ಕೀಪರನಾಗಿ ಮತ್ತು ಜೀನ್ ಕೆಲಿ ರೀತಿಯ ಟ್ಯಾಪ್ ನರ್ತಕನಾಗಿ ನನ್ನನ್ನು ಕಲ್ಪಿಸಿಕೊಂಡರೂ, ನಾನು ಬರಹದ ಜಗತ್ತಿಗೆ ಹೆಚ್ಚು ಹೊಂದಿಕೊಳ್ಳುತ್ತೇನೆ ಎಂಬುದನ್ನು ನಾನು ಹೃದಯದಿಂದಲೇ ತಿಳಿದುಕೊಂಡಿದ್ದೆ. ಇಂಗ್ಲಿಷ್ ಸಾಹಿತ್ಯ ತರಗತಿಗಳಿಗೆ ಗೊತ್ತುಪಡಿಸಲಾದ ಪಠ್ಯಗಳನ್ನು ಓದಲು ನನಗೆ ಹೆಚ್ಚು ಇಷ್ಟವಿಲ್ಲದಿದ್ದರೂ, ನಿಬಂಧ ಬರೆವಣಿಗೆಯಲ್ಲಿ ನಾನು ತರಗತಿಗೆ ಮೊದಲಿಗನಾಗಿದ್ದೆ;

ಮಿಸ್ಟರ್ ಜೋನ್ಸ್ ಅವರ ಡಿಕನ್ಸನೀಯ ಸಮಾಜವಾದಿ ದೃಷ್ಟಿಕೋನದಿಂದ ಅವರಿಗೆ ಪಿ.ಜಿ, ವುಡ್‌ಹೌಸ್ ಅಷ್ಟು ಇಷ್ಟವಾಗುತ್ತಿರಲಿಲ್ಲ. ಆದರೆ ವುಡ್‌ಹೌಸರ ಕಾಮಿಕ್ ಕಾದಂಬರಿಗಳು ನನಗೆ ಅತ್ಯಂತ ಪ್ರಿಯವಾಗಿದ್ದವು. ಈ ಕಾದಂಬರಿಗಳು ಉನ್ನತ ವರ್ಗದ ಇಳಿಗತಿಯ ವಿಚಾರಗಳನ್ನು, ಇಂಗ್ಲಿಷ್ ಬದುಕಿನ ವಿಧಾನವನ್ನು (ಪ್ರಾಯಶಃ ಅದು ಸರಿಯೇ) ವೈಭವೀಕರಿಸುತ್ತವೆ ಎಂದು ಅವರು ಹೇಳುತ್ತಿದ್ದರು. ಇತ್ತೀಚಿಗೆ ಯುದ್ಧದ ಸಂದರ್ಭದಲ್ಲಿ (ಆಗ ಅವರು ಫ್ರಾನ್ಸ್‌ನಲ್ಲಿ ಗೃಹಬಂಧನದಲ್ಲಿದ್ದರು) ವುಡ್‌ಹೌಸ್ ಜರ್ಮನಿಯ ಪರವಾಗಿ ಪ್ರಚಾರಗಳನ್ನು ನಡೆಸುತ್ತಿದ್ದರು. ಇದು ಕೂಡ ನಿಜವೇ ಆಗಿತ್ತು. ಆದರೆ ಬಹಳ ವರ್ಷಗಳ ಬಳಿಕ ಆ ಪ್ರಚಾರ (ಇನ್ ಫರಪೊರ್ಮಿಂಗ್ ಫ್ಲೆಡ್) ಪಠ್ಯಗಳನ್ನು ಓದಿದಾಗ ನನಗೆ ಅವು ಹಾನಿಕಾರಕವಾಗಿ ಕಂಡು ಬರಲಿಲ್ಲ.

ಆದರೆ ಮಿಸ್ಟರ್ ಜೋನ್ಸ್ ಮಾತಿನಲ್ಲಿ ಸತ್ಯಾಂಶವಿತ್ತು. ವುಡ್ ಹೌಸ್‌ರಲ್ಲಿ ಸಮಕಾಲೀನತೆ ಇರಲಿಲ್ಲ. ಯಾಕೆಂದರೆ ನಾನು ಶಾಲೆ ಬಿಟ್ಟು ಇಂಗ್ಲೆಂಡಿಗೆ ಹೋದಾಗ ನನಗೆ ವುಡ್ ಹೌಸ್ ಚಿತ್ರಿಸಿದ ಪಾತ್ರಗಳ ಅಲ್ಪ ಸ್ವಲ್ಪ ಹೋಲಿಕೆ ಇದ್ದ ವ್ಯಕ್ತಿಗಳು ಯಾರೂ ಇಂಗ್ಲೆಂಡಿನಲ್ಲಿ ಕಾಣಲು ಸಿಕ್ಕಿರಲಿಲ್ಲ. ಇದರಲ್ಲಿ ಅಪವಾದವೆಂದರೆ ಉಕ್ರಿಡ್ಜ್. ಈ ವ್ಯಕ್ತಿ ಯಾವಾಗಲೂ ವ್ಯಾಪಾರ ಪ್ರಾರಂಭಿಸುವುದಕ್ಕೆ ಅಥವಾ ಬೇರೆ ಯಾವುದೋ ಕಾರಣಕ್ಕಾಗಿ ಸ್ನೇಹಿತರಲ್ಲಿ ಹಣ ಸಾಲ ಪಡೆಯುವಾತ. ಇಂತಹವರು ಎಲ್ಲ ಕಡೆ ಇರುತ್ತಾರೆ.

ನಮ್ಮ ಶಾಲೆಯ ಆಂಡರಸನ್ ಗ್ರಂಥಾಲಯದಲ್ಲಿ ಸಾಕಷ್ಟು ಪುಸ್ತಕಗಳಿದ್ದವು. ಆನಂತರದ ಮೂರು ವರ್ಷಗಳ ಕಾಲಾವಧಿಯಲ್ಲಿ ನನಗೆ ಅದು ಸ್ವರ್ಗವೇ ಆಗಿತ್ತು. ಅಲ್ಲಿ 'ಶೋಧಿಸಲು' ಹಳೆಯ ಮತ್ತು ಇಂದಿನ ಲೇಖಕರು ಇರುತ್ತಿದ್ದರು. ನನಗೆ ಈಗಲೂ ನಿರ್ಲಕ್ಷಿತ, ಅಲಕ್ಷಿತ ಹಾಗೂ ಮರೆತುಹೋದ ಲೇಖಕರನ್ನು ಹುಡುಕಿ ತೆಗೆಯುವುದರಲ್ಲಿ ಆಸಕ್ತಿ ಇದೆ.

ಕಾಪರ್ ಫೀಲ್ಡ್ ಬಳಿಕ ನನ್ನ ಮೇಲೆ ಅತ್ಯಂತ ಹೆಚ್ಚು ಪ್ರಭಾವ ಬೀರಿದ ಮತ್ತೊಂದು ಕಾದಂಬರಿಯೆಂದರೆ ಹೂ ವಾಲ್ಪೋಲೆಯ ಫಾರ್ಟಿಟ್ಯೂಡ್. ಅದು ಯುವ ಬರಹಗಾರನದು. ನಾನು ಮಾನಸಿಕವಾಗಿ ಮುದುಡಿರುವಾಗ ಅಥವಾ ದಾರಿಗಾಣದಂತಿರುವಾಗ ಈ ಕಾದಂಬರಿ ಪ್ರಾರಂಭದ ವಾಕ್ಯ ನನ್ನನ್ನು ಬಡಿದೆಬ್ಬಿಸುವ ಕರೆಯಾಗಿರುತ್ತಿತ್ತು. ಅದೇನೆಂದರೆ "ಬದುಕು ಮುಖ್ಯವಾಗಿರುವುದಿಲ್ಲ. ನೀವು ಅದರಲ್ಲಿ ತುಂಬುವ ಧೈರ್ಯ ಮುಖ್ಯವಾಗಿರುತ್ತದೆ."

ವಾಲಪೋಲೆಯ ಬಹು ಮಹತ್ವಾಕಾಂಕ್ಷೆಯ ರಚನೆಗಳನ್ನು ಮರೆಯಲಾಗಿತ್ತು. ಆದರೆ ಅವರ ಭಯಾನಕ ಕಲ್ಪನೆಯ ಕಥೆಗಳು ಮತ್ತು ಕಾದಂಬರಿಗಳು–ಮಿಸ್ಟರ್ ಪೆರ್ರಿನ್ ಆಂಡ್ ಮಿಸ್ಟರ್ ಟ್ರೇಲ್ಲ್' 'ಪೋರ್ಟ್ರೇಟ್ ಆಫ್ ಎ ಮ್ಯಾನ್ ವಿದ್ ರೆಡ್ ಹೇರ್' 'ದಿ ವೈಟ್ ಟವರ್' ಮತ್ತು 'ಫಾರ್ಟಿಟ್ಯೂಡ್' ಈಗಲೂ ಓದಲು ಯೋಗ್ಯವಾಗಿವೆ. ಕಳೆದ ವರ್ಷ ಇವುಗಳನ್ನು ನಾನು ಮತ್ತೆ ಓದಿಕೊಂಡು ರೋಮಾಂಚನಗೊಂಡಿದ್ದೆ.

ಆದರೆ ಬದುಕೆಂದರೆ ಪುಸ್ತಕಗಳು ಮಾತ್ರವಲ್ಲ. ನಾನು ಹದಿನೈದನೆಯ ವಯಸ್ಸಿನಲ್ಲಿ ಉತ್ತಮ ಫುಟ್ ಬಾಲ್ ಗೋಲ್ ಕೀಪರ್, ಹಾಕಿ ಆಟಗಾರ ಮತ್ತು ಅಥ್ಲೆಟ್ ಆಗಿದ್ದೆ. ನಾನು ಶಾಲೆಯ ನಾಟಕಗಳಲ್ಲಿ ಪಾತ್ರವನ್ನೂ ನಿರ್ವಹಿಸುತ್ತಿದ್ದೆ. ಚರ್ಚಾಸ್ಪರ್ಧೆಯಲ್ಲಿ ಭಾಗವಹಿಸುತ್ತಿದ್ದೆ. ನಾನು ಬಾಕ್ಸಿಂಗ್‌ನ್ನು ಇಷ್ಟಪಡುತ್ತಿರಲಿಲ್ಲ ವಾದ್ದರಿಂದ ನಾನು ಬಾಕ್ಸರ್ ಆಗಿರಲಿಲ್ಲ. ಆದರೆ ತಲೆಯನ್ನು ಯಾವ ರೀತಿಯಲ್ಲಿ ಬಳಸಬಹುದೆಂದು ಚೆನ್ನಾಗಿಯೇ ತಿಳಿದಿದ್ದೆ. ಹೀಗಾಗಿ ಮತ್ತೊಬ್ಬ ವ್ಯಕ್ತಿಯ ತಲೆಗೆ ಅಥವಾ ಸೊಂಟಕ್ಕೆ ನನ್ನ ತಲೆಯನ್ನು ಕುಟ್ಟಿ ಪಂದ್ಯದಿಂದ ಹೊರಗುಳಿದಿದ್ದೆ. ನಮಗೆ ಎಲ್ಲಾ ಆಟಗಳು ಕಡ್ಡಾಯವಾಗಿದ್ದುದರಿಂದ ನಾನು ನೀರಿನ ಭಯವನ್ನು ತೊರೆದು ಸ್ವಲ್ಪ ಈಜುವುದನ್ನೂ ಕಲಿತೆ. ಮಿಸ್ಟರ್ ಜೋನ್ಸ್ ನನಗೆ ಚೆನ್ನಾಗಿ ಹೊಂದಿಕೊಳ್ಳುವ ಈಜು ಶೈಲಿಯನ್ನು ಕಲಿಸಿದ್ದರು.

ನನಗೆ ಸಂಗೀತ ಕೇಳುವುದರಲ್ಲಿ ಆಸಕ್ತಿ ಇತ್ತು. ಕಾರುಸೊನಿಂದ ಗಿಗ್ಲಿವರೆಗೆ ಎಲ್ಲಾ ಶ್ರೇಷ್ಠ ಗಾಯಕರ ಹಾಡುಗಳನ್ನು ಕೇಳುತ್ತಿದ್ದರೂ ನನಗೆ ಒಂದೇ ಒಂದು ರಾಗವನ್ನು ಹಾಡುವುದು ಸಾಧ್ಯವಾಗಿರಲಿಲ್ಲ. ನಮ್ಮ ಸಂಗೀತ ಟೀಚರ್ ಶ್ರೀಮತಿ

ನೈಟ್ ನನ್ನನ್ನು ಶಾಲೆಯ ಗಾನಗುಂಪಿಗೆ ಸೇರಿಸಿದ್ದರು. ಗುಂಪುಗಾಯಕರ ಪೋಷಾಕಿನಲ್ಲಿ ಕೆಂಪಗೆ ಹೊಳೆಯುವ ನಾನು ಬಹಳ ಚೆನ್ನಾಗಿ ಹೊಂದಿಕೊಳ್ಳುವೆನೆಂದೂ, ಆದರೆ ಕಾರ್ಯಕ್ರಮದಲ್ಲಿ ನಾನು ಇನ್ನುಳಿದ ಗಾಯಕರೊಂದಿಗೆ ಬಾಯಿ ಬಿಡಬಹುದಾದರೂ, ಅಲ್ಲಿಂದ ಯಾವುದೇ ಸದ್ದು ಹೊರಡಬಾರದೆಂದು ಅವರು ಹೇಳಿದ್ದರು.

ಈಗ ನನಗೆ ಮಸ್ಸೂರಿ ಕಾನ್ವೆಂಟಿನ ನೆನಪಾಗುತ್ತದೆ. ಅಲ್ಲಿ ನನಗೆ ಪಿಯಾನೋ ಪಾಠ ಹೇಳಿಕೊಡಲಾಗುತ್ತಿತ್ತು. ಬಹುಶಃ ಅದು ನನ್ನ ತಂದೆಯವರ ಆದೇಶದ ಮೇರೆಗೆ ಇರಬಹುದೇನೋ. ಆದರೆ ಸರಿಯಾಗಿ ಪಿಯಾನೋ ನುಡಿಸುವ ಸಾಮರ್ಥ್ಯ ನನಗಿರಲಿಲ್ಲ. ನನ್ನ ಈ ಮೊಂಡು ಸ್ವಭಾವಕ್ಕೆ ಪಿಯಾನೊ ಕಲಿಸುತ್ತಿದ್ದ ಮಾಸ್ತರಿಣಿಯ ಕೈಯಲ್ಲಿ ನಾನು ಏಟು ತಿನ್ನಬೇಕಾಗಿ ಬರುತ್ತಿತ್ತು. ಅವರು ಸ್ಕೇಲಿನಿಂದ ನನ್ನ ಮಂಡಿಯ ಕೆಳಗೆ ಹೊಡೆಯುತ್ತಿದ್ದರು. ಈ ಪೆಟ್ಟಿನ ನೋವು ಮುಂದೆ ಯಾವುದೇ ಸಂಗೀತ ಉಪಕರಣವನ್ನು ಕಲಿಯುವ ನನ್ನ ಆಸಕ್ತಿಗೆ ಶಾಶ್ವತ ಅಂತ್ಯವನ್ನು ತಂದಿತು. ಮುಂದೆ ಪ್ರಾಥಮಿಕ ಶಾಲೆಯ ಮಿಸ್ಟರ್ ಪ್ರೀಶ್ಟಲೇ ಅವರ ವಾಯಲಿನ್ ಕ್ಲಾಸ್ ಮತ್ತು ಈಗ ಮಿಸೆಸ್ ನೈಟ್ಸ್ ಅವರ ಗುಂಪುಗಾನ ಯವುದೇ ರೀತಿಯಲ್ಲಿ ಪ್ರೇರಣದಾಯಕವಾಗಲಿಲ್ಲ.

ನನಗೆ ಧ್ವನಿ ಏರಿಳಿತಗಳಲ್ಲಿ ಆಸಕ್ತಿ ಮೂಡಿರಲಿಕ್ಕಿಲ್ಲ. ಆದರೆ ನಾನು ಹಕ್ಕಿಗಳ ಹಾಡು, ಎತ್ತರ ಮರಗಳಲ್ಲಿ ಸುಳಿದಾಡುವ ಗಾಳಿಯ ಪಿಸುಧ್ವನಿ, ಶರತ್ಕಾಲದ ಎಲೆಗಳ ಕುಲುಕಾಟ, ಜೀರುಂಡೆ ಚೀರಾಟ, ನೀರಿನ ಮೊರೆತ ಮತ್ತು ತೊರೆಗಳ ಜುಳುಜುಳು, ತೀರಕ್ಕೆ ಬಂದು ಬಡಿಯುವ ಅಲೆಗಳ ಸದ್ದು ಇವುಗಳಿಗೆಲ್ಲಾ ಸಂವೇದನೆಯನ್ನು ಹೊಂದಿರುತ್ತೇನೆ. ಈ ಪ್ರಾಕೃತಿಕ ಜಗತ್ತಿನ ಸಹಜ ಸ್ವರಮೇಳದಲ್ಲಿ ವಿಶಿಷ್ಟ ಸಾಮರಸ್ಯ, ಸ್ವರಮೈತ್ರಿ ಇರುತ್ತದೆ.

ಮನುಷ್ಯ ಸೃಷ್ಟಿಸಿರುವ ಸದ್ದುಗಳು–ವಿಮಾನ, ಹಾರ್ನ್ ಮತ್ತು ಇಂಜಿನುಗಳ ಕರ್ಕಶ ಸದ್ದು, ಜನರ ಗುಂಪಿನ ಒದರುವಿಕೆ ಇವೆಲ್ಲ ಸಾಮಾನ್ಯವಾಗಿ ಅಸಹ್ಯವಾಗಿರುತ್ತವೆ. ಆದರೆ ಕೆಲವು ಪ್ರತಿಭಾವಂತರು ಶ್ರೇಷ್ಠ ಸಂಗೀತವನ್ನು ಸೃಷ್ಟಿಸಿದ್ದಾರೆ. ಸಂಗೀತ ಉಪಕರಣಗಳಿಂದ ಸಾಧಿಸಿದವರಿದ್ದಾರೆ.

ನಾನು ಬಿಸಿಎಸ್ ನಲ್ಲಿ ಬಹಳ ಜನಪ್ರಿಯನಾಗಿದ್ದರೂ, ಒಮರ್ ಬಿಟ್ಟು ಹೋದ ಬಳಿಕ ನನಗೆ ಹೆಚ್ಚು ಸ್ನೇಹಿತರಿರಲಿಲ್ಲ. ನನಗಿಂತ ಎರಡು ವರ್ಷ ಕಿರಿಯ ಒಬ್ಬ ಹುಡುಗ ನನ್ನನ್ನು ಯಾವಾಗಲೂ ಹಿಂಬಾಲಿಸುತ್ತಿದ್ದ. ನಾನು ಅವನಿಗೆ ಚಿತ್ರ

ತೋರಿಸಲು ಪಟ್ಟಣಕ್ಕೆ ಕರೆದುಕೊಂಡು ಹೋಗುತ್ತಿದ್ದೆ, ಗೂಡಂಗಡಿಯಲ್ಲಿ ತಿನ್ನಿಸುತ್ತಿದ್ದೆ.

ನಿಜವಾದ ಆಸಕ್ತಿಯಿಂದ ಪುಸ್ತಕ ಓದುತ್ತಿದ್ದ ಒಬ್ಬ ಅಥವಾ ಇಬ್ಬರು ಹುಡುಗರಿದ್ದರು. ನಾವು ಆಗಿನ ಕಾಲದಲ್ಲಿ ಟೆಲಿವಿಶನ್, ಕಂಪ್ಯೂಟರ್ ಗೇಮ್ ರೀತಿಯ ಹೊರ ಆಕರ್ಷಣೆಗಳು ಇರಲಿಲ್ಲವೆಂದು ಹೇಳುತ್ತೇವೆ. ಆದರೆ ಓದು ಯಾವಾಗಲೂ ಅಲ್ಪಸಂಖ್ಯಾತರ ಸಮಯ ವಿನಿಯೋಗಕ್ಕೆ ಮಾತ್ರ ಸೀಮಿತವಾಗಿತ್ತು. ಮಕ್ಕಳು ಓದುವುದಿಲ್ಲವೆಂದು ಜನರು ಹೇಳುತ್ತಾರೆ. ಜನಪ್ರಮಾಣದ ವಿಚಾರದಲ್ಲಿ ಇದು ಸರಿ ಇರಬಹುದು. ಆದರೆ ನಾನು ಶಾಲಾ ಹುಡುಗನಾಗಿದ್ದ ಕಾಲಕ್ಕಿಂತಲೂ ಈಗ ಓದನ್ನು ಆಸ್ವಾದಿಸುವ ಹುಡುಗರನ್ನು ಮತ್ತು ಹುಡುಗಿಯರನ್ನು ನೋಡಿ ಬಲ್ಲೆ. ಆ ದಿನಗಳಲ್ಲಿ ಕಾಮಿಕ್ಸ್‌ಗಳು ಇರುತ್ತಿದ್ದವು. ರೇಡಿಯೋ ಮತ್ತು ಸಿನೆಮಾ ಇರುತ್ತಿತ್ತು. ನನಗೆ ಸಾಧ್ಯವಿದ್ದಾಗಲೆಲ್ಲಾ ನಾನು ಸಿನೆಮಾ ನೋಡಲು ಹೋಗುತ್ತಿದ್ದೆ. ಇದರಿಂದ ನನ್ನ ಓದಿಗೆ ತಡೆ ಬಂದಿರಲಿಲ್ಲ. ನನ್ನ ಕೈಗೆ ಸಿಕ್ಕಿದ್ದನ್ನೆಲ್ಲಾ ನಾನು ಓದುತ್ತಿದ್ದೆ. ಅದೇ ರೀತಿ ಈಗಲೂ ಮಾಡುತ್ತಿದ್ದೇನೆ. ಪುಸ್ತಕ ಓದುವವರು ವಿಶೇಷ ವ್ಯಕ್ತಿಗಳು. ಅವರು ಪುಸ್ತಕಗಳಲ್ಲಿ ಸಂತೃಪ್ತಿಯನ್ನು ಹೊಂದುವವರು. ಓದದವರು ದುರಾದೃಷ್ಟಶಾಲಿಗಳು. ಅವರಲ್ಲಿ ತಪ್ಪೇನೂ ಇಲ್ಲ. ಆದರೆ ಅವರು ಬದುಕಿನ ಪರಿಹಾರ ಮತ್ತು ಬಹುಮಾನ ಗಳಲ್ಲೊಂದರಿಂದ ವಂಚಿತರಾಗಿದ್ದಾರೆ. ಶ್ರೇಷ್ಠ ಗ್ರಂಥವು ಎಂದೂ ನಿಮ್ಮ ಕೈಬಿಡದ ಸ್ನೇಹಿತನ ಹಾಗೆ. ನೀವು ಮತ್ತೆ ಮತ್ತೆ ಅದಕ್ಕೆ ಹಿಂತಿರುಗುವ ಸಾಧ್ಯತೆಗಳಿವೆ. ಮೊದಲ ಬಾರಿ ನೀವು ಅದರಿಂದ ಪಡೆದ ಆನಂದವು ಇನ್ನೂ ಅಲ್ಲಿಯೇ ಇರುತ್ತದೆ.

ನಾನು ವಿದ್ಯಾರ್ಥಿಯಾಗಿದ್ದಾಗ ಓದು ನನ್ನ ಧರ್ಮವಾಗಿತ್ತು ಎಂದು ಹೇಳಬಹುದು. ಅದು ನನ್ನ ಆತ್ಮಶೋಧನೆಗೆ ನೆರವಾಗಿತ್ತು.

✿

ಶಾಲಾ ದಿನಗಳು, ನಿಯಮದ ದಿನಗಳು

ಬಂದರು ನೋಡಿ ಮಿಸ್ಟರ್ ಒಲಿವರ್

ಮಿಸ್ಟರ್ ಒಲಿವರ್ ನಮ್ಮ ಸೌಟ್ ಮಾಸ್ತರ್. ಅವರು ನಮಗೆ ಗಣಿತವನ್ನೂ ಕಲಿಸುತ್ತಿದ್ದರು. ಈ ವಿಷಯದಲ್ಲಿ ತೇರ್ಗಡೆ ಹೊಂದುವಷ್ಟು ಅಂಕಗಳನ್ನು ಗಳಿಸುವುದಕ್ಕೆ ಕೂಡ ನಾನು ಪರದಾಡುತ್ತಿದ್ದೆ. ಸಾಮಾನ್ಯವಾಗಿ ನನಗೆ ನೂರರಲ್ಲಿ ಇಪ್ಪತ್ತು ಅಥವಾ ಮೂವತ್ತು ಅಂಕಗಳು ಬರುತ್ತಿದ್ದವು.

"ಮತ್ತೆ ಫೇಲಾಗಿರುವೆಯಲ್ಲ ಬಾಂಡ್? ಬೆಳೆದು ದೊಡ್ಡವನಾದ ಬಳಿಕ ಏನೋ ಮಾಡ್ತಿಯಾ?" ಮಿಸ್ಟರ್ ಒಲಿವರ್ ಕೇಳುತ್ತಿದ್ದರು.

"ಸ್ಕೌಟ್ ಮಾಸ್ತರನಾಗುತ್ತೇನೆ, ಸರ್." ನನ್ನ ಉತ್ತರ.

"ಸ್ಕೌಟ್ ಮಾಸ್ತರರಿಗೆ ಸಂಬಳ ಬರುವುದಿಲ್ಲ ಕಣೊ ಅದು ಗೌರವದ ಹುದ್ದೆ. ನೀನು ಅಡುಗೆಯವನಾಗು, ಅದು ನಿನಗೆ ಹೊಂದುತ್ತದೆ." ಅವರು ನಮ್ಮ ಸ್ಕೌಟ್ ಶಿಬಿರವನ್ನು ಮರೆತಿರಲಿಲ್ಲ. ಅಲ್ಲಿ ನಾನು ಶಿಬಿರದ ಅಡುಗೆಯವನಾಗಿದ್ದೆ.

ಮಿಸ್ಟರ್ ಒಲಿವರ್ ಒಳ್ಳೆಯ ಮೂಡಿನಲ್ಲಿದ್ದರೆ ನನಗೆ ಗ್ರೇಸ್ ಅಂಕಗಳನ್ನು ನೀಡಿ ನನ್ನನ್ನು ತೇರ್ಗಡೆಗೊಳಿಸುತ್ತಿದ್ದರು.

ಅವರು ಜೋರು ಮನುಷ್ಯರಲ್ಲ. ಆದರೆ ಅವರ ಮುಖದಲ್ಲಿ ನಗು ಇರುತ್ತಿರಲಿಲ್ಲ. ಕಪ್ಪು ಮೈಬಣ್ಣದ ಬೋಳು ತಲೆಯ ಸಣಕಲು ಮನುಷ್ಯ (ದೂರದಿಂದ ನೋಡಿದರೆ ಪ್ರಶ್ನಾರ್ಥಕ ಚಿಹ್ನೆಯ ಹಾಗೆ ಕಾಣುವರು). ಅವರಿಗೆ ಪ್ರಾಯ ನಲ್ವತ್ತು ವರ್ಷ. ಮದುವೆಯಾಗಿಲ್ಲ. ಕೆಲವು ವರ್ಷಗಳ ಹಿಂದೆ ಅವರು ಮದುವೆಯ ದಿನ ಚರ್ಚಿನಲ್ಲಿರುವಾಗ ಅವರನ್ನು ಮದುವೆಯಾಗಲಿದ್ದ ಹುಡುಗಿ ನಾವಿಕನೊಬ್ಬನೊಂದಿಗೆ ಓಡಿ ಹೋಗಿದ್ದಳೆಂದು ಜನ ಆಡಿಕೊಳ್ಳುತ್ತಿದ್ದರು. ಹೀಗಾಗಿ ಅವರು ಸದಾ ದುಃಖದಲ್ಲಿ ಇರುವಂತೆ ಕಾಣುವುದು ಅಸಹಜವೇನಲ್ಲ.

ಮಿಸ್ಟರ್ ಒಲಿವರ್ ಬಳಿ ಯಾವಾಗಲು ಅವರ ಸಂಗಾತಿ ಪುಟ್ಟ ನಾಯಿ ಇರುತ್ತಿತ್ತು. ಆ ನಾಯಿಗೆ ಜನರನ್ನು ನೋಡಿದರೆ, ಅದರಲ್ಲಿಯೂ ವಿಶೇಷವಾಗಿ

ಸಣ್ಣ ಹುಡುಗರನ್ನು ನೋಡಿದರೆ ಒಂದು ರೀತಿಯ ಉಪೇಕ್ಷೆ ಮತ್ತು ವೈರತ್ವ. ನಾವು ಅದನ್ನು 'ಹಿಟ್ಲರ್' ಎಂದು ಕರೆಯುತ್ತಿದ್ದೆವು. (ಅದು 1945 ನೇ ಇಸವಿ. ಆ ಸರ್ವಾಧಿಕಾರಿ ತನ್ನ ಕೊನೆಯ ಹಂತದಲ್ಲಿದ್ದನು) ಆ ನಾಯಿಗೆ ಸ್ನೇಹದ ವರ್ತನೆ ಹಿಡಿಸುತ್ತಿರಲಿಲ್ಲ ನೀವು ಅದರ ಮೈಮುಟ್ಟಲು ಅಥವಾ ಮೈ ಸವರಲು ಹತ್ತಿರ ಹೋದರೆ ಅದು ನಿಮ್ಮ ಬೆರಳುಗಳಿಗೆ ಅಥವಾ ನಿಮ್ಮ ಮೊಣಕಾಲಿಗೆ ಕಚ್ಚಿಬಿಡುವುದು ಖಂಡಿತ. ಆದರೆ ಅದು ಮಿಸ್ಟರ್ ಒಲಿವರ್‌ಗೆ ತುಂಬಾ ವಿಧೇಯವಾಗಿರುತ್ತಿತ್ತು. ಅವರು ಹೋದೆಡೆಗಳಲಲ್ಲಾ ಅದು ಅವರನ್ನು ಅನುಸರಿಸುತ್ತಿತ್ತು. ಆದರೆ ಶಾಲಾ ಕೊಠಡಿಯೊಳಗೆ ಮಾತ್ರ ಬರುತ್ತಿರಲಿಲ್ಲ. ಯಾಕೆಂದರೆ ಅದಕ್ಕೆ ನಮ್ಮ ಮುಖ್ಯೋಪಾಧ್ಯಾಯರು ಅವಕಾಶ ಕೊಡುತ್ತಿರಲಿಲ್ಲ. ನಿಮಗೆ ಈ ನರ್ಸರಿ ಹಾಡು ನೆನಪಿರಬಹುದಲ್ಲ.

ಮೇರಿಯ ಬಳಿ ಇತ್ತೊಂದು ಚಿಕ್ಕ ಆಡು
ಅದರ ತುಪ್ಪಳ ಮಂಜುಗಡ್ಡೆಯ ಹಾಗೆ ಬಿಳಿ
ಮೇರಿ ಹೋದೆಡೆಗಳಲಲ್ಲಾ
ಆಡು ಕೂಡ ಹೋಗುವುದು ಖಂಡಿತ

ನಾವು ಈ ಹಾಡನ್ನು ನಮ್ಮದೇ ರೀತಿಯಲ್ಲಿ ಕಟ್ಟಿಕೊಂಡಿದ್ದೆವು. ಇದರ ರಚನೆಯಲ್ಲಿ ನನ್ನ ಕೈವಾಡವಿತ್ತೆಂದು ಬೇರೆ ಹೇಳಬೇಕಾಗಿಲ್ಲ.

ಒಲಿ ಬಳಿ ಇತ್ತೊಂದು ಚಿಕ್ಕ ನಾಯಿ
ಅದು ಕಣ್ಣಿನ ಮರೆಯಾಗಿ ಇರುತ್ತಲೇ ಇಲ್ಲ
ಒಲಿ ಭೇಟಿ ಮಾಡಿದವರನ್ನೆಲ್ಲಾ
ಆ ನಾಯಿ ಕಚ್ಚಿಬಿಡುವುದಂತೂ ಖಂಡಿತ!

ಆ ನಾಯಿ ಅವರನ್ನು ಶಾಲಾ ಬಯಲಲ್ಲಿ ಹಿಂಬಾಲಿಸಿ ಬರುವುದು. ಅವರು ಪೈನ್ ಮರಗಳ ತೋಟದಿಂದ ಬ್ರೊಕಿಸ್ಟ್ ಟೆನ್ನಿಸ್ ಕೋರ್ಟ್ ವರೆಗೆ ನಡೆದು ಹೋಗುವಾಗ ಅದು ಅವರ ಬೆನ್ನ ಹಿಂದೆಯೇ. ಅವರು ಪಟ್ಟಣಕ್ಕೆ ಹೋದರೆ ಅದು ಕೂಡ ಅವರ ಜೊತೆಯಲ್ಲಿ ಪಟ್ಟಣಕ್ಕೆ ಹೋಗಿ ಮತ್ತೆ ಮನೆಗೆ ಹಿಂತಿರುಗುವುದು. ಮಿಸ್ಟರ್ ಒಲಿವರಗೆ ಬೇರೆ ಸ್ನೇಹಿತರಾಗಲೀ, ಬೇರೆ ಸಂಗಾತಿಗಳಾಗಲೀ ಇರಲಿಲ್ಲ. ನಾಯಿ ಮಲಗುವುದು ಅವರ ಹಾಸಿಗೆಯ ಬುಡದಲ್ಲಿಯೇ. ಅದು ಮುಂಜಾನೆಯ ಉಪಹಾರಕ್ಕೆ ಮೇಜಿನಲ್ಲಿ ಕುಳಿತುಕೊಳ್ಳುತ್ತಿರಲಿಲ್ಲ. ಆದರೆ ಅದಕ್ಕೆ ಬೆಳಗ್ಗೆ ಬೆಣ್ಣೆ ಹಚ್ಚಿದ ಬ್ರೆಡ್, ರಾತ್ರಿಯೂಟಕ್ಕೆ ಸೂಪ್ ಮತ್ತು ಕ್ರಾಕರ್. ಮಿಸ್ಟರ್ ಆಲಿವರ್ ಇತರ ಶಿಕ್ಷಕರು ಮತ್ತು ಹುಡುಗರೊಂದಿಗೆ ಊಟದ ಮನೆಯಲ್ಲಿ ಕುಳಿತು ಉಣ್ಣಬೇಕಿತ್ತು. ಆದರೆ ಅವರ

ಸಹಾಯಕನೊಂದಿಗೆ ಅನ್ನ, ಬೇಳೆಸಾರು ಮತ್ತು ಚಪಾತಿ ಅವರ ಮನೆಗೆ ಮತ್ತು ಅವರ ಸಂಗಾತಿಗೆ ರವಾನೆಯಾಗುತ್ತಿತ್ತು.

ಹೀಗಿರುವಾಗ ದುರಂತ ಸಂಭವಿಸಿತು.

ಎಂದಿನಂತೆ ಮಿಸ್ಟರ್ ಒಲಿವರ್ ಮತ್ತು ಹಿಟ್ಲರ್ ಪೈನ್ ಮರಗಳ ನಡುವಿನಿಂದ ನಡೆದು ಬರುತ್ತಿದ್ದರು. ಆಗ ಮುಸ್ಸಂಜೆಯ ಕತ್ತಲೆ ಆವರಿಸುವ ಸಮಯ. ಮರಗಳ ನೆರಳಿನ ಮರೆಯಿಂದ ಹಸಿದ ಚಿರತೆಯೊಂದು ಹೊರಬಂದು ನಾಯಿಯ ಮೇಲೆ ಜಿಗಿದು ಅದನ್ನು ಬಾಯಲ್ಲಿ ಕಚ್ಚಿ ಹಿಡಿದು ರಸ್ತೆಯುದ್ದಕ್ಕೂ ಆ ಬಲಿಪಶುವನ್ನು ಎಳೆದುಕೊಂಡು, ಕಾಡಿನ ಕತ್ತಲೆಯಲ್ಲಿ ಮಾಯವಾಯಿತು.

ಮಿಸ್ಟರ್ ಒಲಿವರ್ ಒಂದು ಕ್ಷಣ ಸ್ತಂಬಿತರಾದರು. ಅವರ ಕೈಕಾಲು ಚಲಿಸದ ಹಾಗಾಯಿತು. ಆಮೇಲೆ ಅವರು ನೆರವಿಗಾಗಿ ಕೂಗಿ ಕರೆಯಲಾರಂಭಿಸಿದರು. ಆ ಘಟನೆಗೆ ಪ್ರತ್ಯಕ್ಷ ಸಾಕ್ಷಿಯಾಗಿದ್ದ ಕೆಲವು ದಾರಿಹೋಕರು ಕೂಡ ಬೊಬ್ಬೆ ಹಾಕಲಾರಂಭಿಸಿದರು. ಮಿಸ್ಟರ್ ಒಲಿವರ್ ಕಾಡಿನೊಳಗೆ ಓಡಿದರು. ಆದರೆ ಅಲ್ಲಿ ನಾಯಿ ಅಥವಾ ಚಿರತೆಯ ಸುಳಿವು ಕೂಡ ಇರಲಿಲ್ಲ.

ಮಿಸ್ಟರ್ ಒಲಿವರ್ ಉತ್ಸಾಹ ಕುಂದಿದರು. ಮುಖ ಉಬ್ಬಿಸಿ ಎಂದಿನಂತೆ ತಮ್ಮ ಕೆಲಸಕಾರ್ಯಗಳನ್ನು ನಡೆಸುತ್ತಿದ್ದರೂ, ಅವರನ್ನು ನೋಡಿದರೆ ಅವರು ತಮ್ಮ ಕಳೆದು ಹೋದ ಸಂಗಾತಿಗಾಗಿ ದುಃಖಪಡುತ್ತಿದ್ದಾರೆ ಎನ್ನುವುದು ನಮಗೆ ಗೊತ್ತಾಗುತ್ತಿತ್ತು. ತರಗತಿಯಲ್ಲಿ ಅವರು ಕಪ್ಪು ಹಲಗೆಯ ಮೇಲೆ ಬಿಡಿಸುತ್ತಿದ್ದ ಲೆಕ್ಕಗಳನ್ನು ನಾವು ಅರ್ಥ ಮಾಡಿಕೊಳ್ಳುತ್ತೇವೆ ಅಥವಾ ಬಿಡುತ್ತೇವೆ ಆ ಕಡೆಗೆ ಅವರ ಗಮನ ಇರುತ್ತಿರಲಿಲ್ಲ. ವೈಯಕ್ತಿಕ ನಷ್ಟದ ಸಮಯದಲ್ಲಿ ಲೆಕ್ಕಕ್ಕೆ ಸ್ಥಾನ ಎಲ್ಲಿರುತ್ತದೆ?

ಆಮೇಲೆ ಅವರು ಸಂಜೆ ವಾಕಿಂಗಿಗೆ ಹೋಗುವುದನ್ನು ನಿಲ್ಲಿಸಿದರು. ತನ್ನ ಕೊಠಡಿಯಲ್ಲಿ ಕುಳಿತು ಒಬ್ಬರೇ ಇಸ್ಪಿಟ್ ಆಡುತ್ತಿದ್ದರು. ಊಟವನ್ನೂ ಸರಿಯಾಗಿ ಮಾಡುತ್ತಿರಲಿಲ್ಲ. ತಟ್ಟೆಯಲ್ಲಿ ಬಡಿಸಿರುವುದರಲ್ಲಿ ಹೆಚ್ಚಿನದನ್ನು ಪಕ್ಕಕ್ಕೆ ಸರಿಸಿ ಬಿಡುತ್ತಿದ್ದರು. ಈಗ ಅವರು ಮನೆಗೆ ಚಪಾತಿ ಕಳುಹಿಸುತ್ತಿರಲಿಲ್ಲ.

"ಒಲಿಗೆ ಮತ್ತೊಬ್ಬ ಸಂಗಾತಿಯ ಆವಶ್ಯಕತೆ ಇದೆ." ಬೀಮಲ್ ಎಂದಿನಂತೆ ವಯಸ್ಕರ ರೀತಿ ಹೇಳಿದ.

"ಅಥವಾ ಅವರಿಗೆ ಒಬ್ಬ ಹೆಂಡತಿ ಬೇಕು." ಅದೇ ನಿಟ್ಟಿನಲ್ಲಿ ಆಲೋಚಿಸುತ್ತಿದ್ದ ಟಾಟ ಹೇಳಿದ.

"ಅವರಿಗೆ ತುಂಬಾ ವಯಸ್ಸಾಗಿದೆ. ನಲ್ವತ್ತು ಕಳೆದಿರಬೇಕು."

"ಅದಕ್ಕಿಂತ ಸಾಕುಪ್ರಾಣಿ ಉತ್ತಮ." ನಾನು ಹೇಳಿದೆ. "ಗಿಳಿಯಾದರೆ ಹೇಗಿರುತ್ತದೆ?"

"ಗಿಳಿಯೊಂದಿಗೆ ವಾಕಿಂಗ್ ಮಾಡಲು ಸಾಧ್ಯವಿಲ್ಲ." ಬೀಮಲ್ ಹೇಳಿದ. "ಒಲಿಗೆ ತನ್ನ ಜೊತೆಯಲ್ಲಿ ನಡೆದು ಹೋಗುವವರು ಬೇಕು."

"ಬೆಕ್ಕಾದರೆ ಹೇಗೆ?"

"ಹಿಟ್ಲರ್‌ಗೆ ಬೆಕ್ಕನ್ನು ಕಂಡರಾಗುತ್ತಿರಲಿಲ್ಲ. ಅದರ ನೆನಪಿಗಾಗಿ ಬೆಕ್ಕನ್ನು ತರುವುದು ಅದಕ್ಕೆ ಅವಮಾನ ಮಾಡಿದ ಹಾಗೆ."

"ಹಾಗಿದ್ದರೆ ಮತ್ತೊಂದು ನಾಯಿಯ ಆವಶ್ಯಕತೆ ಅವರಿಗಿರಬಹುದು. ಆದರೆ ಸುತ್ತಮುತ್ತ ಅದು ಸಿಗಬೇಕಲ್ಲ."

"ಅದೇ ಜಾತಿಯದು ಆಗಬೇಕಾಗಿಲ್ಲ. ಬೇರೆ ತಳಿಯ ನಾಯಿಯಾದರೂ ನಡೆಯುತ್ತದೆ. ನಾವು ಚಿಂಪುವಿನಲ್ಲಿ ನಾಯಿಮರಿ ತರುವಂತೆ ಹೇಳೋಣ."

ಛೋಟಾ ಶಿಮ್ಲಾದ ಮಾರುಕಟ್ಟೆಯಲ್ಲಿ ಚಿಂಪುವಿನ ಗೂಡಂಗಡಿ ಇತ್ತು. ನಾವು ಆಗಾಗ ಆವನಲ್ಲಿ ಗೋಲಿ ಇತ್ಯಾದಿ ಸಣ್ಣಪುಟ್ಟ ವಸ್ತುಗಳನ್ನು ತರಿಸುತ್ತಿದ್ದೆವು. ಆ ವಸ್ತುಗಳು ನಮಗೆ ಶಾಲೆಯಲ್ಲಿ ಸಿಗುತ್ತಿರಲಿಲ್ಲ. ನಾವು ಐದು ಮಂದಿ ಸ್ಕಾಟ್ ಹುಡುಗರು ತಲಾ ಒಂದೊಂದು ರೂಪಾಯಿ ಚಿಂಪುವಿಗೆ ಕೊಟ್ಟು ನಮಗೆ ನಾಯಿಮರಿ ತಂದು ಕೊಡುವಂತೆ ತಿಳಿಸಿದೆವು. ಅದು ಉತ್ತಮ ತಳಿಯದ್ದಾಗಿರಬೇಕು, ಮಿಶ್ರಜಾತಿಯದು ಬೇಡವೇ ಬೇಡವೆಂದೆವು.

ಮರುದಿನ ಸಂಜೆ ಚಿಂಪು ನಮಗೆ ನಾಯಿಮರಿ ತಂದುಕೊಟ್ಟ. ಅದು ಕನಿಷ್ಠ ಐದು ತಳಿಯ ಲಕ್ಷಣವನ್ನು ಹೊಂದಿತ್ತು. ಆದರೆ ಉತ್ತಮ ತಳಿಯದ್ದೆನ್ನುವುದರಲ್ಲಿ ಸಂದೇಹವಿಲ್ಲ. ಅದರ ಒಂದು ಕಿವಿ ನೆಟ್ಟಗಿದ್ದರೆ ಮತ್ತೊಂದು ಕಿವಿ ಜೋಲಾಡುತ್ತಿತ್ತು. ನೋಡಲು ದಾಲಮೇಶಿಯನ್ ಹಾಗೆ. ಆದರೆ ಅದರ ಕಾಲುಗಳು ಸ್ಪಾನಿಯಲ್ ರೀತಿ ಮತ್ತು ಬಾಲ ಪೊಮೇರಿಯನ್‌ದು. ತುಂಬಾ ಚುರುಕು ನಾಯಿಮರಿ. ಅದು ಹಿಟ್ಲರ್‌ನ ಹಾಗೆ ಇರದೆ ತನ್ನ ಬಾಲವನ್ನು ಇಡೀ ದಿನ ಅಲ್ಲಾಡಿಸುತ್ತಲೇ ಇರುತ್ತಿತ್ತು. .

"ತುಂಬಾ ಚೆಂದ, ಹೆಣ್ಣು ಮರಿ ಇರಬೇಕು." ಟಾಟ ಹೇಳಿದ.

"ಅದಕ್ಕೆ ಹೆಣ್ಣಿನ ಆವಶ್ಯಕತೆ ಇರುವುದಿಲ್ಲ." ಬೀಮಲ್ ಹೇಳಿದ.

"ನಾವು ಅದಕ್ಕೆ ತರಬೇತಿ ಕೊಡೋಣ." ನಾನು ಹೇಳಿದೆ.

ಆಟದ ಸಮಯದಲ್ಲಿ, ರಾತ್ರಿಯೂಟದ ಗಂಟೆ ಬಾರಿಸುವ ಮೊದಲು ನಾವು ಆ ನಾಯಿಮರಿಯನ್ನು ಮಿಸ್ಟರ್ ಒಲಿವರ್ ಮನೆಯ ಮುಂಬಾಗಿಲಿನ ಬಳಿ ಬಿಟ್ಟು, ಬಾಗಿಲನ್ನು ತಟ್ಟಿ ಓಡಿ ಹೋಗಿ ಕಾಲು ದಾರಿಯ ಇಕ್ಕೆಡೆಗಳಲ್ಲಿ ಬೆಳೆದು ನಿಂತಿರುವ ದಾಸವಾಳದ ಪೊದೆಯ ಹಿಂದೆ ಅಡಗಿ ಕುಳಿತೆವು.

ಮಿಸ್ಟರ್ ಒಲಿವರ್ ಬಾಗಿಲು ತೆರೆದರು. ಭಾವರಹಿತ ಮುಖದಿಂದ ನಾಯಿಯನ್ನು ನೋಡಿದರು. ಅದು ಅವರ ಬೂಟಿನ ಮೇಲೆ ಜಿಗಿಯಿತು. ಅದರ ಲೇಸ್ ಬಿಡಿಸಿತು

"ಹೋಗಾಚೆ!" ಮಿಸ್ಟರ್ ಒಲಿವರ್ ಗೊಣಗಿದರು. ಆ ನಾಯಿಮರಿಯನ್ನು ನಿಧಾನವಾಗಿ ದೂರ ತಳ್ಳಿ "ಹೋಗು." ಎನ್ನುತ್ತಾ ಬಾಗಿಲು ಮುಚ್ಚಿದರು.

ನಾವು ಮತ್ತೊಮ್ಮೆ ನಾಯಿಮರಿಯನ್ನು ತಂದು ಅವರ ಬಾಗಿಲ ಬಳಿ ಬಿಟ್ಟೆವು. ಆದರೆ ಮತ್ತೆ ಅದೇ ಘಟಿಸಿತು. ನಮ್ಮ ಕೈಗಳಲ್ಲಿ ಈಗ ಆಟದ ನಾಯಿಮರಿ ಇತ್ತು. ಈಗಾಗಲೇ ಚಿಂಪು ಮನೆಗೆ ಹೋಗಿರುವುದರಿಂದ ನಾವು ಅದನ್ನು ನಮ್ಮ ಮಲಗುವ ಕೋಣೆಯೊಳಗೆ ಬಚ್ಚಿಡಬೇಕಿತ್ತು.

ಮೊದಲು ಅದನ್ನು ಬೀಮಲನ ಲಾಕರ್ ಒಳಗೆ ಇಟ್ಟೆವು. ಆದರೆ ಅಲ್ಲಿಂದ ಹೊರಗೆ ಬರಲು ಅದು ಗಲಾಟೆ ಮಾಡತೊಡಗಿತು. ಟಾಟ ಅದನ್ನು ಸ್ನಾನದ ಮನೆಗೆ ಕೊಂಡೊಯ್ದ. ಆದರೆ ಅದು ಅಲ್ಲಿರಲು ಒಪ್ಪಲಿಲ್ಲ.

ಅದು ಮಲಗುವ ಕೋಣೆಯಲ್ಲೆಲ್ಲಾ ಓಡಾಡುತ್ತಾ, ಕಾಲುಚೀಲ, ಬೂಟು, ಚಪ್ಪಲಿ ಹೀಗೆ ಕೈಗೆ ಸಿಕ್ಕಿದ್ದ ವಸ್ತುಗಳೊಂದಿಗೆ ಆಟವಾಡತೊಡಗಿತು.

"ಜಾಗ್ರತೆ, ಫಿಶರ್ ಬಂದರು!" ಅಲ್ಲಿದ್ದ ಹುಡುಗರಲ್ಲಿ ಒಬ್ಬಾತ ಪಿಸುಗುಟ್ಟಿದ.

ಬಂದವರು ಮುಖ್ಯೋಪಾಧ್ಯಾಯರ ಹೆಂಡತಿ ಶ್ರೀಮತಿ ಫಿಶರ್. ಎಂದಿನ ತಮ್ಮ ರಾತ್ರಿ ಸುತ್ತಾಟದಲ್ಲಿ ನಾವು ಮಲಗಿರಬಹುದೇ ಅಥವಾ ಏನಾದರೂ ತುಂಟಾಟ ಮಾಡುತ್ತಿರಬಹುದೇ ಎಂಬುದನ್ನು ಖಚಿತಪಡಿಸಲು ಬಂದಿದ್ದರು. ನಾನು ನಾಯಿಮರಿಯನ್ನು ಎಳೆದು ನನ್ನ ಹೊದಿಕೆಯ ಕೆಳಗೆ ಬಚ್ಚಿಟ್ಟೆ. ಅದು ನನ್ನ ಕಾಲ್ಬೆರಳನ್ನು ನೆಕ್ಕತೊಡಗಿತು.ಶ್ರೀಮತಿ ಫಿಶರ್ ಹೋದ ಬಳಿಕ ನಾನು ಅದನ್ನು ಹೊರಗೆ ಬಿಟ್ಟೆ. ಇಡೀ ರಾತ್ರಿ ಮಲಗುವ ಕೋಣೆಯೊಳಗೆ ಸುತ್ತಾಡಲು ಅದಕ್ಕೆ ಸ್ವಾತಂತ್ರ್ಯ ನೀಡಿದೆ.

ಬೆಳಗ್ಗೆ ನಸುಕು ಮೂಡುವ ಮೊದಲೇ ನಾನು ಮತ್ತು ಬೀಮಲ್ ನಮ್ಮ ರಾತ್ರಿ

ಉಡುಪಿನಲ್ಲಿಯೇ ಆ ನಾಯಿಮರಿಯನ್ನು ಎತ್ತಿ ಹೊರಗೆ ಓಡಿದೆವು. ಮಿಸ್ಟರ್ ಒಲಿವರ್ ಅವರ ಮನೆ ತಲುಪಿ ಬಾಗಿಲನ್ನು ಜೋರಾಗಿ ತಟ್ಟಿದೆವು. ಅವರ ಹೆಜ್ಜೆ ಸಪ್ಪಳ ಕೇಳಿಸಿ ಅವರು ಬಾಗಿಲನ್ನು ತುಸು ತೆರೆದಾಗ ಅವಸರದಲ್ಲಿ ಆ ಮರಿಯನ್ನು ಮನೆಯೊಳಗೆ ತಳ್ಳಿ ಬದುಕಿ ಉಳಿದರೆ ಸಾಕು ಎನ್ನುವ ಹಾಗೆ ಓಡಿ ಬಂದೆವು.

ಎಂದಿನ ಹಾಗೆ ಒಲಿವರ್ ತರಗತಿಗೆ ಬಂದರು. ಆದರೆ ಅವರ ಜೊತೆ ನಾಯಿ ಮರಿ ಇರಲಿಲ್ಲ. ನಾಲ್ಕೈದು ದಿನಗಳು ಕಳೆದು ಹೋದವು. ಆದರೆ ನಾಯಿಮರಿಯ ಪತ್ತೆ ಇಲ್ಲ! ಅವರು ಅದನ್ನು ಬೇರೆ ಯಾರಿಗಾದರೂ ನೀಡಿರಬಹುದೇ? ಅಥವಾ ಅದನ್ನು ಅದರ ಪಾಡಿಗೆ ಹೋಗಲು ಬಿಟ್ಟಿರಬಹುದೇ?

"ಒಲಿ ಬಂದ್ರು ನೋಡು!" ಶಾಲೆಯ ಗಂಟೆಯ ಬಳಿ ನಿಂತಿದ್ದ ಬೀಮಲ್ ಕೂಗಿ ಕರೆದ!

ಮಿಸ್ಟರ್ ಒಲಿವರ್ ಸಂಜೆ ವಾಕಿಂಗಿಗೆ ಸಿದ್ಧರಾಗಿ ಬಂದಿರುವುದು ಕಂಡಿತು. ಅವರ ಕೈಯಲ್ಲಿ ವಾಲನಟ್ ಮರದ ಕೈಗೋಲು ಇತ್ತು. ಚಿರತೆಯನ್ನು ದೂರವಿಡಲು ಅದನ್ನು ಹಿಡಿದಿದ್ದಾರೆ ಎನ್ನುವುದರಲ್ಲಿ ಯಾವ ಸಂದೇಹವೂ ಇರಲಿಲ್ಲ.

ಅವರು ಅತ್ತಿತ್ತ ನೋಡುತ್ತಿರಲಿಲ್ಲ. ಅವರ ಮುಖದಲ್ಲಿ ನಮ್ಮನ್ನು ನೋಡಿದ ಚಿಹ್ನೆಯೂ ಇರಲಿಲ್ಲ. ಆದರೆ ಅವರ ಹಿಂದೆ ಬಾಲ ಅಲ್ಲಾಡಿಸುತ್ತಿದ್ದ ನಾಯಿಮರಿ ಇತ್ತು! ಬಹುತಳಿಯ ಆ ಪ್ರಾಣಿ ಮಿಸ್ಟರ್ ಒಲಿವರ್ ಅವರ ವಾಕಿಂಗಿಗೆ ಜೊತೆಯಾಗಿತ್ತು. ಅದು ಗಾಢ ಕೆಂಪುಬಣ್ಣದ ಕುತ್ತಿಗೆ ಪಟ್ಟಿ ಧರಿಸಿ ಶುಭ್ರವಾಗಿ ಕಾಣುತ್ತಿತ್ತು. ಮಿಸ್ಟರ್ ಒಲಿವರ್ ಹಾಗೇ ಅದು ಕೂಡ ನಮ್ಮ ಕಡೆಗೆ ಗಮನವನ್ನು ಹರಿಸದೆ, ತನ್ನ ಹೊಸ ಯಜಮಾನನ ಜೊತೆಯಲ್ಲಿ ಹೆಜ್ಜೆ ಹಾಕತೊಡಗಿತು.

ಮಿಸ್ಟರ್ ಒಲಿವರ್ ಮತ್ತು ಪುಟ್ಟ ನಾಯಿಮರಿ ಬಹು ಶೀಘ್ರದಲ್ಲಿ ಪರಸ್ಪರ ಅಗಲಿ ಇರಲಾರದ ಸಂಗಾತಿಗಳಾದರು. ನಾನು ಮತ್ತು ನನ್ನ ಸ್ನೇಹಿತರು ಆನಂದ ಅನುಭವಿಸಿದೆವು. ನಾಯಿಮರಿ ಎಲ್ಲಿಂದ ಬಂದಿರಬಹುದು ಎಂಬುದು ತಿಳಿದರೂ ಮಿಸ್ಟರ್ ಒಲಿವರ್ ಅದರ ಸೂಚನೆ ಕೂಡ ವ್ಯಕ್ತಪಡಿಸಲಿಲ್ಲ. ನಮ್ಮ ಅಂತಿಮ ಪರೀಕ್ಷೆ ಮುಗಿಯಿತು. ನಾನು ಮತ್ತು ಬೀಮಲ್ ಗಣಿತದಲ್ಲಿ ಫೇಲಾಗಿದ್ದೇವೆ ಎನ್ನುವುದು ನಮಗೆ ಖಚಿತವಿತ್ತು. ಆದರ ಆಶ್ಚರ್ಯವೇನೆಂದರೆ ನಾವಿಬ್ಬರೂ ಗ್ರೇಸ್ ಅಂಕ ಪಡೆದು ಗಣಿತದಲ್ಲಿ ಪಾಸಾಗಿದ್ದೆವು!

"ಒಲಿ ಬಹಳ ಒಳ್ಳೆ ಮನುಷ್ಯ!' ಅವರಿಗೆ ಎಲ್ಲವೂ ಮೊದಲೇ ಗೊತ್ತಿತ್ತು." ಬೀಮಲ್ ಹೇಳಿದ.

ಟಾಟ ಗಣಿತದಲ್ಲಿ ಬಹಳ ಜಾಣ. ಅವನಿಗೆ ಗ್ರೇಸ್ ಅಂಕಗಳ ಆವಶ್ಯಕತೆ ಇರಲಿಲ್ಲ. ಆದರೆ ಒಲಿವರ್ ತೋರಿದ ಕರುಣೆಗಾಗಿ ನಾವಿಬ್ಬರು, ನಾನು ಮತ್ತು ಬೀಮಲ್ ಅವರಿಗೆ ಕೃತಜ್ಞತೆ ಸಲ್ಲಿಸಬೇಕೆಂದು ನಿರ್ಧರಿಸಿದೆವು.

"ನನಗೆ ಯಾಕೆ ಕೃತಜ್ಞತೆ?" ಹೀಗೆ ಮಾತಿನಲ್ಲಿ ಮಿಸ್ಟರ್ ಒಲಿವರ್ ಹೇಳಿದರೂ, ಅವರ ತುಟಿಯಂಚಿನಲ್ಲಿ ಕಿರುನಗೆ ಇತ್ತು. "ನಿಮ್ಮನ್ನು ಜ್ಯೂನಿಯರ್ ಶಾಲೆಯಲ್ಲಿ ನೋಡಿ, ನೋಡಿ ನನಗೆ ಸಾಕಾಗಿದೆ! ಇನ್ನಾದರೂ ನೀವು ಸೀನಿಯರ್ ಶಾಲೆಗೆ ಹೋಗಿರುವಿರಂತೆ, ಅಲ್ಲಿ ದೇವರು ನಿಮಗೆ ಸಹಾಯ ಮಾಡಲಿ!"

❖

ಶ್ವೇತವಸ್ತ್ರಧಾರಿಣಿ

(ಮಿಸ್ಟರ್ ಒಲಿವರ್ ಅವರ ಅವರ ದಿನಚರಿ ಪುಟಗಳಿಂದ)

ನಮ್ಮ ಶಾಲೆಯನ್ನು ಹಾದು ಹೋಗುವ ಹೆದ್ದಾರಿಯಲ್ಲಿ ಒಂದು ಭೂತವಿತ್ತು. ಅದು ಭೂತ-ಆಂಟಿಯೆಂದೇ ಪ್ರಸಿದ್ಧವಾಗಿತ್ತು. ಅಪರೂಪದ ಈ ಮಾಯಾಂಗನೆ ಸಂಜ್ಯೋಲಿಗೆ ಹೋಗುವ ಮೋಟಾರ್ ಚಾಲಕರಿಗೆ ಕಾಣಿಸುತ್ತಿದ್ದಳು. ಆ ದಾರಿಯಲ್ಲಿ ಚಲಿಸುವ ಕಾರುಗಳನ್ನು ಕೈಬೀಸಿ ನಿಲ್ಲಿಸುತ್ತಾ ತನ್ನನ್ನು ಹತ್ತಿಸುವಂತೆ ಕೇಳುತ್ತಿದ್ದಳು. ಒಂದು ವೇಳೆ ಅವಳನ್ನು ಕಾರಿನಲ್ಲಿ ಹತ್ತಿಸಿದರೆ ಅಪಘಾತ ವಾಗುವುದು ಖಂಡಿತ.

ಈ ಶ್ವೇತವಸ್ತ್ರಧಾರಿಣಿಯು ಕೆಲವು ತಿಂಗಳ ಹಿಂದೆ ಇಲ್ಲಿಯೇ ಸಮೀಪದಲ್ಲಿ ಕಾರು ಅಪಘಾತವೊಂದರಲ್ಲಿ ಸತ್ತು ಹೋಗಿರುವ ಹೆಣ್ಣಿನ ಪ್ರೇತಾತ್ಮವೆಂದು ಜನ ಆಡಿಕೊಳ್ಳುತ್ತಿದ್ದರು. ಅನೇಕ ಮೋಟಾರು ಚಾಲಕರು ತಾವು ಅವಳನ್ನು ನೋಡಿರುವುದಾಗಿ ಹೇಳುತ್ತಾರೆ. ಆದರೆ ಕಾಲ್ನಡಿಗೆಯಲ್ಲಿ ಹೋಗುವವರಿಗೆ ಇವಳು ಭೇಟಿಯಾಗದಿರುವುದು ವಿಚಿತ್ರ ಸಂಗತಿ.

ಇದಕ್ಕೆ ಅಪವಾದಗಳೆಂದರೆ ಮಿಸ್ ರಮೋಲ, ಮಿಸ್ ಡಿ'ಕೋಸ್ತಾ ಮತ್ತು ನಾನು.

ನಾನು ಕೆಲವು ಅಧ್ಯಾಪಕರು ಮತ್ತು ಹುಡುಗರ ಜೊತೆಯಲ್ಲಿ ಹಾಕಿ ಪಂದ್ಯ ನೋಡಲು ಹುಡುಗಿಯರ ಶಾಲೆಗೆ ಹೋಗಿದ್ದೆ. ಪಂದ್ಯ ಮುಗಿದಾಗ ಕತ್ತಲೆ ಕವಿಯಲು ಪ್ರಾರಂಭವಾದ್ದರಿಂದ ಮತ್ತು ಅಲ್ಲಿ ಚಿರತೆ ಇರುವ ಸುದ್ದಿ ಕೇಳಿದ ಮಹಿಳಾ ಸಿಬ್ಬಂದಿಗಳು ತಮ್ಮ ಜೊತೆಯಲ್ಲಿ ಬರುವಂತೆ ನನ್ನನ್ನು ಕೇಳಿಕೊಂಡಿದ್ದರು. .

"ಚಿರತೆಯೆಂದರೆ ಮಿಸ್ಟರ್ ಒಲಿವರ್ ಅವರೇ!" ಅಂಜಲಿ ರಮೋಲರ ಜೊತೆ ವಾರಾಂತ್ಯ ಕಳೆಯಲಿದ್ದ ಮಿಸ್ ಡಿ'ಕೋಸ್ತಾ ಹೇಳಿದರು.

"ಅವರು ಅಪಾಯಕಾರಿಯಲ್ಲದ ಚಿರತೆ." ಮಿಸ್ ರಮೋಲ ಹೇಳಿದರು.

ಚಿರತೆ ಯಾವಾಗಲೂ ದೊಡ್ಡ ಕಿವಿಯೋಲೆ ಧರಿಸಿದ ಹೆಂಗಸರ ಮೇಲೆ ಆಕ್ರಮಣ ನಡೆಸುತ್ತದೆ ಎಂದು ಹೇಳಬೇಕೆಂದುಕೊಂಡೆ (ಮಿಸ್ ಡಿ'ಕೋಸ್ತಾರ ಹಾಗಿನವರು) ಆದರೆ ಉತ್ತಮ ರೀತಿಯಲ್ಲಿ ಬೆಳೆದ ನನಗೆ ಒರಟಾಗಿ ಪ್ರತಿಕ್ರಿಯೆ ವ್ಯಕ್ತಪಡಿಸುವುದು ಸರಿಯಲ್ಲವೆನಿಸಿತು.

ನಾವು ಶಾಲೆಯ ಗೇಟಿನ ಹತ್ತಿರದ ತಿರುವಿನ ಬಳಿ ತಲುಪಿದಾಗ ಮಿಸ್ ಡಿ'ಕೋಸ್ತಾ ಗಟ್ಟಿಯಾಗಿ ಹೇಳಿದರು, "ಓ! ಅಲ್ಲಿ ನೋಡಿ ಆ ಕಲ್ಲುಗೋಡೆಯ ಮೇಲೆ ಒಬ್ಬ ವಿಚಿತ್ರ ಹೆಂಗಸು ಕುಳಿತಿದ್ದಾಳೆ."

ನಿಜ! ಅಲ್ಲೊಬ್ಬ ಬಿಳಿ ಉಡುಪು ಧರಿಸಿದ ಹೆಂಗಸು ಗೋಡೆಯ ಮೇಲೆ ಕುಳಿತಿದ್ದಳು. ಅವಳ ಮುಖ ನಮಗೆ ಕಾಣಿಸುತ್ತಿರಲಿಲ್ಲ.

"ಅದು– ಅದು– ಭೂತ ಆಂಟಿ ಇರಬಹುದೇ.." ಮಿಸ್ ಡಿ'ಕೋಸ್ತಾ ತಡವರಿಸುತ್ತಾ ಹೇಳಿದರು.

ಈ ಇಬ್ಬರು ಮಹಿಳೆಯರು ರಸ್ತೆಯ ನಡುವೆಯೇ ಸ್ತಂಭಿತರಾಗಿ ನಿಂತರು. ನಾನು ಮುಂದೆ ಬಂದು ಕೇಳಿದೆ, "ಯಾರು ನೀನು? ನಾವು ನಿನಗೆ ಏನು ಮಾಡಬಹುದು?"

ಆ ಭೂತಾಕೃತಿ ತನ್ನ ಕೈಗಳನ್ನು ಎತ್ತಿ, ಇದ್ದಕ್ಕಿದ್ದಂತೆ ಎದ್ದು ನಿಂತಿತು. ಆಮೇಲೆ ನಮ್ಮನ್ನು ದಾಟಿ ಹೋಗಲು ಪ್ರಯತ್ನಿಸಿತು. ಮಿಸ್ ಡಿ'ಕೋಸ್ತಾ ಗಟ್ಟಿಯಾಗಿ ಕಿರಿಚಿದರು. ಅಂಜಲಿ ರಮೋಲ ತಿರುಗಿ ಓಡಿ ಹೋದರು. ಆ ಶ್ವೇತವಸ್ತ್ರಧಾರಿಣಿ ತನ್ನದೇ ಉಡುಪಿನಿಂದ ಕಾಲು ತೊಡರಿ ನನ್ನ ಮುಂದೆ ಬಿದ್ದುಬಿಟ್ಟಿತು.

ಅದು ಎದ್ದು ನಿಂತಾಗ ಅದರ ಬಿಳಿ ಬಟ್ಟೆ ಕಳಚಿ ಕೆಳಗೆ ಬಿತ್ತು– ಮಿರ್ಚಿ!

"ಏಯ್ ಕೆಟ್ಟ ಹುಡುಗ! ಏನೋ ಇದು ನಿನ್ನ ಕಿತಾಪತಿ?" ನಾನು ಜೋರಾಗಿ ಗದರಿದೆ.

"ಸಾರಿ, ಸರ್," ಅವನು ಉಸಿರೆಳೆದುಕೊಳ್ಳುತ್ತಾ ಹೇಳಿದ. "ಭೂತ ಆಂಟಿ, ಸುಮ್ಮನೆ ತಮಾಶೆಗೆ ಸರ್," ಹೀಗೆ ಹೇಳಿದವನೇ ಅವನು ಅಲ್ಲಿಂದ ಓಡಿಯೇ ಬಿಟ್ಟ.

"ನನ್ನ ಜೊತೆಯಲ್ಲಿದ್ದ ಮಹಿಳೆಯರಿಬ್ಬರು ಚೇತರಿಸಿಕೊಂಡ ಬಳಿಕ, ಮಿರ್ಚಿಗೆ ಚೆನ್ನಾಗಿ ಬುದ್ಧಿ ಕಲಿಸುತ್ತೇನೆ ಎಂದು ಅವರಿಗೆ ಮಾತುಕೊಟ್ಟು, ಅವರನ್ನು ಮನೆಯವರೆಗೆ ತಲುಪಿಸಿದೆ. ಆದರೆ ಮನಸ್ಸಿನಲ್ಲಿ ನನಗೆ ಮಿರ್ಚಿ ಮಾಡಿದ್ದೇ

ಸರಿಯೆನಿಸಿತು. ನನ್ನನ್ನು ಚಿರತೆಯೆಂದು ಕರೆದ ಕಾರಣಕ್ಕಾಗಿ ಮಿಸ್ ಡಿಕೋಸ್ತಾ ಅವರನ್ನು ಹೆದರಿಸಿದ್ದು ಒಳ್ಳೆಯದಾಯಿತು ಎನಿಸಿತು.

ನಾನು ರಸ್ತೆಯಲ್ಲಿ ಬಿದ್ದಿದ್ದ ಮಿರ್ಚಿಯ ಬಿಳಿ ಹೊದಿಕೆಯನ್ನು ಎತ್ತಿಕೊಂಡೆ. ರಾತ್ರಿಯೂಟದ ಬಳಿಕ ಮಲಗುವ ಮನೆಗೆ ಹೋಗಿ ಅದನ್ನು ಅವನ ಹಾಸಿಗೆಯ ಮೇಲೆ ಇಟ್ಟೆ. ಆದರೆ ಏನೂ ಹೇಳಲಿಲ್ಲ.

ಅವನು ಮಲಗುವ ಸಿದ್ಧತೆಯಲ್ಲಿದ್ದ. ನನ್ನತ್ತ ಸ್ವಲ್ಪ ಮುಜುಗರದಿಂದ ನೋಡಿ ಹೇಳಿದ.

"ಆಂ.. ಥ್ಯಾಂಕ್ ಯೂ ಸರ್."

"ಚೆನ್ನಾಗಿತ್ತು ನಿನ್ನ ಮೋಜಿನಾಟ, ಬರುವ ಸಲ ಇನ್ನೂ ನೈಜವಾಗಿ ಕಾಣುವಂತೆ ಮಾಡಪ್ಪಾ."

ಮಲಗುವ ಮನೆ ಮತ್ತು ಹೊರಜಗಲಿಯ ಎಲ್ಲಾ ದೀಪಗಳು ಆರಿವೆ ಎಂಬುದನ್ನು ಖಚಿತಪಡಿಸಿಕೊಂಡು ನಾನು ನನ್ನ ಪಾಡಿಗೆ ಒಂಟಿಯಾಗಿ ಹೊರನಡೆದೆ. ನನಗೆ ಜೊತೆ ಇಲ್ಲದೇ ಒಬ್ಬನೇ ಇರುವುದರಲ್ಲಿ ಯಾವ ಅಭ್ಯಂತರವೂ ಇರಲಿಲ್ಲ. ಇದು ಒಂಟಿತನವಲ್ಲ. ಎಲ್ಲರೂ ಇದ್ದೂ ಏಕಾಂಗಿಯಾಗಿ ಇರುವ ಹಾಗಿನದು. ಪಾರ್ಟಿ ಮಾಡುವವರ ನಡುವೆ, ಆಸಕ್ತಿ ಇಲ್ಲದವರಿಗೆ ಏಕಾಂಗಿತನದ ಅನುಭವವಾಗುವುದಲ್ಲ, ಹಾಗೆ. ಒಂಟಿಯಾಗಿರುವ ಆಯ್ಕೆಯೂ ಬದುಕಿನ ಸಂತೋಷಗಳಲ್ಲಿ ಒಂದಾಗಿರುತ್ತದೆ.

ಒಂದು ದಿನ ಮಿರ್ಚಿ ಮೋಜಿನಾಟ ಮಾಡಿದ ಸ್ಥಳವನ್ನು ಹಾದು ಹೋಗುವಾಗ, ಅಲ್ಲಿರುವ ಮೋಟುಗೋಡೆಯ ಮೇಲೆ ಒಬ್ಬ ಹೆಂಗಸು ತನ್ನ ಪಾಡಿಗೆ ಕುಳಿತಿರುವುದನ್ನು ನೋಡಿ ಆಶ್ಚರ್ಯಚಕಿತನಾದೆ. ಮತ್ತೊಬ್ಬ ಏಕಾಂತದ ಪ್ರೇಮಿ ಎಂದುಕೊಂಡೆ. ನಾನು ಅವಳತ್ತ ನೋಟ ಬೀರಿದೆ. ಆಕೆ ಬೇರೆ ಎಲ್ಲೋ ನೋಡುತ್ತಿದ್ದಳು. ಅವಳ ಮುಖ ಬಿಳಿಚಿತ್ತು. ಅವಳ ಉಡುಪು ಸರಳವಾಗಿತ್ತು. ಸ್ವಲ್ಪ ದೂರ ಹೋದ ಬಳಿಕ ಇದ್ದಕ್ಕಿದ್ದಂತೆ ನನ್ನ ಮನಸ್ಸಿಗೆ ವಿಚಾರವೊಂದು ಹೊಳೆಯಿತು. ನಾನು ಈಗ ತಾನೇ ನೋಡಿರುವುದು ಭೂತ ಆಂಟಿ ಇರಬಹುದೇ? ನಿಜವಾದ ಭೂತ!

ಆ ಬಿಳಿಚಿದ ಮುಖದ ಶ್ವೇತವಸ್ತ್ರಧಾರಿಣಿ ಹೆಂಗಸು ದಿವ್ಯರೂಪವಾಗಿದ್ದಳಲ್ಲವೇ?

ನಾನು ತಡೆದು ನಿಂತೆ. ಹೊರಳಿ ನೋಡಿದೆ.

ಆ ಹೆಂಗಸು ಮಾಯವಾಗಿದ್ದಳು.

✤

ಕಾಣೆಯಾದ ವ್ಯಕ್ತಿ: ಹೆಚ್.ಎಮ್.

(ಮಿಸ್ಟರ್ ಒಲಿವರ್ ಅವರ ದಿನಚರಿಯ ಪುಟಗಳಿಂದ)

ಮುಖ್ಯೋಪಾಧ್ಯಾಯರ ಗಮನಾರ್ಹ ಕಣ್ಮರೆ

ಕಳೆದ ಎರಡು ದಿನ ಮತ್ತು ಮೂರು ರಾತ್ರಿಗಳಿಂದ ಅವರು ಕಾಣೆಯಾಗಿದ್ದಾರೆ. ಬೆಳಗ್ಗೆ ವಾಕಿಂಗಿಗೆ ಹೋಗುವೆನೆಂದು ತನ್ನ ಮನೆಯಿಂದ ಹೊರಗೆ ಹೋದವರು ಹಿಂತಿರುಗಿ ಬಂದಿಲ್ಲ.

ಅವರನ್ನು ಚಿರತೆ ಕೊಂಡೊಯ್ದಿರಬಹುದೇ? ಅಥವಾ ಯಾರಾದರೂ ಕಿಡ್ ನಾಪ್ ಮಾಡಿರಬಹುದೇ?

ಅಥವಾ ಅವರು ಕಾಲು ಜಾರಿ ಯಾವುದಾದರೂ ಕಂದಕಕ್ಕೆ ಬಿದ್ದಿರಬಹುದೇ?

ಹೆಚ್.ಎಮ್ ಅವರ ಪತ್ನಿ ಚಿಂತಾಗ್ರಸ್ತರಾಗಿದ್ದಾರೆ. ಪೊಲೀಸರಿಗೆ ಸುದ್ದಿ ಮುಟ್ಟಿಸಲಾಗಿದೆ. ಇನ್ಸಪೆಕ್ಟರ್ ಕೀಮತ್ ಲಾಲ್, ಸಿ.ಐ.ಡಿ. ಎಲ್ಲರನ್ನೂ ಪ್ರಶ್ನಿಸುತ್ತಿದ್ದಾರೆ. ಆದರೆ ಅವರ ತನಿಖೆ ಚುರುಕಾಗಿಲ್ಲ. ಅವರಿಗೆ ಹೆಣಗಳೊಂದಿಗೆ ವ್ಯವಹರಿಸಿ ಗೊತ್ತಿದೆ, ಆದರೆ ಕಾಣೆಯಾದವರ ಜೊತೆಯಲ್ಲಿ ಅಲ್ಲ.

ಕೊನೆಗೆ ಅವರು ಕೇಳಿದರು, "ಹೊರಟಾಗ ಅವರ ಕೈಯಲ್ಲಿ ಬ್ಯಾಗ್ ಅಥವಾ ಸೂಟಕೇಸ್ ಇತ್ತೇ? ಅವರಲ್ಲಿ ಹಣವಿದೆಯೇ?"

"ಅವರಲ್ಲಿ ಹಣ ಇರುವುದು ನನಗೆ ಗೊತ್ತಿಲ್ಲ," ಹೆಂಡತಿ ಹೇಳಿದರು, "ಆದರೆ ಅವರು ತಮ್ಮ ಬಂದೂಕನ್ನು ತೆಗೆದುಕೊಂಡು ಹೋಗಿದ್ದಾರೆ."

"ಅವರು ಆ ಚಿರತೆಯನ್ನು ಹಿಂಬಾಲಿಸಿ ಹೋಗಿರಬೇಕು." ನಾನು ಹೇಳಿದ, "ಚಿರತೆ ಅವರನ್ನು ಹಿಡಿಯದಿದ್ದರೆ ಸಾಕು."

ನಾವೆಲ್ಲರೂ ಸೇರಿ, ಇನ್ಸಪೆಕ್ಟರ್, ಇಬ್ಬರು ಕಾನ್ಸಟೇಬಲ್, ಮಿಸ್ಟರ್ ತುಲಿ, ನಾಲ್ಕು ಹಿರಿಯ ವಿದ್ಯಾರ್ಥಿಗಳು(ಟಾಟ ಮತ್ತು ಮಿರ್ಚಿ ಸೇರಿ), ನಾನು–ಕಾಡಿಗೆ

ಹೊರಟೆವು. ಸುಮಾರು ಎರಡು ಗಂಟೆಗಳ ಕಾಲ ಮಂಜು ಕವಿದ ಪರಿಸರದಲ್ಲಿ ಸುತ್ತಾಡಿದ ಬಳಿಕ, ನಾವು ಹತ್ತಿರದ ಎರಡು ಹಳ್ಳಿಗಳಲ್ಲಿ ವಿಚಾರಿಸಿದೆವು. ಆದರೆ ನಮಗೆ ಯಾವುದೇ ಪ್ರೋತ್ಸಾಹದಾಯಕ ಮಾಹಿತಿ ಸಿಗಲಿಲ್ಲ. ಒಬ್ಬ ಗಂಡಸು ಬಂದೂಕು ಹಿಡಿದು ಕಣಿವೆಯಲ್ಲಿ ಸುತ್ತಾಡುತ್ತಿದ್ದುದನ್ನು ತಾನು ನೋಡಿರುವುದಾಗಿ ಎಳೆಯ ಹುಡುಗನೊಬ್ಬ ನಮಗೆ ತಿಳಿಸಿದ. ಹೀಗಾಗಿ ನಾವು ಮತ್ತೆ ಎರಡು ತಾಸು ಹುಡುಕಾಡಿದೆವು. ದಪ್ಪ ದೇಹದ ಇನ್ಸಪೆಕ್ಟರ್ ಕೀಮತ್ ಲಾಲ್ ಬೆವರು ಸುರಿಸುತ್ತಾ ಬೈಯ್ಯುತ್ತಿದ್ದರು. ನಮ್ಮ ಕೆಲವು ಪೊಲೀಸರಲ್ಲಿ ಅವರು ವೃತ್ತಿಯಲ್ಲಿ ಕಲಿತಿರುವ ವರ್ಣರಂಜಿತ ಬೈಗಳು ಇರುತ್ತವೆ.

ಶಾಲೆಗೆ ಹಿಂತಿರುಗಿ ಬರುವ ದಾರಿಯಲ್ಲಿ ನಾನು ಇನ್ಸಪೆಕ್ಟರ್ ಕೀಮತ್ ಲಾಲ್ ಅವರೊಂದಿಗೆ ಮಾತನಾಡುತ್ತಾ ಕೇಳಿದೆ, "ನೀವು ಎದುರಿಸಿದ ಅತ್ಯಂತ ಆತಂಕದ ಕ್ಷಣ ಯಾವುದು?"

"ಆತಂಕದ ಕ್ಷಣವೇ, ಅದು ನಾನು ಗಡ್ಡ ತೆಗೆಸಲು ಕ್ಷೌರಿಕನ ಅಂಗಡಿಗೆ ಹೋದಾಗ ನಡೆದಿರುವುದು. ಆಗ್ರಾದಲ್ಲಿ ನಡೆದ ಘಟನೆ. ನಾನು ಆಗ ಸಬ್-ಇನ್ಸಪೆಕ್ಟರ್ ಆಗಿದ್ದೆ."

"ಏನು ನಡೆಯಿತು?"

"ಆ ಕ್ಷೌರಿಕ ತುಂಬಾ ತಮಾಷೆ ಆಸಾಮಿ. ಜೋಕ್ ಹೇಳುತ್ತಿರುತ್ತಾನೆ. ನನ್ನ ಗಲ್ಲಕ್ಕೆ ಸಾಬೂನು ಹಚ್ಚಿದ ಬಳಿಕ ಕೈಯಲ್ಲಿದ್ದ ರೇಜರ್‌ನ್ನು ಅಲ್ಲಾಡಿಸುತ್ತಾ ಅವನು ಹೇಳಿದ, 'ಸರ್! ನನಗೆ ನಿಮ್ಮ ಕತ್ತು ತುಂಡರಿಸುವುದು ಎಷ್ಟು ಸುಲಭ ನೋಡಿ!' ನಾನು ಅವನ ಮಾತುಗಳನ್ನು ಗಂಭೀರವಾಗಿ ತೆಗೆದುಕೊಳ್ಳಲಿಲ್ಲ. ಆದರೆ ಅವನ ಕೆಟ್ಟ ಅಭಿರುಚಿ ನನಗೆ ಹಿಡಿಸಲಿಲ್ಲ. ನಾನು ಮುಖದ ಸಾಬೂನಿನ ನೊರೆಯನ್ನು ಒರಸಿ ಆ ಅಂಗಡಿಯಿಂದ ಹೊರಗೆ ಬಂದೆ. ಅಲ್ಲಿ ಕಾಯುತ್ತಿದ್ದ ಮತ್ತೊಬ್ಬ ಗಿರಾಕಿ ಬಹಳ ಸಂತೋಷದಿಂದ ನನ್ನ ಜಾಗಕ್ಕೆ ಬಂದು ಕುಳಿತ."

"ಅವನು ತಮಾಶೆ ಮಾಡಿದ್ದಿರಬೇಕು." ನಾನು ಹೇಳಿದೆ.

"ನಾನೂ ಹಾಗೆ ತಿಳಿದಿದ್ದೆ. ಆದರೆ ಮರುದಿನ ಡ್ಯೂಟಿಗೆ ಹೋದಾಗ ನನಗೆ ಗೊತ್ತಾಯಿತು, ಆ ಮನುಷ್ಯ ನಿಜವಾಗಿಯೂ ತನ್ನ ಗಿರಾಕಿಯೊಬ್ಬನ ಕತ್ತು ಕತ್ತರಿಸಿದ್ದನಂತೆ! ಬಹುಶಃ ನನ್ನ ನಂತರ ಆ ಜಾಗದಲ್ಲಿ ಕುಳಿತವನದ್ದಾಗಿರಬೇಕು. ಆ ಕ್ಷೌರಿಕ ತುಸು ತಲೆ ಕೆಟ್ಟವನು. ಕೆಲವೊಮ್ಮೆ ನನ್ನ ಜೊತೆ ವಿಚಿತ್ರವಾಗಿ ನಡೆದುಕೊಳ್ಳುತ್ತಿದ್ದ. ಅವನ ತಲೆಗೆ ಪೆಟ್ಟಾಗಿರಬೇಕು."

"ಅಲ್ಲಿಂದ ಎದ್ದು ಬಂದದ್ದು ನಿಮ್ಮ ಬುದ್ಧಿವಂತಿಕೆಯನ್ನು ತೋರಿಸುತ್ತದೆ."

"ಹಾಗೇನಿಲ್ಲ, ಆ ಕ್ಷಣ ನನಗೆ ಹಾಗೆ ಮಾಡಬೇಕು ಎಂದು ಅನ್ನಿಸಿತ್ತು ಅಷ್ಟೇ. ನಮ್ಮನ್ನು ಉಳಿಸಿಕೊಳ್ಳುವ ಸಂದರ್ಭದಲ್ಲಿ ವಿಚಾರಕ್ಕಿಂತ ನಮ್ಮ ಭಾವನೆಯನ್ನು ನಾವು ಹೆಚ್ಚು ಅವಲಂಬಿಸಬೇಕಾಗುತ್ತದೆ."

ಇನ್ನೂ ಹೆಚ್ ಎಮ್ ಎಲ್ಲಿದ್ದಾರೆ ಎನ್ನುವುದು ಗೊತ್ತಾಗದೆ, ಅದು ಗೊತ್ತಾಗುವ ಸಾಧ್ಯತೆಯೂ ಇಲ್ಲದೆ ಬೆಟ್ಟದ ದಾರಿಯಲ್ಲಿ ಮೇಲೆ ಹತ್ತಿ ಬರುವಾಗ ನಾವೆಲ್ಲರೂ ತುಂಬಾ ದಣಿದಿದ್ದೆವು. ಪ್ರತಿಯೊಬ್ಬರೂ ಬಾಯಾರಿಕೆ ಎನ್ನುತ್ತಿದ್ದರು. ಆಮೇಲೆ ದಾರಿಯಲ್ಲಿ ಸಿಕ್ಕಿದ ಮೊದಲ ಅಂಗಡಿಯಲ್ಲಿ ನಾನು ಅವರಿಗೆಲ್ಲಾ ತಂಪು ಪಾನೀಯವನ್ನು ಖರೀದಿಸಿ ಕೊಡಬೇಕಾಯಿತು. ಪೊಲೀಸರೇನೋ ಬೇರೆ ಪಾನೀಯವನ್ನು ಬಯಸಿದ ಹಾಗಿತ್ತು.

ನಾವು ಶಾಲೆಯ ಬಳಿ ಬಂದು ತಲುಪಿದಾಗ ಕತ್ತಲೆ ಆವರಿಸುತ್ತಿತ್ತು. ನಾವು ಹತ್ತಿರವಿದ್ದ ಮುಖ್ಯೋಪಾಧ್ಯಾಯರ ಮನೆ ಬಾಗಿಲನ್ನು ತಟ್ಟಿದೆವು. ಅವರ ಹೆಂಡತಿ ಬಾಗಿಲು ತೆರೆದರು. ಅವರ ಮುಖ ಪ್ರಸನ್ನವಾಗಿತ್ತು. ಅದರಲ್ಲಿ ಆಶ್ಚರ್ಯವೇನೂ ಇರಲಿಲ್ಲ. ಯಾಕೆಂದರೆ ಸ್ವತಃ ಹೆಚ್ ಎಮ್ ಅಲ್ಲಿ ತನ್ನ ಎಂದಿನ ಆರಾಮ ಕುರ್ಚಿಯಲ್ಲಿ ಕುಳಿತು ಚಹಾ ಸೇವಿಸುತ್ತಿದ್ದರು!

ನಾವು ನಡೆಸಿದ ಪ್ರಯತ್ನಗಳಿಗೆ ನಮಗೆ ಧನ್ಯವಾದ ಇಲ್ಲ. ಚಹ ಕೂಡ ಇಲ್ಲ. ನಮ್ಮನ್ನು ಬಿಡಿ ಪೊಲೀಸರಿಗೂ ಚಹ ಇಲ್ಲ.

ಆಮೇಲೆ ಗೊತ್ತಾಗಿದ್ದೇನೆಂದರೆ ಇತ್ತೀಚಿಗೆ ಹೆಚ್. ಎಮ್. ಅವರಿಗೆ ವಾಯಲಿನ್‌ನಲ್ಲಿ ಹಾಡು ನುಡಿಸಲು ಸಾಧ್ಯವಾಗದಿರುವುದಕ್ಕೆ ಖೇದ ಉಂಟಾಗಿತ್ತಂತೆ. ಅದಕ್ಕಾಗಿ ಅವರು ಸಿಟ್ಟಿನಿಂದ ತನ್ನ ವಾಯಲಿನ್‌ನ್ನು ಒಡೆದು ಹಾಕಿದ್ದರಂತೆ. ಆಮೇಲೆ ಆತ್ಮಹತ್ಯೆ ಮಾಡಿಕೊಳ್ಳುವ ಆಲೋಚನೆಯಿಂದ ಬಂದೂಕು ಹಿಡಿದು ಮನೆಯಿಂದ ಹೊರಗೆ ಹೋಗಿದ್ದರಂತೆ. ಹೀಗೆ ಹೋದವರು ಒಂದು ದಿನ ಕಾಡಿನಲ್ಲಿ , ಒಂದು ರಾತ್ರಿಯನ್ನು ವಸತಿಗೃಹವೊಂದರಲ್ಲಿ ಕಳೆದರು. ಆಮೇಲೆ ಒಂದು ಹಗಲು, ಒಂದು ರಾತ್ರಿ ಸುರಂಗದಲ್ಲಿದ್ದು, ರೈಲ್ವೇ ಫ್ಲಾಟ್ ಫಾರಂನಲ್ಲಿ ಕಳೆದರು. ಆಮೇಲೆ ಹೊಸ ವಾಯಲಿನ್ ಖರೀದಿಸಿ ಹಾಡನ್ನು ನುಡಿಸಲು ಕಲಿಯಬಹುದೆಂಬ ಆಲೋಚನೆ ಅವರಿಗೆ ಬಂತು.

"ಸರ್ ಎಲ್ಲಾ ಮುಖ್ಯೋಪಾಧ್ಯಾಯರು ಹೀಗೇ ಇರುತ್ತಾರೇನು?" ಮಿರ್ಚಿಯ ಪ್ರಶ್ನೆ.

ನನಗೆ ಅವನಲ್ಲಿ ಭರವಸೆ ಹುಟ್ಟಿಸುವುದು ಬೇಕಿರಲಿಲ್ಲ. ಹೀಗಾಗಿ ಹೇಳಿದೆ. "ಇಲ್ಲವೋ ಕೆಲವರು ಇನ್ನೂ ತಲೆ ಕೆಟ್ಟವರು ಇರುತ್ತಾರೆ."

✤

ಮಿಸ್ ಬಾಬಕೋಕಳ ಹೆಬ್ಬೆರಳು

ಇಬ್ಬರು ವ್ಯಕ್ತಿಗಳು ದೀರ್ಘಾವಧಿ ಒಟ್ಟಿಗೆ ಇರುವಂತಾದರೆ ಅವರು ಆಪ್ತ ಗೆಳೆಯರಾಗುತ್ತಾರೆ ಅಥವಾ ಕಟ್ಟಾ ಶತ್ರುಗಳಾಗುತ್ತಾರೆ.

ಒಮ್ಮೆ ನಾನು ಮತ್ತು ಟಾಟ 'ಗದ್ದಕಟ್ಟು' ಕಾಯಿಲೆಯಿಂದಾಗಿ ಹದಿನೈದು ದಿನಗಳ ಕಾಲ ಶಾಲೆಯ ಆಸ್ಪತ್ರೆಯಲ್ಲಿ ಜೊತೆಯಾಗಿ ಕಾಲ ಕಳೆಯಬೇಕಾಗಿ ಬಂದಿತ್ತು. ಅದು ನಿಜವಾದ ಆಸ್ಪತ್ರೆ ಏನೂ ಅಲ್ಲ, ಬರೀ ನಾಲ್ಕು ಹಾಸಿಗೆಗಳ ವಾರ್ಡ್ ಇರುವ ಚಿಕ್ಕ ಮನೆ. ಛೋಟಾ ಶಿಮ್ಲಾದ ನಮ್ಮ ಪ್ರಾಥಮಿಕ ಶಾಲೆಯ ಕಡೆಗೆ ಸಾಗುವ ರಸ್ತೆಯಲ್ಲಿ ಇದೆ. ಅದರ ಮೇಲ್ವಿಚಾರಣೆಯನ್ನು ನೋಡಿಕೊಳ್ಳುತ್ತಿದ್ದಾಕೆ ವಯಸ್ಸಾದ ಒಬ್ಬ ನಿವೃತ್ತ ದಾದಿ. ಅವಳ ಹೆಸರು ಮಿಸ್ ಬಾಬಕೋಕ.

ಮಿಸ್ ಬಾಬ್ಕೋಕ ಸಮರ್ಥ ದಾದಿ, ಆದರೆ ಸ್ವಲ್ಪ ಚಡಪಡಿಕೆಯ ಗುಲ್ಲೆಬ್ಬಿಸುವ ಹೆಂಗಸು. ಯಾವಾಗಲೂ ರೋಗಿಗಳ ಮಲಗುವ ಕೋಣೆ, ಔಷಧಿ ಅಂಗಡಿ ಮತ್ತು ತನ್ನ ಸ್ವಂತ ಕೋಣೆಯೆಂದು ಓಡಾಡಿಕೊಂಡೇ ಇರುವಾಕೆ. ಇದರಿಂದ ಹುಡುಗರು ಅವಳನ್ನು 'ಮಿಸ್ ಶಟಲ್ ಕಾಕ್'' ಎಂದು ಕರೆಯುತ್ತಿದ್ದರು. ಇದು ಅವಳಿಗೆ ಕೇಳಿಸದೇ ಇರುವುದರಿಂದ ಅವಳು ಅದನ್ನು ಮನಸ್ಸಿಗೆ ಹಚ್ಚಿಕೊಂಡಿರಲಿಲ್ಲ. ಆದರೆ ಅವಳ ಕಿವುಡುತನ ಅವಳಿಗೆ ಮತ್ತು ಅವಳ ರೋಗಿಗಳಿಗೆ ಸಮಸ್ಯೆಯನ್ನಂತೂ ಸೃಷ್ಟಿಸುತ್ತಿತ್ತು. ವಾರ್ಡಿನಲ್ಲಿ ನಡುರಾತ್ರಿಯ ಸಮಯ ಯಾರಿಗಾದರೂ ಹುಷಾರು ತಪ್ಪಿದರೆ ಅವರು ಅವಳನ್ನು ಗಟ್ಟಿ ಧ್ವನಿಯಲ್ಲಿ ಕೂಗಿ ಕರೆಯಬೇಕಿತ್ತು ಅಥವಾ ಬೆಲ್ ಬಾರಿಸಬೇಕಿತ್ತು. ಆದರೆ ಇವೆರಡೂ ಅವಳಿಗೆ ಕೇಳಿಸದೆ, ಯಾರಾದರೂ ಎದ್ದು ಹೋಗಿ ಅವಳನ್ನು ಕರೆತರುವುದು ಅನಿವಾರ್ಯವಾಗುತ್ತಿತ್ತು.

ಇದರಿಂದ ಮಿಸ್ ಬಾಬಕೋಕ ತುರ್ತು ಪರಿಸ್ಥಿತಿಯಲ್ಲಿ ಎಚ್ಚರಗೊಳ್ಳಲು ಅವಳದೇ ಆದ ಒಂದು ವಿಧಾನವನ್ನು ರೂಢಿಸಿಕೊಂಡಳು. ಅದೇನೆಂದರೆ ಅವಳು ರೋಗಿಯ ಮಂಚಕ್ಕೆ ಒಂದು ಉದ್ದ ಹಗ್ಗವನ್ನು ಕಟ್ಟುತ್ತಿದ್ದಳು. ಆಮೇಲೆ ಆ ಹಗ್ಗದ ಇನ್ನೊಂದು ತುದಿಯನ್ನು ಹಿಡಿದು ತನ್ನ ಕೋಣೆಗೆ ಹೋಗಿ ಅಲ್ಲಿ ರಾತ್ರಿ ಮಲಗುವಾಗ ಆ ಹಗ್ಗದ ಕೊನೆಯನ್ನು ತನ್ನ ಹೆಬ್ಬರಳಿಗೆ ಕಟ್ಟುತ್ತಿದ್ದಳು.

ರೋಗಿ ಆ ಹಗ್ಗವನ್ನು ಬಲವಾಗಿ ಎಳೆದರೆ ಅವಳಿಗೆ ತಕ್ಷಣ ಎಚ್ಚರವಾಗುತ್ತಿತ್ತು.

ಆಗ ಹುಡುಗನಾಗಿದ್ದ ಟಾಟನಿಗೆ ಇದು ಕುಚೋದ್ಯಕ್ಕೆ ಪ್ರೇರಣೆಯೇ ಆಯಿತು. ಹಗ್ಗವನ್ನು ಅವನ ಮಂಚಕ್ಕೆ ಕಟ್ಟಲಾಗಿತ್ತು. ಅವನು ಸುಮ್ಮನೆ ಮಲಗುವ ಅಸಾಮಿಯಂತೂ ಅಲ್ಲ. ಅವನಿಗೆ ಆಗಾಗ ನೀರು ಬೇಕಾಗುತ್ತದೆ, ಮೈಕೈ ನೋವಿನ ಕುರಿತು ದೂರು ಹೇಳುವುದು ಇರುತ್ತದೆ, ಮತ್ತು ಕೆಲವೊಮ್ಮೆ ಸುಮ್ಮನೆ ತರಲೆಗಾಗಿ ಅವನು ಹಗ್ಗವನ್ನು ಜೋರಾಗಿ ಎಳೆಯುತ್ತಿದ್ದ. ಆಗ ಮಿಸ್ ಬಾಬ್ಕೋಕ ಮಾತ್ರೆ ಮತ್ತು ನೀರಿನ ಲೋಟಾದೊಂದಿಗೆ ಕಾಣಿಸಿಕೊಳ್ಳುವಳು.

"ನೀನು ಅಷ್ಟು ಜೋರಾಗಿ ಹಗ್ಗ ಎಳೆದರೆ ಬೆಳಗಾಗುವುದರೊಳಗೆ ನನ್ನ ಬೆರಳು ಕಿತ್ತು ಬರುತ್ತದೆ ನೋಡು." ಎಂದು ಅವಳು ಹೇಳುತ್ತಿದ್ದಳು.

ಇದಕ್ಕಿಂತ ಕೆಟ್ಟದೇನೆಂದರೆ ನಿದ್ದೆ ಬಂದ ತಕ್ಷಣ ಸ್ವರ್ಗಕ್ಕೆ ಕೇಳುವಷ್ಟು ಜೋರಾಗಿ ಅವನು ಗೊರಕೆ ಹೊಡೆಯಲಾರಂಭಿಸುತ್ತಿದ್ದ. ಅವನನ್ನು ಎಚ್ಚರಿಸುವುದು ಸಾಧ್ಯವೇ ಇಲ್ಲ. ಅವನ ಆ ತಾಳಬದ್ಧ ಗೊರಕೆಯನ್ನು ಕೇಳಿಸಿಕೊಳ್ಳುತ್ತಾ ನಾನು ಇಡೀ ರಾತ್ರಿ ಎಚ್ಚರವಾಗಿರುತ್ತಿದ್ದೆ. ಅದು ತಮಟೆ ಬಾರಿಸಿದ ಹಾಗಿರುತ್ತಿತ್ತು ಅಥವಾ ಮಳೆಗಾಲದ ಕಪ್ಪೆ ತನ್ನ ಸಂಗಾತಿಗಾಗಿ ಕರೆಯುವ ರೀತಿಯದ್ದಾಗಿರುತ್ತಿತ್ತು.

ನನ್ನ ಅದೃಷ್ಟಕ್ಕೆ ಕೆಲವು ದಿನ ಕಳೆದ ಬಳಿಕ ಬೀಮಲ್ ಬಂದು ನಮ್ಮನ್ನು ಸೇರಿಕೊಂಡ. ಅವನು ನನ್ನ ಸ್ನೇಹಿತ ಹಾಗೂ 'ಗರಿ'ಗಳಲ್ಲಿ ಒಬ್ಬನಾಗಿದ್ದವನು. ಅವನಿಗೂ 'ಗದ್ದಕಟ್ಟು' ಅಂಟಿಕೊಂಡಿತ್ತು. ಟಾಟ ಗೊರಕೆ ಹೊಡೆಯುವುದನ್ನು ಕೇಳಿಸಿಕೊಂಡ ಬೀಮಲ್ ಇದಕ್ಕೇನಾದರೂ ಮಾಡಬೇಕೆಂದು ಅಂದೇ ನಿರ್ಧರಿಸಿದ.

"ಅವನಿಗೆ ನಿದ್ದೆ ಬರುವವರೆಗೆ ಕಾಯೋಣ, ಆಮೇಲೆ ಅವನ ಮಂಚವನ್ನು ಎತ್ತಿ ವರಾಂಡದಲ್ಲಿ ಅವನನ್ನು ಬಿಟ್ಟು ಬರೋಣ" ಬೀಮಲ್ ಹೇಳಿದ.

ನಾವು ಅದಕ್ಕಿಂತಲೂ ಹೆಚ್ಚಿನದನ್ನೇ ಮಾಡಿದೆವು. ಎಂದಿನಂತೆ ಟಾಟ ಜಗತ್ತಿನ ಎಲ್ಲಾ ತಂತಿವಾದ್ಯಗಳನ್ನು ಅನುಕರಿಸಿದ ಹಾಗೆ ಗೊರಕೆ ಹೊಡೆಯಲಾರಂಭಿಸಿದ. ನಾವು ಸಾಧ್ಯವಾದಷ್ಟು ಸದ್ದು ಮಾಡದೆ ಅವನ ಮಂಚವನ್ನು ಎತ್ತಿ ಹೊರಗೆ ತೋಟದಲ್ಲಿರುವ ಪೈನ್ ಮರವೊಂದರ ಕೆಳಗೆ ಇಟ್ಟೆವು.

"ಹೊರಗೆ ಆರೋಗ್ಯಕರ ವಾತಾವರಣವಿದೆ." ನಾವು ಮಾಡಿರುವುದನ್ನು ಸಮರ್ಥಿಸುವ ಹಾಗೆ ಬೀಮಲ್ ಹೇಳಿದ. "ಹೊಸ ಗಾಳಿ ಸೋಂಕಿದರೆ ಅವನು ಬೇಗನೆ ಗುಣಮುಖನಾಗುತ್ತಾನೆ." ನಾವು ಅವನನ್ನು ನಕ್ಷತ್ರಗಳ ಪಾಡಿಗೆ ಬಿಟ್ಟು ಒಳ್ಳೆಯ ನಿದ್ದೆಯ ನಿರೀಕ್ಷೆಯಲ್ಲಿ ಒಳಗೆ ಬಂದು ಮಲಗಿದೆವು. ಮಿಸ್ ಬಾಬಕೋಕ ಕೂಡ ನೆಮ್ಮದಿಯಾಗಿ ಮಲಗಿದ್ದಳು.

ಆದರೆ ನಮಗೆ ಹೆಚ್ಚು ಹೊತ್ತು ಮಲಗುವುದು ಸಾಧ್ಯವಾಗಲಿಲ್ಲ. "ಟಾಟ ಎಲ್ಲಿ?

ಟಾಟ ಎಲ್ಲಿ?" ಎಂದು ಬೊಬ್ಬೆ ಹಾಕುತ್ತಾ ಮಿಸ್ ಬಾಬ್ಕೋಕ ವಾರ್ಡಿನಲ್ಲಿ ಅಲ್ಲಿ ಇಲ್ಲಿ ಓಡಾಡಲಾರಂಭಿಸಿದಳು. ಅವಳು ಬಾಗಿಲು ತೆರೆದು ಹೊರಗೆ ಹೋದಾಗ ನಾವು ಚಪ್ಪಲಿ ಹಾಕದೆ ಪೈಜಾಮದಲ್ಲಿಯೇ ವಿಧೇಯತೆಯಿಂದ ಅವಳನ್ನು ಹಿಂಬಾಲಿಸಿದೆವು.

ನಾವು ಹೊತ್ತು ತಂದಿಟ್ಟಲ್ಲಿ ಮಂಚ ಇತ್ತು, ಆದರೆ ಟಾಟನ ಪತ್ತೆ ಇಲ್ಲ. ಮಂಚದ ಕಾಲಿನ ಬಳಿ ದೊಡ್ಡದೊಂದು ಕಪ್ಪು ಮೂತಿಯ ಲಂಗೂರ್ ಕೋತಿ ಹಲ್ಲು ಕಿರಿಯುತ್ತಾ ಕುಳಿತಿದೆ!

"ಟಾಟ ಹೋಗಿ ಬಿಟ್ಟ." ಮಿಸ್ ಬಾಬ್ ಕಾಕ್ ಉಸಿರುಗಟ್ಟಿದ ಧ್ವನಿಯಿಂದ ಹೇಳಿದಳು.

"ಅವನು ನಿದ್ದೆಯಲ್ಲಿ ನಡೆಯುವವನಿರಬೇಕು." ಬೀಮಲ್ ಹೇಳಿದ.

"ಚಿರತೆ ಅವನನ್ನು ಕೊಂಡೊಯ್ದಿರಬೇಕು." ನಾನು ಹೇಳಿದೆ. ಅಷ್ಟರಲ್ಲಿ ತೋಟದ ಮೂಲೆಯಲ್ಲಿದ್ದ ಪೊದೆಗಳಲ್ಲಿ ಗಲಾಟೆ ಕೇಳಿ ಬಂತು. 'ಸಹಾಯ ಮಾಡಿ ಸಹಾಯ ಮಾಡಿ' ಎಂದು ಕೂಗಿಕೊಳ್ಳುತ್ತಾ ಟಾಟ ಪೊದೆಯಿಂದ ಹೊರಗೆ ಕಾಣಿಸಿದ. ಅವನನ್ನು ಹಿಂಬಾಲಿಸಿ ಉದ್ದ ಬಾಲದ ಕೆಲವು ಲಂಗೂರುಗಳು ಬಹಳ ಖುಷಿಯಿಂದ ಅವನನ್ನು ಹಿಂಬಾಲಿಸಿ ಬಂದವು. ಅದೇನಾಯಿತೆಂದರೆ, ನಸುಕಿನಲ್ಲಿ ಟಾಟನಿಗೆ ಎಚ್ಚರವಾದಾಗ ಅವನ ಮಂಚದ ಸುತ್ತ ಲಂಗೂರ್ ಕೋತಿಗಳ ಗುಂಪು ನೆರೆದಿರುವುದು ಅವನಿಗೆ ಕಂಡಿತು. ಅವು ತೊಂದರೆ ಕೊಡುವ ಉದ್ದೇಶವನ್ನು ಹೊಂದಿರದಿದ್ದರೂ, ಟಾಟನಿಗೆ ವಿಪರೀತ ಭಯವಾಗಿತ್ತು. ಅವರಿಂದ ತಪ್ಪಿಸಿಕೊಳ್ಳಲು ಮತ್ತು ತನ್ನ ಜೀವವನ್ನು ಉಳಿಸಿಕೊಳ್ಳುವ ಸಲುವಾಗಿ ಅವನು ಮನೆಯತ್ತ ಓಡಿ ಬರುವ ಬದಲಾಗಿ ಕಾಡಿನ ದಿಕ್ಕಿಗೆ ಓಡಿದ್ದ. ನಾವು ಟಾಟನನ್ನು ಮತ್ತು ಅವನ ಮಂಚವನ್ನು ಒಳಗೆ ಸಾಗಿಸಿದೆವು. ಮಿಸ್ ಬಾಬ್ಕೋಕ ಅವನ ದೇಹದ ಉಷ್ಣತೆಯನ್ನು ಪರೀಕ್ಷೆ ಮಾಡಿ ನೋಡಿದಳು. ಆಮೇಲೆ ಅವನಿಗೆ ಮಾತ್ರೆ ತಿನ್ನಿಸಿದಳು. ಆಶ್ಚರ್ಯವೇನೆಂದರೆ ಈ ಎಲ್ಲ ಗದ್ದಲ, ಗಲಾಟೆಗಳ ನಡುವೆ ರಾತ್ರಿ ಟಾಟ ಮತ್ತು ಅವನ ಮಂಚ ಹೊರಗೆ ಪಯಣಿಸಿದ್ದು ಹೇಗೆ ಎಂದು ಯಾರೊಬ್ಬರೂ ಕೇಳಲಿಲ್ಲ.

ಆಶ್ಚರ್ಯವೆಂದರೆ, ಮರುದಿನ ಅವನು ಗೊರಕೆ ಹೊಡೆಯಲೇ ಇಲ್ಲ. ಪ್ರಾಯಶಃ ಪೈನ್ ಸುಗಂಧ ಭರಿತ ರಾತ್ರಿಯ ಗಾಳಿ ನೆರವಾಗಿರಬಹುದು. ನಾವೆಲ್ಲರೂ ಶೀಘ್ರದಲ್ಲಿಯೇ ಗದ್ದ ಕಟ್ಟಿನಿಂದ ಗುಣಮುಖರಾದೆವು ಎಂದು ಹೇಳಬೇಕಾಗಿಲ್ಲ. ಮಿಸ್ ಬಾಬ್ಕೋಕಳ ಹೆಬ್ಬೆರಳಿಗೂ ಅಗತ್ಯವಿದ್ದಂತಹ ವಿಶ್ರಾಂತಿಯೂ ದೊರೆಯಿತು.

✤

ಭಯಾನಕ 'ಗುಳುಗುಳು'

ನೀವು ಎಂದಾದರೂ ರಾತ್ರಿ ಎಚ್ಚರವಾಗಿ ನಿಮ್ಮ ಹಾಸಿಗೆಯ ಮೇಲೆ ನಿರೀಕ್ಷಿಸದೇ ಇದ್ದವರನ್ನು ಕಂಡಿರುವಿರಾ? ಈ ಘಟನೆ ಹಲವು ವರ್ಷಗಳ ಹಿಂದೆ ನಾನು ಶಿಮ್ಲಾದಲ್ಲಿ ವಸತಿ ಶಾಲೆಯಲ್ಲಿದ್ದಾಗ ನಡೆದದ್ದುಂಟು.

ನಾನು ಹಿರಿಯ ವಿದ್ಯಾರ್ಥಿಗಳ ಮಲಗುವ ಕೋಣೆಯಲ್ಲಿ ನಿದ್ರಿಸುತ್ತಿದ್ದೆ. ಅಲ್ಲಿ ಸುಮಾರು ಇಪ್ಪತ್ತು ಬೇರೆ ಹುಡುಗರಿದ್ದರು. ನನ್ನ ಮಂಚ ಅವರದ್ದಕ್ಕಿಂತ ತುಸು ದೂರದಲ್ಲಿ ಮೂಲೆಯಲ್ಲಿತ್ತು. ನಮ್ಮ ಮಲಗುವ ಕೋಣೆಯಲ್ಲಿ ತಂಟೆಕೋರರಿಗೆ ಅಭಾವವಿರಲಿಲ್ಲ. ಅವರು ಹೊದಿಕೆಯ ಕೆಳಗೆ ಸೂಜಿ ಅಥವಾ ಚಿಕ್ಕ ಕಲ್ಲು ಅಥವಾ ಒಂದು ಪುಟ್ಟ ಹಲ್ಲಿಯನ್ನು ಇಟ್ಟು ತರಲೆ ಮಾಡುವುದು ಸಾಮಾನ್ಯವಾಗಿತ್ತು. ಆದರೆ ನನ್ನ ಹಾಸಿಗೆಯ ಮೇಲೆ ಒಂದು ದೇಹವನ್ನು ನಾನಂತೂ ನಿರೀಕ್ಷಿಸಿರಲಿಲ್ಲ.

ಅದು ನಿದ್ದೆಯಲ್ಲಿ ನಡೆದಾಡುವ ರೂಢಿಯಿದ್ದ ಹುಡುಗ ತಪ್ಪಿ ನನ್ನ ಹಾಸಿಗೆಯಲ್ಲಿ ಮಲಗಿರಬಹುದೆಂದು ನಾನು ಮೊದಲು ತಿಳಿದುಕೊಂಡಿದ್ದೆ. "ದೆವಿಂದರ್ ಹೋಗಿ ನಿನ್ನ ಹಾಸಿಗೆಯಲ್ಲಿ ಮಲಗಿಕೊಳ್ಳೋ. ಇಲ್ಲಿ ನಮ್ಮಿಬ್ಬರಿಗೆ ಜಾಗ ಸಾಲದು." ದೆವಿಂದರ್ ನಿದ್ದೆಯಲ್ಲಿ ನಡೆಯುವುದರಲ್ಲಿ ನಿಪುಣ. ಒಮ್ಮೆಯಂತೂ ಅವನು ಸೂರು ಹತ್ತಿ ಹೋಗಿದ್ದ.

ಆದರೆ ಇದು ದೆವಿಂದರ್ ಆಗಿರಲಿಲ್ಲ.

ದೆವಿಂದರ್ ಪುಟ್ಟ ಹುಡುಗ. ಆದರೆ ಇಲ್ಲಿ ಮಲಗಿರುವವನು ತೆಳ್ಳಗೆ ಉದ್ದವಿದ್ದಾನೆ. ಅವನ ಕಾಲುಗಳು ಹೊದಿಕೆಯನ್ನು ದಾಟಿ ಹೊರಗೆ ಕಾಣಿಸುತ್ತಿವೆ. ಹಾಗಿದ್ದರೆ ಇದು ರಣಜೀತ್ ಆಗಿರಬೇಕು. ರಣಜೀತನ ಕಾಲು ತುಂಬಾ ಉದ್ದವಿದೆ.

"ರಣಜೀತ್, ತಮಾಷೆ ಸಾಕು ಕಣೋ. ಹೋಗಿ ನಿನ್ನ ಹಾಸಿಗೆಯಲ್ಲಿ ಮಲಗಿಕೋ."

ಯಾವ ಪ್ರತಿಕ್ರಿಯೆಯೂ ಇಲ್ಲ.

ನಾನು ಅವನನ್ನು ತಳ್ಳಲು ಪ್ರಯತ್ನಿಸಿದೆ. ಆದರೆ ಅದು ಸಾಧ್ಯವಾಗಲಿಲ್ಲ. ಆ ದೇಹ ತುಂಬಾ ಭಾರ ಹಾಗೂ ನಿಶ್ಚಲವಾಗಿತ್ತು. ತುಂಬಾ ತಣ್ಣಗೆಯೂ ಇತ್ತು.

ಇದು ಯಾರಿರಬಹುದೆಂದು ಯೋಚಿಸುತ್ತಿರುವಾಗ, ನನ್ನ ಪಕ್ಕದಲ್ಲಿ ಮಲಗಿರುವ ವ್ಯಕ್ತಿ ಉಸಿರಾಡುತ್ತಿರಲಿಲ್ಲವೆಂಬುದು ನನ್ನ ಗಮನಕ್ಕೆ ಬಂತು. ಅಯ್ಯೋ ನನ್ನ ಹಾಸಿಗೆಯ ಮೇಲೆ ಇರುವುದು ಹೆಣ! ಇದು ಇಲ್ಲಿಗೆ ಹೇಗೆ ಬಂತು? ನಾನು ಇದಕ್ಕೆ ಏನು ಮಾಡಲಿ?

"ವಿಶಾಲ್!" ನನ್ನಿಂದ ತುಸು ದೂರದಲ್ಲಿ ಮಲಗಿದ್ದ ಹುಡುಗನನ್ನು ಕರೆದೆ. "ವಿಶಾಲ್ ಎದ್ದೇಳೋ. ನನ್ನ ಹಾಸಿಗೆಯ ಮೇಲೆ ಹೆಣ ಇದೆ!"

ವಿಶಾಲನಿಗೆ ಎಚ್ಚರವಾಯಿತು. "ಬಾಂಡ್ ನೀನು ಕನಸು ಕಾಣುತ್ತಿರುವೆ. ಸುಮ್ಮನೆ ಮಲಗಿಕೋ. ಎಲ್ಲರಿಗೂ ತೊಂದರೆ ಕೊಡಬೇಡ." ವಿಶಾಲ ಹೇಳಿದ.

ಅಷ್ಟರಲ್ಲಿ ನನ್ನ ಪಕ್ಕದಲ್ಲಿದ್ದ ದೇಹದಿಂದ ನರಳುವಿಕೆ ಕೇಳಿಸಿತು. ಅದನ್ನು ಅನುಸರಿಸಿ ಭಯಾನಕ 'ಗುಳುಗುಳು' ಸದ್ದು!. ನಾನು ಗಟ್ಟಿಯಾಗಿ ಬೊಬ್ಬೆ ಹಾಕುತ್ತಾ ಹಾಸಿಗೆಯಿಂದ ಜಿಗಿದು ಬಿಟ್ಟೆ. ಎಲ್ಲರಿಗೂ ಎಚ್ಚರವಾಯಿತು.

ದೀಪ ಬೆಳಗಿತು. ಕೋಣೆಯೊಳಗೆ ಗೊಂದಲ ತುಂಬಿತು. ಉಸ್ತುವಾರಿ ಮಾಸ್ತರ್ ಓಡುತ್ತಾ ಬಂದರು. ನಾನು ನಡೆದುದನ್ನೆಲ್ಲಾ ಅವರಿಗೆ ಮತ್ತು ಅಲ್ಲಿದ್ದವರಿಗೆಲ್ಲಾ ವಿವರಿಸಿ ಹೇಳಿದೆ. ಅವರು ನನ್ನ ಮಂಚದ ಬಳಿ ಬಂದು ನೋಡಿದಾಗ ಅಲ್ಲಿ ಯಾರೂ ಇರಲಿಲ್ಲ.

ನಾನು ಒತ್ತಾಯದಿಂದ ಮಲಗುವ ಕೋಣೆಯ ಮತ್ತೊಂದು ಮೂಲೆಯಲ್ಲಿ ಮಲಗುವ ವ್ಯವಸ್ಥೆ ಮಾಡಿಕೊಂಡೆ. ಮೊದಲು ನಾನು ಮಲಗಿದ್ದಲ್ಲಿ ಈಗ ಜಾನ್ಸನ್ ಮಲಗಿದ. ಎರಡು ರಾತ್ರಿಗಳು ಯಾವುದೇ ಘಟನೆ ನಡೆಯದೆ ಕಳೆದು ಹೋದವು. ಕೆಲವು ಹುಡುಗರು ನನ್ನನ್ನು ಅಂಜುಬುರುಕ ಎಂದು, ಹೆದರಿಸುವ ಬೆಕ್ಕೆಂದು ಕರೆಯಲಾರಂಭಿಸಿದರು. ಇದಕ್ಕೆ ಪ್ರತಿಕ್ರಿಯೆಯಾಗಿ ಅವರಲ್ಲಿ ಒಬ್ಬನ ಮೂಗಿಗೆ ನಾನು ಚೆನ್ನಾಗಿ ಹೊಡೆದೆ.

ಆಮೇಲೆ, ಮೂರನೆಯ ರಾತ್ರಿ ಗಟ್ಟಿ ಕಿರಿಚುವಿಕೆಯನ್ನು ಕೇಳಿ ನಮಗೆಲ್ಲಾ ಎಚ್ಚರವಾಯಿತು. ಜಾನ್ಸನ್ ಓಡಿ ಬಂದು ಎರಡು ತಣ್ಣಗಿನ ಕೈಗಳು ತನ್ನ ಕುತ್ತಿಗೆಯನ್ನು ಹಿಚುಕಿ ಕೊಲ್ಲಲು ಪ್ರಯತ್ನಿಸಿದವು ಎಂದು ಹೇಳಿದ. ದೀಪಗಳನ್ನು ಬೆಳಗಿಸಲಾಯಿತು. ಪಾಪ, ಉಸ್ತುವಾರಿ ಮಾಸ್ತರರು ಮತ್ತೆ ಓಡಿ ಬಂದರು. ನಾವು ಜಾನ್ಸನನ್ನು ಸಮಾಧಾನಪಡಿಸಿ ಅಲ್ಲಿ ಖಾಲಿಯಿದ್ದ ಮಂಚದ ಮೇಲೆ

ಮಲಗಿಸಿದೆವು. ಮಾಸ್ತರರು ತಮ್ಮ ಟಾರ್ಚಿನ ಬೆಳಕಿನಲ್ಲಿ ಜಾನ್ಸನ್ ಮುಖವನ್ನು ಪರೀಕ್ಷಿಸಿದರು. ಹುಡುಗನ ಮುಖ ಮತ್ತು ಕುತ್ತಿಗೆಯ ಮೇಲೆ ಕೆಲವು ತರಚು ಗಾಯಗಳಿದ್ದವು, ಅಲ್ಲಿ ದೊಡ್ಡ ಕೈಯ ಅಚ್ಚು ಮೂಡಿತ್ತು.

ಮರುದಿನ, ಕಾಟ ನೀಡುತ್ತಿದ್ದ ಆ ಮಂಚವನ್ನು ಮಲಗುವ ಕೋಣೆಯಿಂದ ಹೊರಗೆ ಸಾಗಿಸಲಾಯಿತು. ಜಾನ್ಸನ್‌ಗೆ ಆಘಾತದಿಂದ ಚೇತರಿಸಿಕೊಳ್ಳಲು ಕೆಲವು ದಿನಗಳು ಹಿಡಿದವು. ಅವನ ಗಾಯ ಗುಣವಾಗಲು ಅವನನ್ನು ಆಸ್ಪತ್ರೆಯಲ್ಲಿ ಇಡಲಾಯಿತು. ಆದರೆ ಆ ವರ್ಷವಿಡೀ ಅವನು ಹೆದರಿದವನಾಗಿಯೇ ಉಳಿದ.

ನಮ್ಮ ಶುಶ್ರೂಷಾ ದಾದಿ ಹೇಳಿದ್ದೇನೆಂದರೆ – ಇಪ್ಪತ್ತು ವರ್ಷಗಳ ಹಿಂದೆ ಟಾಮಕಿನ್ಸ್ ಎಂಬ ವಿದ್ಯಾರ್ಥಿ ಇದ್ದಕ್ಕಿದ್ದಂತೆ ನಮ್ಮ ಮಲಗುವ ಕೋಣೆಯಲ್ಲಿ ಸತ್ತು ಹೋಗಿದ್ದನಂತೆ. ಅವನು ತನ್ನ ವಯಸ್ಸಿಗೆ ಮೀರಿ ತುಂಬಾ ಉದ್ದವಿದ್ದನಂತೆ. ಹೃದಯದ ತೊಂದರೆಯಿಂದ ಬಳಲುತ್ತಿದ್ದ ಈ ಹುಡುಗ ಆ ದಿನ ಫುಟ್‌ಬಾಲ್ ಪಂದ್ಯದಲ್ಲಿ ಭಾಗವಹಿಸಿ ಮಲಗಲು ಬಂದಾಗ ತುಂಬಾ ಸುಸ್ತಾಗಿದ್ದನಂತೆ. ಮರುದಿನ ಬೆಳಗ್ಗೆ ವ್ಯಾಯಾಮದ ಗಂಟೆ ಬಾರಿಸಿದಾಗ ಅವನ ದೇಹ ಸೆಟೆದು ತಣ್ಣಾಗಾಗಿತ್ತು. ಅವನು ರಾತ್ರಿ ಸತ್ತು ಹೋಗಿದ್ದ.

“ಅವನು ಶಾಂತಿಯುತವಾಗಿ ಸತ್ತಿದ್ದ, ಪಾಪ.’ ಅವನನ್ನು ನೆನಪಿಸಿಕೊಳ್ಳುತ್ತಾ ಶುಶ್ರೂಷಾ ದಾದಿ ಹೇಳಿದರು.

ಆದರೆ ಅದು ಹಾಗಿರಲಿಕ್ಕಿಲ್ಲವೆಂದು ನನ್ನ ಭಾವನೆ. ಯಾಕೆಂದರೆ ಆ ದೇಹದಿಂದ ಹೊರಟ ಭಯಾನಕ 'ಗುಳುಗುಳು' ಸದ್ದನ್ನು ನಾನು ಈಗಲೂ ಕೇಳಬಲ್ಲೆ. ಇನ್ನು ಜಾನ್ಸನ್‌ನೊಂದಿಗೆ ಅವನು ಸೆಣಸಾಡಿದ್ದು ಕೂಡ ಇದೆ. ಹೀಗಿರುವಾಗ ಆ ಸಾವು ಶಾಂತಿಯುತವಾಗಿರುವುದು ಹೇಗೆ ಸಾಧ್ಯ? ಟಾಮಕಿನ್ಸ್ ಬಯಸದೇ ಸಾವಿಗೀಡಾಗಿದ್ದ.

✤

ಕತ್ತಲೆಯಲ್ಲಿ ಕಂಡ ಮುಖ

ನಾನು ನನಗೆ ಸಂಬಂಧಿಸಿದ ಪ್ರಸಂಗವೊಂದರ ಕುರಿತು ಕಥೆಯಾಗಿ ಹೇಳಿದರೆ ನಿಮಗೆ ಗ್ರಾಮೀಣ ಹಾಸ್ಯದ ಕಲ್ಪನೆ ಬರಬಹುದು. ಒಮ್ಮೆ ನಾನು ರಾತ್ರಿ ಹೊತ್ತಿನಲ್ಲಿ ಒಬ್ಬನೇ ಹಳ್ಳಿಯ ದಾರಿಯಲ್ಲಿ ನಡೆದು ಹೋಗುತ್ತಿದ್ದೆ. ಆಗ ನನಗೆ ಕೈದೀಪ ಹಿಡಿದ ಮುದಕನೊಬ್ಬ ಭೇಟಿಯಾದ. ನನಗೆ ಆಶ್ಚರ್ಯವಾಯಿತು. ಯಾಕೆಂದರೆ ಆ ಮನುಷ್ಯ ಕುರುಡನಾಗಿದ್ದ. ನಾನು ಅವನನ್ನು ಕೇಳಿದೆ, "ಅಜ್ಜಾ, ನಿನಗೆ ಕಣ್ಣು ಕಾಣದಿದ್ದರೆ ಈ ದೀಪವನ್ನು ಯಾಕೆ ಹಿಡಿದಿರುವೆ?"

"ಮೂರ್ಖ ಜನ ಬಂದು ನನಗೆ ಢಿಕ್ಕಿ ಹೊಡೆಯುತ್ತಾರಲ್ಲ, ಹೀಗಾಗಿ ಈ ದೀಪವನ್ನು ಅವರಿಗಾಗಿ ಹಿಡಿದಿರುವೆ." ಮುದುಕ ಹೇಳಿದ.

ಈ ಘಟನೆ ಮುಂದೆ ಬರಲಿರುವ ಕಥೆಯೊಂದಿಗೆ ಅಲ್ಪಸ್ವಲ್ಪ ಸಂಬಂಧ ಹೊಂದಿದೆ. ಇದು ಕಥೆಗೆ ಸೂಕ್ತ ವೇದಿಕೆಯನ್ನು ಕಲ್ಪಿಸುತ್ತದೆ ಎಂದು ನನ್ನ ಭಾವನೆ.

ನಮ್ಮ ಆಂಗ್ಲೋ ಇಂಡಿಯನ್ ಮಾಸ್ತರ್ ಮಿಸ್ಟರ್ ಒಲಿವರ್ ಒಮ್ಮೆ ರಾತ್ರಿ ಶಿಮ್ಲಾದ ಹಿಲ್ ಸ್ಟೇಷನ್ನಿನ ಹೊರವಲಯದಿಂದ ಶಾಲೆಗೆ ಬರುತ್ತಿದ್ದರು. ಈ ಶಾಲೆ ಇಂಗ್ಲಿಷ್ ಪಬ್ಲಿಕ್ ಶಾಲೆಯ ರೀತಿಯಲ್ಲಿದ್ದುದರಿಂದ ಇಲ್ಲಿ ಕಲಿಯುವ ಹೆಚ್ಚಿನ ಹುಡುಗರು ಭಾರತದ ಶ್ರೀಮಂತ ಕುಟುಂಬದಿಂದ ಬಂದವರಾಗಿದ್ದರು. ಅವರು ಕೋಟು, ಕ್ಯಾಪ್ ಮತ್ತು ಟೈ ಧರಿಸುತ್ತಿದ್ದರು. ಲೈಫ್ ಪತ್ರಿಕೆಯ ಭಾರತದ ಕುರಿತಾದ ಲೇಖನದಲ್ಲಿ ಈ ಶಾಲೆಯನ್ನು 'ಪೂರ್ವದ ಇಟೋನ್'(ವಿದೇಶಿ ಶಾಲೆಗೆ ಸಮಾನ) ಎಂಬುದಾಗಿ ಉಲ್ಲೇಖಿಸಲಾಗಿತ್ತು.

ಇಲ್ಲಿ ವ್ಯಕ್ತಿಗತ ಬೆಳವಣಿಗೆಗೆ ಪ್ರೋತ್ಸಾಹವಿರುತ್ತಿರಲಿಲ್ಲ. ಅವರೆಲ್ಲರೂ 'ಪುರುಷ ಮುಖಂಡರು' ಎಂದು ಕರೆಯಿಸಿಕೊಳ್ಳಬೇಕಾದವರು.

ಈ ಶಾಲೆಯಲ್ಲಿ ಮಿಸ್ಟರ್ ಒಲಿವರ್ ಹಲವು ವರ್ಷಗಳಿಂದ ಕಲಿಸುತ್ತಿದ್ದರು. ಇಲ್ಲಿಯ ದಿನಚರಿ ಒಂದೇ ರೀತಿಯದ್ದಾಗಿದ್ದರಿಂದ ಏಕತಾನತೆ ಮನೆಮಾಡಿತ್ತು. ಸಿನೆಮಾಗೃಹಗಳು ಮತ್ತು ಉಪಹಾರಗೃಹಗಳಿರುವ ಶಿಮ್ಲಾ ಪೇಟೆ ಶಾಲೆಯಿಂದ

ಎರಡು ಮೈಲಿ ದೂರದಲ್ಲಿತ್ತು. ಮಿಸ್ಟರ್ ಒಲಿವರ್ ಬ್ರಹ್ಮಚಾರಿಯಾಗಿದ್ದುದರಿಂದ ಸಾಮಾನ್ಯವಾಗಿ ಅವರು ಸಂಜೆ ತಿರುಗಾಡಲು ಪಟ್ಟಣಕ್ಕೆ ಹೋಗುತ್ತಿದ್ದರು. ಆಮೇಲೆ ಕತ್ತಲೆಯಾದ ಬಳಿಕ ಬಳಸು ದಾರಿ ಹಿಡಿದು ಪೈನ್ ಕಾಡನ್ನು ಹಾದು ಬರುತ್ತಿದ್ದರು.

ಬಲವಾದ ಗಾಳಿ ಬೀಸುವಾಗ ಪೈನ್ ಮರಗಳು ಹೊರಡಿಸುವ ದೈನ್ಯ ಸ್ವರೂಪದ ಶಬ್ದಕ್ಕೆ ಅಂಜಿ ಹೆಚ್ಚಿನ ಜನರು ಮುಖ್ಯ ರಸ್ತೆಯನ್ನೇ ಹಿಡಿದು ಬರುತ್ತಿದ್ದರು. ಆದರೆ ಮಿಸ್ಟರ್ ಒಲಿವರ್ ಅಂಜುಗುಳಿಯಲ್ಲ. ಅವರು ಏನೇನೋ ಕಲ್ಪನೆಗಳನ್ನು ಮಾಡುವವರೂ ಅಲ್ಲ. ಹೀಗಾಗಿ ನಾನು ಹೇಳುವ ಘಟನೆ ನಡೆದ ರಾತ್ರಿ ಅವರ ಕೈಯಲ್ಲಿ ಟಾರ್ಚ್ ಇತ್ತು. ಆದರೆ ಬ್ಯಾಟರಿ ಖಾಲಿಯಾಗುತ್ತಾ ಬಂದುದರಿಂದ ಟಾರ್ಚಿನಿಂದ ಹೊರಡುತ್ತಿದ್ದ ಮಂದ ಬೆಳಕು ಕಾಡಿನ ಇಕ್ಕಟ್ಟಾದ ದಾರಿಯನ್ನು ಸ್ವಲ್ಪವೇ ಬೆಳಗಿಸುತ್ತಿತ್ತು. ಹಾಗೆ ಅವರು ನಡೆದು ಬರುವಾಗ, ಟಾರ್ಚಿನ ಬೆಳಕಿನಲ್ಲಿ ಹತ್ತಿರದ ಬಂಡೆಯೊಂದರಲ್ಲಿ ಒಂಟಿಯಾಗಿ ಕುಳಿತ ಹುಡುಗನೊಬ್ಬ ಅವರಿಗೆ ಕಾಣಿಸಿದ. ಮಿಸ್ಟರ್ ಒಲಿವರ್ ತಡೆದು ನಿಂತುಕೊಂಡರು. ಹುಡುಗರು ಏಳು ಗಂಟೆಯ ನಂತರ ಶಾಲೆಯಿಂದ ಹೊರಗೆ ಬರುವ ಹಾಗಿರಲಿಲ್ಲ. ಆದರೆ ಈಗ ಗಂಟೆ ಒಂಭತ್ತು ಕಳೆದಿದೆ.

"ಏಯ್ ಹುಡುಗಾ, ಇಲ್ಲಿ ಕುಳಿತು ಏನೋ ಮಾಡ್ತೀಯಾ?" ಅವರು ಈ ಹುಡುಗ ಯಾರೆಂದು ತಿಳಿದುಕೊಳ್ಳಲು ಅವನನ್ನು ಸಮೀಪಿಸುತ್ತಾ ತೀಕ್ಷ್ಣವಾಗಿ ಕೇಳಿದರು. ಅವರಿಗೆ ಅಲ್ಲಿ ಏನೋ ತಪ್ಪಾಗಿರುವ ಹಾಗೆ ಭಾಸವಾಯಿತು. ಆ ಹುಡುಗ ತಲೆ ತಗ್ಗಿಸಿ ಬೊಗಸೆಯಲ್ಲಿ ಮುಖಮುಚ್ಚಿ ಅಳುತ್ತಿದ್ದ. ಅವನ ದೇಹವಿಡೀ ನಡುಗುತ್ತಿತ್ತು. ಅದು ಸದ್ದಿಲ್ಲದ ವಿಚಿತ್ರ ಅಳು. ಮಿಸ್ಟರ್ ಒಲಿವರ್ ವಿಚಲಿತರಾದರು.

"ಯಾಕಪ್ಪಾ ಅಳ್ತೀಯಾ?" ಅವರ ಸಿಟ್ಟು ಈಗ ಮರುಕವಾಗಿ ಪರಿವರ್ತನೆ ಹೊಂದಿತ್ತು. "ಯಾಕಾಗಿ ಅಳುತ್ತಾ ಇದ್ದೀಯಾ?" ಹುಡುಗ ಅವರಿಗೆ ಉತ್ತರಿಸಲಿಲ್ಲ. ತಲೆಯನ್ನು ಎತ್ತಲೂ ಇಲ್ಲ. ಆದರೆ ಸದ್ದಿಲ್ಲದ ಅಳುವಿಗೆ ಅವನ ದೇಹವಿಡೀ ನಡುಗುತ್ತಿತ್ತು.

"ಈ ಸಮಯದಲ್ಲಿ ನೀನು ಹೊರಗೆ ಇರಬಾರದು. ಏನು ತೊಂದರೆ ಹೇಳು, ಮೇಲೆ ನೋಡೋ!"

ಹುಡುಗ ಕೊರಳೆತ್ತಿದ. ಮುಖ ಮುಚ್ಚಿದ್ದ ಕೈಗಳನ್ನು ತೆಗೆದು ತನ್ನ ಶಿಕ್ಷಕನನ್ನು ನೋಡಿದ. ಮಿಸ್ಟರ್ ಒಲಿವರ್ ಅವರ ಟಾರ್ಚಿನ ಬೆಳಕು ಆ ಮುಖದ ಮೇಲೆ ಬಿತ್ತು. ಅದನ್ನು ಮುಖವೆಂದು ಹೇಳುವುದಾದರೂ ಹೇಗೆ?

ಹುಡುಗನಿಗೆ ಕಣ್ಣು, ಕಿವಿ, ಮೂಗು ಮತ್ತು ಬಾಯಿ ಇರಲಿಲ್ಲ. ಅದು ಶಾಲೆಯ ಟೋಪಿ ಧರಿಸಿದ ದುಂಡಗಿನ ಮೃದು ತಲೆಯಾಗಿತ್ತು, ಅಷ್ಟೇ. ಅಲ್ಲಿಗೆ ಕಥೆ ಮುಗಿಯಬೇಕಿತ್ತು. ಯಾಕೆಂದರೆ ಈ ರೀತಿ ಅನುಭವಗಳನ್ನು ಹೊಂದಿರುವ ಅನೇಕ ಮಂದಿ ತಕ್ಷಣ ಹೃದಯಸ್ತಂಭನದಿಂದ ಸತ್ತೇ ಹೋಗಿರುವ ಘಟನೆಗಳು ನಡೆದಿವೆ. ಆದರೆ ಮಿಸ್ಟರ್ ಒಲಿವರ್ ಪಾಲಿಗೆ ಅದು ಅಲ್ಲಿಗೆ ಮುಕ್ತಾಯವಾಗಲಿಲ್ಲ.

ಅವರ ನಡುಗುವ ಕೈಯಿಂದ ಟಾರ್ಚ್ ಕೆಳಗೆ ಬಿತ್ತು. ಅವರು ಸಹಾಯಕ್ಕಾಗಿ ಕೂಗಿಕೊಳ್ಳುತ್ತಾ, ಕಣ್ಣು ಕಟ್ಟಿದವರ ಹಾಗೆ ಮರಗಳ ನಡುವೆ ಓಡಲಾರಂಭಿಸಿದರು. ಶಾಲೆಯ ಕಟ್ಟಡಗಳ ಕಡೆಗೆ ಓಡಿ ಬರುವಾಗ ದಾರಿ ನಡುವೆ ಕೈದೀಪವೊಂದು ತೂಗುತ್ತಾ ಬರುತ್ತಿರುವುದು ಕಂಡಿತು. ಅವರಿಗೆ ಅಲ್ಲಿ ರಾತ್ರಿ ವಾಚಮನ್ ನೋಡಿ ಆದ ಸಂತೋಷ ಅಷ್ಟಿಷ್ಟಲ್ಲ. ಅವರು ಏದುಸಿರು ಬಿಡುತ್ತಾ ವಾಚಮನ್ ಎದುರು ನಿಂತು ತೊದಲು ಮಾತನಾಡಲಾರಂಭಿಸಿದರು.

"ಏನಾಯಿತು ಸರ್? ಏನಾದರೂ ಅಪಘಾತವಾಯಿತೇ? ನೀವ್ಯಾಕೆ ಓಡಿ ಬಂದಿರಿ?" ವಾಚಮನ್ ಕೇಳಿದ.

"ನಾನು ಭಯಾನಕವೊಂದನ್ನು ನೋಡಿದೆ..ಅಲ್ಲಿ ಕಾಡಿನಲ್ಲಿ ಹುಡುಗನೊಬ್ಬ ಕುಳಿತು ಅಳುತ್ತಿದ್ದ...ಅವನಿಗೆ ಮುಖವೇ ಇರಲಿಲ್ಲ!"

"ಮುಖ ಇರಲಿಲ್ಲವೇ ಸರ್?"

"ಕಣ್ಣು, ಮೂಗು, ಬಾಯಿ ಯಾವುದೂ ಇರಲಿಲ್ಲ."

"ಅಂದರೆ, ಸರ್ ಅದು ಹೀಗಿತ್ತೇ?" ವಾಚ್ ಮನ್ ಕೈದೀಪವನ್ನು ತನ್ನ ಮುಖಕ್ಕೆ ಹಿಡಿದು ಕೇಳಿದ. ವಾಚಮನ್ನನ ಮುಖದಲ್ಲಿ ಕಣ್ಣು, ಕಿವಿ, ಮೂಗು, ಹುಬ್ಬುಗಳು ಕೂಡ ಇರಲಿಲ್ಲ!"

ಬೀಸಿದ ಗಾಳಿಗೆ ಕೈದೀಪ ಆರಿ ಹೋಯಿತು. ಮಿಸ್ಟರ್   ಒಲಿವರ್‌ಗೆ ಹೃದಯಾಘಾತವಾಯಿತು.

❖

ಸಿಳ್ಳೆ ಹೊಡೆಯುವ ಶಾಲಾ ಹುಡುಗ

ಚಂದ್ರ ಗುಂಡಗಿದ್ದ. ರಸ್ತೆಯಲ್ಲಿ ಹೊಳಪಾದ ಬೆಳದಿಂಗಳು ಹರಡಿತ್ತು. ಆದರೆ ನಾನು ಮರಗಳ ನೆರಳಿನಲ್ಲಿ ಬಂಧಿಯಾಗಿದ್ದೆ. ದುಷ್ಟ ಓಕ್ ಮರದ ಗೆಲ್ಲುಗಳಲ್ಲಿ ಕೆಲವು ಭಯ ಹುಟ್ಟಿಸುವ ರೀತಿಯಿಂದ ನನ್ನತ್ತ ಚಾಚಿಕೊಂಡಿದ್ದರೆ, ಇನ್ನು ಕೆಲವು ಸಾಂಗತ್ಯ ಬೇಕೆನ್ನುವ ಹಾಗೆ ಚಾಚಿದ್ದವು.

ಒಮ್ಮೆ ನಾನು ಕನಸಿನಲ್ಲಿ ಚಲಿಸುವ ಮರಗಳನ್ನು ಕಂಡಿದ್ದೆ. ಬೆಳದಿಂಗಳ ರಾತ್ರಿ ಮರಗಳು ತಮ್ಮ ಪಾಡಿಗೆ ಬೇರು ಸಹಿತ ಚಲಿಸಿ ಪರಸ್ಪರ ಭೇಟಿಯಾಗುತ್ತಿದ್ದವು. ತಮ್ಮ ಹಳೆಯ ದಿನಗಳ ಕುರಿತು ಮಾತುಕತೆ ನಡೆಸುತ್ತಿದ್ದವು. ಜನ, ಅದರಲ್ಲಿಯೂ ವಯಸ್ಸಾದವರು ಹೀಗೆ ಮಾಡುವುದನ್ನು ನೋಡಿ ಅವುಗಳಿಗೆ ಗೊತ್ತಿರಬೇಕು. ಆಮೇಲೆ ನಸುಕು ಮೂಡುವ ಮೊದಲೇ ಈ ಮರಗಳು ಸ್ವಸ್ಥಾನಕ್ಕೆ ಮರಳುತ್ತಿದ್ದವು. ರಾತ್ರಿ ಪಹರೆಯ ಒಂಟಿ ಜೀವಿಗಳು. ಇವತ್ತಿನದು ಅವರ ಓಡಾಟಕ್ಕೆ ಸೂಕ್ತವಾಗಿರುವ ರಾತ್ರಿ. ಮೌನವನ್ನು ಸೀಳಿ ಕೇಳಿ ಬರುತ್ತಿರುವ ಎಲೆಗಳ ಅಸಹನೆಯ ಚಲನೆ, ಗೆಲ್ಲುಗಳ ತಿಕ್ಕಾಟದ ಸದ್ದು ಇವುಗಳಲ್ಲಿ ಅವರ ಕಾತರ ವ್ಯಕ್ತಗೊಳ್ಳುತ್ತಿತ್ತು.

ಈಗ ಹೆಚ್ಚು ಸಮಯವಾಗಿಲ್ಲ. ಗಂಟೆ ಎಂಟಾಗಿದೆ ಅಷ್ಟೇ. ಕತ್ತಲೆಯಲ್ಲಿ ಆಗಾಗ ಕೆಲವರು ನನ್ನನ್ನು ದಾಟಿ ಹೋಗುತ್ತಿದ್ದಾರೆ. ಅವರಲ್ಲಿ ಮನೆಗೆ ಹಿಂತಿರುಗುವವರು, ಪೇಟೆಬೀದಿಯ ಉಜ್ವಲ ಬೆಳಕು, ಅಂಗಡಿ ಮತ್ತು ಉಪಾಹಾರಗೃಹಗಳ ಆಕರ್ಷಣೆಗೆ ಅತ್ತ ಮುಖ ಮಾಡಿ ಹೊರಟವರು ಸೇರಿದ್ದಾರೆ. ದೀಪವಿಲ್ಲದ ರಸ್ತೆಯಲ್ಲಿ ಅವರನ್ನು ಗುರುತಿಸುವುದು ನನಗೆ ಸಾಧ್ಯವಾಗಲಿಲ್ಲ. ಅವರೂ ನನ್ನನ್ನು ಗಮನಿಸಲಿಲ್ಲ. ನನಗೆ ಬಾಲ್ಯದ ಒಂದು ಹಾಡು ನೆನಪಾಯಿತು. ನಾನು ಮೆಲ್ಲಗೆ ಅದನ್ನು ಮೆಲುಕಾಡಿದೆ. ಕೆಲವೇ ಕ್ಷಣದಲ್ಲಿ ನನಗೆ ಹಾಡಿನ ಸಾಲುಗಳು ನೆನಪಾದವು.

ನಾವು ಮೂವರು
ನಾವು ಗುಂಪುಗಳಲ್ಲ
ನಾವು ಸಂಗಾತಿಗಳೂ ಅಲ್ಲ
ನನ್ನ ಪ್ರತಿಧ್ವನಿ
ನನ್ನ ನೆರಳು
ಮತ್ತು ನಾನು..

ನಾನು ಕೆಳಗೆ ಬಗ್ಗಿ ನನ್ನೊಂದಿಗೆ ಮೌನವಾಗಿ ಚಲಿಸುತ್ತಿದ್ದ ನನ್ನ ನೆರಳನ್ನು ನೋಡಿದೆ. ನಾವು ನಮ್ಮ ನೆರಳನ್ನು ಲಘುವಾಗಿ ತೆಗೆದುಕೊಳ್ಳುತ್ತೇವೆ ಅಲ್ಲವೇ? ಅವು ದೂರು ಹೇಳದ ನಮ್ಮ ಜೀವನಾವಧಿಯ ಸಂಗಾತಿಗಳು. ನಮ್ಮ ಎಲ್ಲ ತಪ್ಪು, ಒಪ್ಪುಗಳ ಮೂಕ ಹಾಗೂ ಅಸಹಾಯಕ ಸಾಕ್ಷಿಗಳು. ಓ ನೆರಳೇ, ಈ ಉಜ್ವಲ ಬೆಳದಿಂಗಳ ರಾತ್ರಿಯಲ್ಲಿ ನಿನ್ನನ್ನು ಗಮನಿಸದೆ ಹೋದೆನು. ನಾನು ಅವಮಾನಿತನಾದ ಅನೇಕ ಸಂದರ್ಭಗಳನ್ನು ನೀನು ನೋಡಬೇಕಾಗಿ ಬಂದಿರುವುದಕ್ಕೆ ನಿನ್ನಲ್ಲಿ ಕ್ಷಮೆ ಕೇಳುವೆ, ಅದೇ ರೀತಿ ನನ್ನ ಸಣ್ಣಪುಟ್ಟ ಗೆಲುವಿನ ಸಂದರ್ಭಗಳಲ್ಲಿ ನೀನು ಸನಿಹದಲ್ಲಿದ್ದ ಕಾರಣಕ್ಕಾಗಿ ನಾನು ಸಂತೋಷಪಟ್ಟಿರುವೆ.

ಇನ್ನು ನನ್ನ ಪ್ರತಿಧ್ವನಿಯ ಕುರಿತು ಹೇಳುವುದಾದರೆ, ನಾನು ಜೋರಾಗಿ ಕೂಗಿ ಕರೆಯಬೇಕು, ನನ್ನ ಕರೆ ಮರಳಿ ನನ್ನ ಬಳಿ ಬರುವುದನ್ನು ಕೇಳಿಸಿಕೊಳ್ಳಬೇಕು ಎಂದು ಮನಸ್ಸಾಯಿತು. ಆದರೆ ನಾನು ಹಾಗೆ ಮಾಡಲಿಲ್ಲ. ಯಾಕೆಂದರೆ ಬೆಟ್ಟಗಳ ಪರಿಪೂರ್ಣ ನಿಶ್ಚಲತೆಯನ್ನು ಅಥವಾ ಮರಗಳ ಸಂಭಾಷಣೆಗಳನ್ನು ಅಡ್ಡಿಪಡಿಸುವುದು ನನಗೆ ಬೇಕಿರಲಿಲ್ಲ.

ಬೆಟ್ಟವನ್ನು ಸುತ್ತು ಬಳಸಿ ನೆತ್ತಿಯ ಮೇಲೆ ಸಮತಲವಾಗಿ ಹರಡಿಕೊಂಡ ರಸ್ತೆಯು, ಎತ್ತರದ ದೇವದಾರು ವೃಕ್ಷಗಳ ನಡುವೆ ಸುತ್ತಿಕೊಂಡಿರುವ ಬೆಳದಿಂಗಳ ಪಟ್ಟಿಗಳ ಹಾಗೆ ಕಾಣಿಸುತ್ತಿದೆ. ಹಾರುವ ಅಳಿಲೊಂದು ಒಂದು ಮರವನ್ನು ಬಿಟ್ಟು ಮತ್ತೊಂದನ್ನು ಆಶ್ರಯಿಸಿತು. ಉದ್ದಬಾಲದ ನಿಶಾಚರಿ ಪಕ್ಷಿ ಕರೆ ಕೇಳಿ ಬಂತು. ಉಳಿದಂತೆ ಎಲ್ಲೆಡೆ ಮೌನ.

ನನ್ನ ಮುಂದೆ ಅಸ್ಪಷ್ಟವಾಗಿ ಹಳೆಯ ರುದ್ರಭೂಮಿ ಕಾಣಿಸಿತು. ಅಲ್ಲಿ ಹಲವಾರು ಹಳೆಯ ಸಮಾಧಿಗಳಿದ್ದವು– ಕೆಲವು ದೊಡ್ಡವು ಮತ್ತು ಸ್ಮಾರಕಗಳು. ಈ ರುದ್ರಭೂಮಿ ಈಗಲೂ ಬಳಕೆಯಲ್ಲಿರುವುದರಿಂದ ಇತ್ತೀಚಿಗಿನ ಕೆಲವು ಸಮಾಧಿಗಳು ಕೂಡ ಅಲ್ಲಿದ್ದವು. ಅದರಲ್ಲಿ ಒಂದು ಸಮಾಧಿಯ ಮೇಲೆ ಡೇಲಿಯ, ಕೆಂಪು ಸಾಲ್ವಿಯ ಇತ್ಯಾದಿ ಹೂಗಳು ಚೆಲ್ಲಿರುವುದನ್ನು ಕಾಣಬಹುದಿತ್ತು. ರುದ್ರಭೂಮಿಯ ಆವರಣದ ಗೋಡೆಯ ಒಂದು ಭಾಗವು ಸುರಿದ ಭಾರೀ ಮಳೆಗೆ ಕುಸಿದು

ಬಿದ್ದಿತ್ತು. ಗೋಡೆಯೊಂದಿಗೆ ಕೆಲವು ಸಮಾಧಿ ಕಲ್ಲುಗಳು ಕೂಡ ಕಿತ್ತು ಬಿದ್ದಿದ್ದವು. ಅದರಲ್ಲಿ ಒಂದು ಗೋರಿ ಬಾಯ್ದೆರೆದು ಒಳಗಿರುವ ಎಲುಬುಗಳು ಹೊರಗೆ ಕಾಣುತ್ತಿದ್ದವು. ನಮ್ಮ ನಿಮ್ಮ ಹಾಗೆ ಬದುಕಿದ ಪ್ರೀತಿಸಲ್ಪಟ್ಟ ವ್ಯಕ್ತಿಯ ಅವಶೇಷ.

ರಸ್ತೆಯ ಪಕ್ಕದಲ್ಲಿ ಸವೆದು ಹೋಗಿರುವ ಗೋರಿಯ ಕಲ್ಲೊಂದು ಬಿದ್ದಿತ್ತು. ನಾನು ಸಾಮಾನ್ಯವಾಗಿ ಗೀಳು ಹತ್ತಿರುವ ಮನುಷ್ಯನಲ್ಲ. ಆದರೆ ಕೆಲವೊಮ್ಮೆ ಯಾವುದೋ ಪ್ರೇರಣೆಯಿಂದ ವಸ್ತುಗಳನ್ನು ಎತ್ತಿಕೊಳ್ಳುವುದಿದೆ. ನಾನು ಬಗ್ಗಿ ಕೈಗೆತ್ತಿಕೊಂಡದ್ದು ಗುಂಡಗಿನ ಎಲುಬಿನ ತುಂಡಾಗಿತ್ತು. ಪ್ರಾಯಶಃ ಅದು ತಲೆಬುರುಡೆಯ ಭಾಗವಾಗಿರಬಹುದು. ನಾನು ಅದನ್ನು ಮುಷ್ಠಿಯೊಳಗೆ ಹಿಡಿದಾಗ ಅದು ಪುಡಿಪುಡಿಯಾಯಿತು. ಅದನ್ನು ಗಿಡಗಳ ಮೇಲೆ ಚೆಲ್ಲಿದೆ. ಮಣ್ಣಿನಿಂದ ಮಣ್ಣಿಗೆ..ಅಷ್ಟರಲ್ಲಿ ಯಾರೋ ಸಿಳ್ಳೆ ಹೊಡೆಯುವುದು ಕೇಳಿ ಬಂತು. ತೀರಾ ಸಮೀಪದಲ್ಲಿಯೇ..

ಅದು ಸಂಜೆ ಮರಳಿ ಹೋಗುತ್ತಿರುವ ವ್ಯಕ್ತಿ ಇರಬೇಕು ಎಂದುಕೊಂಡೆ. ನಾನು ಹಾಡು ಹೇಳಿದ ಹಾಗೆ ಅವನು ಸಿಳ್ಳೆ ಹೊಡೆಯುತ್ತಿರಬಹುದು. ಆದರೆ ಸಿಳ್ಳೆ ಧ್ವನಿ ಬಹು ತೀವ್ರವಾಗಿ ಸಮೀಪಿಸುತ್ತಿರುವಂತೆ ಕೇಳಿ ಬಂತು. ಅದು ಗಟ್ಟಿಯಾಗಿ ಆನಂದಭರಿತವಾಗಿತ್ತು. ಒಬ್ಬ ಹುಡುಗ ಸೈಕಲ್ಲಿನಲ್ಲಿ ನನ್ನನ್ನು ಹಾದು ವೇಗವಾಗಿ ಹೊರಟು ಹೋದ. ಅವನ ಸೈಕಲ್ ರಸ್ತೆಯ ನೆರಳುಗಳನ್ನು ದಾಟಿ ಹೋಗುವಷ್ಟರಲ್ಲಿ ನಾನು ಅಸ್ಪಷ್ಟವಾಗಿ ಅವನನ್ನು ನೋಡಿದೆ.

ಆದರೆ ಕೆಲವೇ ನಿಮಿಷಗಳಲ್ಲಿ ಅವನು ಮತ್ತೆ ಬಂದ. ಈ ಬಾರಿ ಅವನು ನನಗಿಂತ ಕೆಲವು ಅಡಿ ದೂರದಲ್ಲಿ ನಿಂತು ಅರೆ ಮುಗುಳ್ನಕ್ಕ. ಸುಮಾರು ಹದಿನಾಲ್ಕು, ಹದಿನೈದು ವರ್ಷ ಪ್ರಾಯದ ನಸುಗಪ್ಪು ಬಣ್ಣದ ತೆಳ್ಳಗಿನ ಶರೀರದ ಹುಡುಗ. ಅವನು ಶಾಲೆಯ ಮೇಲಂಗಿ, ಹಳದಿ ತಲೆವಸ್ತ್ರ ಧರಿಸಿದ್ದ. ಅವನ ಕಣ್ಣುಗಳು ಬೆಳದಿಂಗಳ ಕೊಳಗಳಾಗಿದ್ದವು.

"ನಿನ್ನ ಸೈಕಲ್ಲಿಗೆ ಬೆಲ್ ಇಲ್ಲ." ನಾನು ಹೇಳಿದೆ.

ಅವನು ಏನೂ ಹೇಳಲಿಲ್ಲ. ತಲೆಯನ್ನು ತುಸು ವಾಲಿಸಿ ಮುಗುಳ್ನಕ್ಕ. ನಾನು ಅವನತ್ತ ಕೈಚಾಚಿದೆ. ಅವನು ತನ್ನ ಕೈ ಕೊಡಬಹುದೆಂದು ನನ್ನ ನಿರೀಕ್ಷೆ. ಆದರೆ ಅವನು ಇದ್ದಕ್ಕಿದ್ದಂತೆ ಮತ್ತೆ ಆನಂದದಿಂದ ಸಿಳ್ಳೆ ಹೊಡೆಯುತ್ತಾ ಅಲ್ಲಿಂದ ಹೊರಟು ಹೋದ. ಸಿಳ್ಳೆ ಹೊಡೆಯುವ ಶಾಲಾ ಹುಡುಗ. ಅವನು ತಡವಾಗಿರಬಹುದಲ್ಲ. ಆದರೆ ಒಬ್ಬನೇ ಓಡಾಡುವ ರೂಢಿಯವನಾಗಿರಬಹುದು.

ಸಿಳ್ಳೆ ಧ್ವನಿ ಕಡಿಮೆಯಾಗುತ್ತಾ ಕೊನೆಗೆ ನಿಂತೇ ಹೋಯಿತು. ಸದ್ದನ್ನು ನಿರಾಕರಿಸುವ ಮೌನ ಕಾಡನ್ನು ಆವರಿಸಿತು. ನಾನು ಮತ್ತು ನನ್ನ ನೆರಳು ಮನೆಗೆ ನಡೆದು ಹೋದೆವು.

ಮರುದಿನ ಬೇರೊಂದು ವಿಧದ ಸಿಳ್ಳೆಧ್ವನಿಗೆ ನಾನು ಎಚ್ಚರಗೊಂಡೆ. ನನ್ನ ಕಿಟಕಿಯ ಹೊರಗೆ ಹಕ್ಕಿಯೊಂದು ಹಾಡುತ್ತಿತ್ತು. ಅದು ಅದ್ಭುತ ದಿನವಾಗಿತ್ತು. ಹಿತವಾದ ಉತ್ತೇಜನಕಾರಿ ಬಿಸಿಲು. ನಾನು ಹೊರಗೆ ಹೋಗಲು ಕಾತರನಾಗಿದ್ದೆ. ಆದರೆ ಕರಡುಗಳನ್ನು ತಿದ್ದುವುದು, ಪತ್ರ ಬರೆಯುವುದು ಇತ್ಯಾದಿ ಮಾಡಬೇಕಾದ ಕೆಲಸಗಳಿದ್ದವು. ನಾನು ಬೆಟ್ಟ ಹತ್ತಿ ಅದರ ನೆತ್ತಿಯ ಮೇಲಿರುವ ದೇವದಾರು ಮರಗಳ ಕೆಳಗೆ ಏಕಾಂತದಲ್ಲಿ ಕುಳಿತು ಹಲವು ದಿನಗಳು ಕಳೆದಿದ್ದವು. ಹಿಮಚ್ಛಾದಿತ ಶಿಖರಗಳನ್ನು ಹತ್ತಿರದಿಂದ ಕಾಣಬಲ್ಲವರನ್ನು ಮಣ್ಣಿನೊಳಗೆ ಹಲವು ಅಡಿ ಕೆಳಗೆ ಹೂಳಿಟ್ಟಿರುವುದು ನನಗೆ ವಿಪರ್ಯಾಸವಾಗಿ ಕಂಡಿತು.

ಅಲ್ಲಿ ಕಾಮಗಾರಿ ಕೆಲಸ ನಡೆಯುತ್ತಿತ್ತು. ರುದ್ರಭೂಮಿಯ ಕುಸಿದು ಬಿದ್ದ ಆವರಣದ ಗೋಡೆಯನ್ನು ಕಟ್ಟಿ ನಿಲ್ಲಿಸಲಾಗಿತ್ತು. ಆದರೆ ಹಾನಿಗೊಳಗಾದ ಗೋರಿಗಳನ್ನು ಯಥಾಸ್ಥಿತಿಗೆ ತರಲು ಹಣವಿಲ್ಲವೆಂದು ಮೇಲ್ವಿಚಾರಕ ನನ್ನಲ್ಲಿ ಹೇಳಿದ. ಚೌಕಿದಾರನ ನೆರವಿನಿಂದ ನಾನು ಚೆಲ್ಲಾಪಿಲ್ಲಿಯಾಗಿ ಬಿದ್ದಿದ್ದ ಎಲುಬುಗಳನ್ನು ಸಂಗ್ರಹಿಸಿ ಕುಸಿದ ಗೋರಿಯ ಕಲ್ಲಿನ ನಡುವಿರುವ ತೂತಿನೊಳಗೆ ಹಾಕಿದೆ. ಆ ಗೋರಿಯನ್ನು ಇಟ್ಟಿಗೆಯಿಂದ ಮುಚ್ಚಲು ಅವನಿಗೆ ಸ್ವಲ್ಪ ಹಣ ಕೊಟ್ಟು ಬಂದೆ. ಸಮಾಧಿ ಕಲ್ಲಿನ ಮೇಲಿದ್ದ ಹೆಸರು ಮಾಸಿತ್ತು. ಆದರೆ ಅದರ ದಿನಾಂಕವನ್ನು ಓದುವುದು ನನಗೆ ಸಾಧ್ಯವಾಯಿತು. 20 ನವೆಂಬರ್, 1950– ಸುಮಾರು ಐವತ್ತು ವರ್ಷಗಳ ಹಿಂದಿನ ದಿನಾಂಕ. ಆದರೆ ಸಮಾಧಿಕಲ್ಲುಗಳ ವಿಚಾರದಲ್ಲಿ ಇದು ತೀರಾ ಹಳೆಯದೇನೂ ಅಲ್ಲ.

ಸಮಾಧಿಗಳ ವಿವರಗಳಿರುವ ದಾಖಲೆ ಗ್ರಂಥ ನನಗೆ ಚರ್ಚಿನಲ್ಲಿ ಸಿಕ್ಕಿತು. ನಾನು 1950ರ ಪುಟವನ್ನು ತಿರುಗಿಸಿ ನೋಡಿದೆ. ಆಗ ನಾನಿನ್ನೂ ಶಾಲಾ ಹುಡುಗನಾಗಿದ್ದೆ. ಅಲ್ಲಿ ನನಗೆ ಹೆಸರು ಸಿಕ್ಕಿತು–ಮೈಕೆಲ್ ದತ್ತಾ, ವಯಸ್ಸು ಹದಿನೈದು–ಮರಣಕ್ಕೆ ಕಾರಣ–ರಸ್ತೆ ಅಪಘಾತ.

ನಾನು ಊಹೆಗಳನ್ನಷ್ಟೇ ಮಾಡಬಲ್ಲವನಾಗಿದ್ದೆ. ಕಲ್ಪನೆಯನ್ನು ವಾಸ್ತವಗೊಳಿಸಬೇಕಾದರೆ ಆ ಹುಡುಗನನ್ನು ಅಥವಾ ಅಪಘಾತವನ್ನು ನೆನಪಿಸಬಹುದಾದ ಹಳೆ ನಿವಾಸಿಯನ್ನು ನಾನು ಕಂಡುಕೊಳ್ಳಬೇಕಿತ್ತು.

ಅಲ್ಲಿ ಮಿಸ್ ಮಾರ್ಲೆ ಇದ್ದರು. ವುಡ್‌ಸ್ಟಾಕ್‌ನ್ ನಿವೃತ್ತ ಶಿಕ್ಷಕಿ. ಅವರ ನೆನಪಿನ ಶಕ್ತಿ ಅದ್ಭುತವಾಗಿತ್ತು. ಕಳೆದ ಐವತ್ತು ವರ್ಷಗಳಿಂದ ಅವರು ಈ ಬೆಟ್ಟಪ್ರದೇಶದಲ್ಲಿ ವಾಸವಾಗಿರುವರು.

ಬಿಳಿ ಕೂದಲಿನ, ಮೃದು ಕೆನ್ನೆಯ, ಬೆಳದಿಂಗಳು ತುಂಬಿದ ನೀಲಿ ಕಣ್ಣುಗಳ

ಈಕೆ ತನ್ನ ಹಳೆಯ ಕನ್ನಡಕದ ಹಿಂದಿನಿಂದ ನನ್ನನ್ನು ಔದಾರ್ಯದಿಂದ ನೋಡಿದರು.

"ಮೈಕೆಲ್ ಒಬ್ಬ ಚೆಂದದ ಹುಡುಗನಾಗಿದ್ದ. ತುಂಬಾ ಉತ್ಸಾಹಶಾಲಿ. ಏನೇ ಕೆಲಸ ಹೇಳಿದರೂ ಮಾಡಲು ಸಿದ್ಧನಾಗಿರುತ್ತಿದ್ದ. ನನಗೆ ಪತ್ರಿಕೆ ಅಥವಾ ಆಸ್ಪಿರಿನ್ ಬೇಕು ಎಂದು ಹೇಳಿದರೆ ಸಾಕು ಅವನು ತನ್ನ ಬೈಸಿಕಲ್ ಹತ್ತಿ ಈ ಆಳವಾದ ರಸ್ತೆಯಲ್ಲಿ ವೇಗವಾಗಿ ಹೋಗುತ್ತಿದ್ದ. ಆದರೆ ಈ ಬೆಟ್ಟದ ರಸ್ತೆಗಳು, ಅವುಗಳ ತೀಕ್ಷ್ಣ ತಿರುವುಗಳು ಬೈಸಿಕಲ್ಲಿನಲ್ಲಿ ಹೋಗುವುದಕ್ಕೆ ಯೋಗ್ಯವಾದುವುಗಳಲ್ಲ. ಅವರು ವಾಹನ ಸಂಚಾರಕ್ಕಾಗಿ ರಸ್ತೆ ಅಗಲೀಕರಣ ಮಾಡುತ್ತಿದ್ದರು. ನಿರುಪಯುಕ್ತ ಜಲ್ಲಿ, ಕಲ್ಲು ಮತ್ತು ಮಣ್ಣು ತುಂಬಿದ ಟ್ರಕ್ ಬೆಟ್ಟ ಹತ್ತಿ ಬರುತ್ತಿತ್ತು. ಆಗ ಸೈಕಲಿನಲ್ಲಿ ರಸ್ತೆ ತಿರುವನ್ನು ತಲುಪಿದ ಮೈಕೆಲ್ ನೇರವಾಗಿ ಟ್ರಕ್ಕಿಗೆ ಢಿಕ್ಕಿ ಹೊಡೆದ. ಅವನನ್ನು ತಕ್ಷಣ ಆಸ್ಪತ್ರೆಗೆ ಕೊಂಡೊಯ್ಯಲಾಯಿತು. ವೈದ್ಯರು ತಮ್ಮ ಕೈಲಾದ ಪ್ರಯತ್ನ ನಡೆಸಿದರು. ಆದರೆ ಅವನಿಗೆ ಪ್ರಜ್ಞೆ ಮರಳಿ ಬರಲೇ ಇಲ್ಲ. ನೀವು ಅವನ ಗೋರಿಯನ್ನು ನೋಡಿರಬೇಕಲ್ಲ, ಹಾಗಾಗಿಯೇ ನೀವು ಇಲ್ಲಿ ಬಂದಿದ್ದೀರಿ."

"ಅವನ ತಂದೆ ತಾಯಿ?"

"ಅವರು ಆಮೇಲೆ ಶೀಘ್ರವೇ ಹೊರಟು ಹೋದರು. ವಿದೇಶಕ್ಕೆ ಹೋದರು ಎಂದು ಕಾಣುತ್ತದೆ. ಮೈಕೆಲ್ ಚೆಂದದ ಹುಡುಗ, ಆದರೆ ತುಸು ಬೇಜವಾಬ್ದಾರಿ. ನೀವು ಅವನನ್ನು ಇಷ್ಟಪಟ್ಟಿದ್ದೀರಿ ಎಂದು ಕಾಣುತ್ತದೆ."

ಆಮೇಲೆ ಕೆಲವು ಸಮಯದವರೆಗೆ ನಾನು ಸೈಕಲ್ ಸವಾರನ ಪ್ರೇತಾತ್ಮವನ್ನು ಮತ್ತೆ ಕಾಣಲಿಲ್ಲ, ಆದರೆ ಒಂದಕ್ಕಿಂತ ಹೆಚ್ಚು ಸಂದರ್ಭಗಳಲ್ಲಿ ಅವನ ಇರುವಿಕೆಯನ್ನು ಅನುಭವಿಸಿದೆ.

ಚಳಿಗಾಲದ ಒಂದು ಸಂಜೆ ನಾನು ಆ ಒಂಟಿ ಗೋರಿಯನ್ನು ದಾಟಿ ಹೋಗುವಾಗ ನನಗೆ ದೂರದಿಂದ ಸಿಳ್ಳೆ ಸದ್ದು ಕೇಳಿಸಿದಂತಾಯಿತು. ಆದರೆ ಅವನು ಸ್ವತಃ ಕಾಣಿಸಿಕೊಳ್ಳಲಿಲ್ಲ. ಪ್ರಾಯಶಃ ಅದು ಸಿಳ್ಳೆಯ ಪ್ರತಿಧ್ವನಿ ಇರಬಹುದು. ನನ್ನ ನೆರಳಿನ ಜೊತೆಗಿನ ಸಂವಹನವಾಗಿರಬಹುದು.

ಕೆಲವು ತಿಂಗಳು ಕಳೆದ ಬಳಿಕ ನಾನು ಆ ನಗುಮೊಗವನ್ನು ಮತ್ತೊಮ್ಮೆ ನೋಡಿದೆ. ಮುಂಗಾರಿನ ಮಳೆಯಲ್ಲಿ ನೆನೆಯುತ್ತಾ ನಾನು ಮನೆಗೆ ಹೋಗುತ್ತಿರುವಾಗ ಮಂಜಿನೊಳಗಿನಿಂದ ಅದು ನನ್ನ ಹತ್ತಿರ ಬಂತು. ನಾನು ಹಳೆಯ ಸಮುದಾಯ ಕೇಂದ್ರದಲ್ಲಿ ರಾತ್ರಿಯೂಟದ ಪಾರ್ಟಿ ಮುಗಿಸಿ ಮನೆಗೆ

ಹಿಂತಿರುಗಿ ಬರುತ್ತಿದ್ದೆ. ಅದು ತುಂಬಾ ಇಕ್ಕಟ್ಟಾಗಿರುವ ಕಡಿದಾದ ದಾರಿ. ಹುಬ್ಬಿನ ಹಾಗೆ ಇರುವಂತಹದು. ಸಂಜೆಯಿಂದಲೇ ಬಿರುಗಾಳಿಯ ಮುನ್ಸೂಚನೆ ಇತ್ತು. ಬೆಟ್ಟಪ್ರದೇಶದಲ್ಲಿ ದಟ್ಟ ಮಂಜು ಕವಿದಿತ್ತು. ಆ ಮಂಜಿನಲ್ಲಿ ನನ್ನ ಟಾರ್ಚ್ ಬೆಳಕು ಮಸುಕಾಗಿ ಕಾಣುತ್ತಿತ್ತು. ಆಗಸದಲ್ಲಿ ಮಿಂಚಿನ ಹಾರಾಟ. ಬೆಟ್ಟಗಳ ಮೇಲೆ ಉರುಳಾಡಿದ ಹಾಗೆ ಗುಡುಗಿನ ಆರ್ಭಟ. ಮಳೆ ಜೋರಾಗಿ ಬೀಳಲಾರಂಭಿಸಿತು. ನಾನು ನಿಧಾನವಾಗಿ ಜಾಗ್ರತೆಯಿಂದ ಬೆಟ್ಟವನ್ನು ಕೈಯಲ್ಲಿ ತಡವುತ್ತಾ ನಡೆಯುತ್ತಿದ್ದೆ. ಗುಡುಗು ಸಿಡಿದಾಗ ಅವನು ಮಂಜಿನಿಂದ ಹೊರಬಂದು ನನ್ನ ದಾರಿಗಡ್ಡವಾಗಿ ನಿಂತಿರುವುದನ್ನು ನಾನು ಕಂಡೆ. ಅದೇ ನಸುಗಪ್ಪು ಬಣ್ಣದ ತೆಳ್ಳಗಿನ ಶರೀರದ ಹುಡುಗ, ಗೋರಿಯ ಸಮೀಪ ಕಾಣಿಸಿದವನು. ಅವನು ನಗಲಿಲ್ಲ. ಆದರೆ ನನಗೆ ಕೈಬೀಸಿದ. ನಾನು ಹಿಂಜರಿದೆ. ಮೌನವಾಗಿ ನಿಂತೆ. ಮಂಜು ಸ್ವಲ್ಪ ಕರಗಿತು. ನನ್ನ ಮುಂದಿನ ದಾರಿ ಕಾಣದಾಯಿತು. ಅಲ್ಲಿ ಖಾಲಿ ಜಾಗವಿತ್ತು. ಆಮೇಲೆ ಆ ನೆಲ ನೂರಾರು ಅಡಿಗಳಷ್ಟು ಕೆಳಗೆ ಕುಸಿಯಿತು.

ನಾನು ಹಿಮ್ಮೆಟ್ಟಿ ಅಲ್ಲಿದ್ದ ಮುಳ್ಳುಕಂಟಿ ಪೊದೆಯನ್ನು ಆಧಾರಕ್ಕಾಗಿ ಹಿಡಿದು ಕೊಂಡೆ. ಹುಡುಗ ಮಾಯವಾದ. ನಾನು ಹಿಂತಿರುಗಿ ಸಮುದಾಯ ಕೇಂದ್ರಕ್ಕೆ ಓಡಿ ಹೋದೆ. ಅಲ್ಲಿಯ ಗ್ರಂಥಾಲಯದ ಕುರ್ಚಿಯಲ್ಲಿ ಕುಳಿತು ರಾತ್ರಿ ಕಳೆದೆ.

ನಾನು ಅವನನ್ನು ಮತ್ತೆ ನೋಡಲಿಲ್ಲ. ಆದರೆ ಹಲವು ವಾರಗಳ ಬಳಿಕ ನಾನು ಚಳಿಜ್ವರದಿಂದ ಹಾಸಿಗೆಯಲ್ಲಿ ಮಲಗಿದ್ದಾಗ ನನ್ನ ಕಿಟಕಿಯ ಕೆಳಗಿನಿಂದ ಅವನ ಸಿಳ್ಳೆಧ್ವನಿಯನ್ನು ಕೇಳಿಸಿಕೊಂಡೆ. ತನ್ನ ಜೊತೆ ಸೇರಲು ಅವನು ನನ್ನನ್ನು ಕರೆಯುತ್ತಿರಬಹುದೇ? ಅಥವಾ ಎಲ್ಲವೂ ಸರಿಯಾಗಿದೆ ಎಂದು ನನಗೆ ಭರವಸೆ ನೀಡಲು ಪ್ರಯತ್ನಿಸುತ್ತಿರಬಹುದೇ? ನಾನು ಹಾಸಿಗೆಯಿಂದ ಎದ್ದು ಬಂದು ಕಿಟಕಿಯ ಹೊರಗೆ ನೋಡಿದೆ. ಅಲ್ಲಿ ನನಗೆ ಯಾರೂ ಕಾಣಲಿಲ್ಲ. ಆಗಾಗ ಅವನ ಸಿಳ್ಳೆಧ್ವನಿ ನನಗೆ ಕೇಳುತ್ತಿತ್ತು. ನಾನು ಗುಣಮುಖನಾಗುತ್ತಿದ್ದಂತೆ ಸಿಳ್ಳೆಧ್ವನಿಯೂ ಮಂದವಾಗಿ ಕೇಳಿ ಬರುತ್ತಾ ಕೊನೆಗೆ ಅದು ನಿಂತೇ ಹೋಯಿತು.

ಸಂಪೂರ್ಣ ಗುಣವಾದ ಬಳಿಕ ಬೆಟ್ಟ ಹತ್ತಿ ಹೋಗುವ ನನ್ನ ಎಂದಿನ ಅಭ್ಯಾಸವನ್ನು ಮುಂದುವರಿಸಿದೆ. ಕತ್ತಲೆ ಕವಿಯುವವರೆಗೆ ನಾನು ಆ ಗೋರಿಯ ಬಳಿ ಕಾಲ ಕಳೆಯುತ್ತಿದ್ದೆ. ನಿರ್ಜನ ರಸ್ತೆಯಲ್ಲಿ ಮೇಲೆ ಕೆಳಗೆ ಚಲಿಸುತ್ತಿದ್ದೆ. ಆದರೆ ನಾನು ಅವನನ್ನು ಕಾಣಲೇ ಇಲ್ಲ, ಅವನ ಸಿಳ್ಳೆಯನ್ನೂ ಕೇಳಿಸಿಕೊಳ್ಳಲಿಲ್ಲ. ನಾನು ಒಂಟಿತನವನ್ನು ಅನುಭವಿಸುತ್ತಿದ್ದೆ. ನನಗೆ ಸ್ನೇಹಿತನ ಅಗತ್ಯವಿತ್ತು. ಅದು ಸೈಕಲ್ ಸವಾರ ಪ್ರೇತಾತ್ಮವಾಗಿದ್ದರೂ ಸರಿಯೇ. ಆದರೆ ಅಲ್ಲಿ ಮರಗಳು ಮಾತ್ರ ಇದ್ದವು.

ಹೀಗಾಗಿ ನಾನು ಪ್ರತಿಸಂಜೆ ಕತ್ತಲೆಯಲ್ಲಿ ಹಾಡು ಹೇಳಿಕೊಳ್ಳುತ್ತಾ ಮನೆಗೆ ಹಿಂತಿರುಗುತ್ತೇನೆ

ನಾವು ಮೂವರು
ನಾವು ಗುಂಪುಗಳಲ್ಲ
ನಾವು ಸಂಗಾತಿಗಳೂ ಅಲ್ಲ
ನನ್ನ ಪ್ರತಿಧ್ವನಿ
ನನ್ನ ನೆರಳು
ಮತ್ತು ನಾನು..

❖

ಭಾರತದ ಮಕ್ಕಳು

ಸುತ್ತಮುತ್ತಲಿನ ಹಳ್ಳಿಗಳ ಮತ್ತು ಬೆಟ್ಟದ ಹೊರವಲಯದ ಹುಡುಗರು ಮತ್ತು ಹುಡುಗಿಯರು ಪ್ರತಿದಿನ ನನ್ನ ಮುಂದೆ ಶಾಲೆಗೆ ಹೋಗುವುದನ್ನು ನಾನು ಕಾಣುತ್ತೇನೆ. ಈ ಮಕ್ಕಳಿಗಾಗಿ ಶಾಲಾ ವಾಹನವಿಲ್ಲ. ಹೀಗಾಗಿ ಅವರು ಕಾಲ್ನಡಿಗೆಯಲ್ಲಿಯೇ ಹೋಗುತ್ತಾರೆ.

ಅವರಲ್ಲಿ ಕೆಲವರಿಗೆ ಶಾಲೆ ತುಂಬಾ ದೂರವಿದೆ. ಅವರು ಬಹುದೂರ ನಡೆದೇ ಶಾಲೆಗೆ ಹೋಗಬೇಕು.

ಹತ್ತು ವರ್ಷದ ರಣಬೀರ ನಾಲ್ಕು ಮೈಲಿ ದೂರದಲ್ಲಿರುವ, ಪಟ್ಟಣದ ಮಟ್ಟದಿಂದ 2000 ಅಡಿ ಕೆಳಗೆ ಇರುವ ತನ್ನ ಹಳ್ಳಿಯಿಂದ ಬೆಟ್ಟವನ್ನು ಹತ್ತಿ ಬರುತ್ತಾನೆ. ಅವನು ಎಲ್ಲಾ ಹವಾಮಾನಗಳಲ್ಲಿ ತನ್ನ ಹಳೆಯ ಬೂಟುಗಳನ್ನೇ ಧರಿಸಿರುತ್ತಾನೆ. ಅದು ಕಿತ್ತು ಹೋಗುವ ತನಕ ಧರಿಸುತ್ತಾನೆ.

ರಣಬೀರ ಉಲ್ಲಾಸ ತುಂಬಿದ ಹುಡುಗ. ನನ್ನನ್ನು ಕಿಟಕಿಯ ಬಳಿ ನೋಡಿದಾಗಲೆಲ್ಲಾ ಅವನು ನನ್ನತ್ತ ಕೈ ಬೀಸುತ್ತಾನೆ. ಕೆಲವೊಮ್ಮೆ ಅವನು ತನ್ನ ತಂದೆಯ ಹೊಲದಲ್ಲಿ ಬೆಳೆದ ಸೌತೆಗಳನ್ನು ನನಗೆ ತಂದು ಕೊಡುವುದುಂಟು. ನಾನು ಆ ಸೌತೆಗಳಿಗೆ ಹಣ ನೀಡುತ್ತೇನೆ. ಆ ಹಣವನ್ನು ಅವನು ಪುಸ್ತಕಗಳನ್ನು ಖರೀದಿಸಲು ಅಥವಾ ಮನೆಗೆ ಬೇಕಾದ ಸಣ್ಣಪುಟ್ಟ ವಸ್ತುಗಳನ್ನು ಕೊಂಡುಕೊಳ್ಳಲು ಬಳಸುತ್ತಾನೆ.

ಬಹುತೇಕ ಮಕ್ಕಳು ರಣಬೀರನ ಹಾಗಿನವರೇ. ಅವರು ಬಡವರು. ಆದರೆ ಅವರ ಹೆತ್ತವರ ಬಾಲ್ಯದ ದಿನಗಳಿಗಿಂತ ತುಸು ಸುಧಾರಿತ ಸ್ಥಿತಿಯಲ್ಲಿ ಇರುವವರು. ಅವರಿಗೆ ಸುತ್ತಮುತ್ತಲಿರುವ ದುಬಾರಿ ವಸತಿಶಾಲೆಗಳಿಗೆ ಅಥವಾ ಖಾಸಗಿ ಶಾಲೆಗಳಿಗೆ ಸೇರಲು ಸಾಧ್ಯವಿಲ್ಲ. ಅವರು ಮೂಲಭೂತ ಸೌಕರ್ಯ ಗಳಷ್ಟೇ ಇರುವ ಸರಕಾರಿ ಅನುದಾನಿತ ಶಾಲೆಗಳಿಗೆ ಹೋಗಬೇಕು. ಅವರ ಹೆತ್ತವರಲ್ಲಿ ಹೆಚ್ಚಿನವರು ಶಾಲೆಗೆ ಹೋಗಲು ಶಕ್ಯರಾದವರಲ್ಲ. ತಮ್ಮ

ಜೀವಮಾನವನ್ನು ಹೊಲಗಳ ದುಡಿಮೆಯಲ್ಲಿ ಅಥವಾ ಬೆಟ್ಟಪ್ರದೇಶದ ಹಾಲು ವಿತರಣೆಯಲ್ಲಿ ಕಳೆದವರು. ಇವರಲ್ಲಿ ಕೆಲವು ಅದೃಷ್ಟವಂತರು ಸೇನೆಯನ್ನು ಸೇರಿಕೊಳ್ಳುತ್ತಾರೆ. ರಣಬೀರ ಬೆಳೆದು ದೊಡ್ಡವನಾದ ಬಳಿಕ ಇದಕ್ಕಿಂತ ಭಿನ್ನವಾಗಿರುವುದನ್ನು ಮಾಡಬಹುದು.

ಅವನು ಇನ್ನೂ ರೈಲನ್ನು ನೋಡಿಲ್ಲ. ಆದರೆ ಪ್ರತಿದಿನ ಬೆಟ್ಟಗಳ ಮೇಲೆ ಹಾರಾಡುವ ವಿಮಾನಗಳನ್ನು ಅವನು ನೋಡುತ್ತಿರುತ್ತಾನೆ.

"ವಿಮಾನ ಎಷ್ಟು ದೂರದವರೆಗೆ ಹೋಗಬಹುದು?" ಅವನು ಕೇಳುತ್ತಾನೆ.

"ಇಡೀ ಜಗತ್ತಿನಾದ್ಯಂತ ಅದು ಹೋಗಬಹುದು. ಅದು ಒಂದೇ ದಿನ ಸಾವಿರಾರು ಮೈಲಿ ದೂರವನ್ನು ಕ್ರಮಿಸಬಹುದು. ನೀನು ವಿಮಾನದಲ್ಲಿ ಎಲ್ಲಿ ಬೇಕಾದರೂ ಅಲ್ಲಿ ಹೋಗಬಹುದು." ನಾನು ಹೇಳಿದೆ.

"ಒಂದು ದಿನ ನಾನು ವಿಮಾನವೊಂದನ್ನು ಖರೀದಿಸುವೆ, ಜಗತ್ತನ್ನು ಸುತ್ತಿ ಬರುವೆ!"

ಅವನು ಹಾಗೆ ಮಾಡಲೂಬಹುದು. ಅವನ ಮುಖಭಾವದಲ್ಲಿ ನಿರ್ಧಾರವಿತ್ತು. ಕಣ್ಣಿನಲ್ಲಿ ಖಚಿತತೆ ಇತ್ತು.

ಈ ಕೆಳಗಿನ ಸಾಲುಗಳು ನನ್ನ ಟಿಪ್ಪಣಿ ಪುಸ್ತಕದಲ್ಲಿವೆ. ಇದನ್ನು ನನ್ನ ಸ್ವಂತ ಪ್ರೇರಣೆಗೆ ಅಥವಾ ಪ್ರೋತ್ಸಾಹಕ್ಕಾಗಿ ಬರೆದಿದ್ದೇನೆ. ಇದನ್ನು ಖಚಿತ ನಿರ್ಧಾರ ಹೊಂದಿರುವ ಯಾವುದೇ ಯುವಜನರು ತಮಗೆ ಅನ್ವಯಿಸಬಹುದು.

ನಾವು ಬದುಕಿನಿಂದ ಪಡೆಯುವುದು ನಾವು ಬದುಕಿಗೆ ತಂದಿರುವುದನ್ನೇ. ನಾವು ನಮ್ಮ ಸ್ವಂತ ವಿಧಿಯನ್ನು ನಿರ್ಧರಿಸುವ ಶಕ್ತಿಯನ್ನು ಹೊಂದಿದರೆ ನನಸಾಗದ ಕನಸು ಯಾವುದೂ ಇರುವುದಿಲ್ಲ. ನಮಗೆ ಬೇಕಾಗಿರುವುದನ್ನು ನಾವು ಅತ್ಯಂತ ಗಾಢವಾಗಿ ಬಯಸಿದರೆ ಅದನ್ನು ನಾವು ಎಂದೆಂದಿಗೂ ಪಡೆಯಬಲ್ಲೆವು. ಕೆಲವರು ಅತಿಶಯ ಯಶಸ್ಸನ್ನು ಹೊಂದುತ್ತಾರೆ, ಯಾಕೆಂದರೆ ಕೆಲವರಷ್ಟೇ ಸೋಲದೆ ಕೊನೆಯವರೆಗೆ ಕಾರ್ಯ ನಡೆಸಿ ಅದ್ಭುತ ಗುರಿಯನ್ನು ತಮ್ಮದಾಗಿಸಿಕೊಳ್ಳುತ್ತಾರೆ. ಹಣಕ್ಕಾಗಿ ಏಕಪ್ರಕಾರವಾಗಿ ಕಾರ್ಯ ನಡೆಸುವ ವ್ಯಕ್ತಿ ಶ್ರೀಮಂತನಾಗುತ್ತಾನೆ ಎಂದು ನಾವೆಲ್ಲರೂ ಬಲ್ಲೆವು; ಪ್ರಸಿದ್ಧಿ ಮತ್ತು ಅಧಿಕಾರಕ್ಕಾಗಿ ಹಗಲು ರಾತ್ರಿ ಕಾರ್ಯ ನಡೆಸುವ ವ್ಯಕ್ತಿ ತನ್ನ ಗುರಿಯನ್ನು ತಲುಪುತ್ತಾನೆ; ಆಳವಾದ ಮತ್ತು ಹೆಚ್ಚಿನ ಅಧ್ಯಾತ್ಮ ಸಾಧನೆಗಳಿಗಾಗಿ ಕಾರ್ಯ ನಡೆಸುವ ವ್ಯಕ್ತಿಯೂ ಅವುಗಳನ್ನು ಕಂಡುಕೊಳ್ಳುತ್ತಾನೆ. ನಮಗೆ ಇನ್ನು ಅದರ

ಉಪಯೋಗವಿಲ್ಲದಿದ್ದಾಗ, ಆದರೆ ನಾವು ಅದನ್ನು ಬಹು ಕಾಲದಿಂದ ಬಯಸಿರುವುದಾದರೆ ಅದು ಬಂದೇ ಬರುತ್ತದೆ!

✳   ✳   ✳

ಕೆಲವು ವರ್ಷಗಳ ಹಿಂದಿನವರೆಗೆ ಭಾರತದ ಬೆಟ್ಟಪ್ರದೇಶದ ಅಥವಾ ಗ್ರಾಮೀಣ ಪ್ರದೇಶದ ಹೆಣ್ಣುಮಕ್ಕಳಲ್ಲಿ ಬಹಳ ಕಡಿಮೆ ಮಂದಿ ಶಾಲೆಗೆ ಹೋಗುತ್ತಿದ್ದರು. ಅವರು ಮದುವೆ ವಯಸ್ಸಿಗೆ ಬರುವವರೆಗೆ ಮನೆಗೆಲಸದಲ್ಲಿ ನೆರವಾಗುತ್ತಿದ್ದರು. ಅದೂ ಚಿಕ್ಕ ವಯಸ್ಸೇ. ಆದರೆ ಈಗ ಹುಡುಗರಷ್ಟೇ ಸಂಖ್ಯೆಯಲ್ಲಿ ಹುಡುಗಿಯರು ಕೂಡ ಶಾಲೆಗೆ ಹೋಗುತ್ತಾರೆ.

ಬಿಂದ್ರಾ ಆತ್ಮವಿಶ್ವಾಸ ತುಂಬಿರುವ ಹದಿನಾಲ್ಕು ವರ್ಷದ ದಿಟ್ಟ ಹುಡುಗಿ. ಅವಳು ತನ್ನ ಸಂಗಾತಿಗಳೊಂದಿಗೆ ರಸ್ತೆಯಲ್ಲಿ ಅವಸರದಿಂದ ನಡೆದು ಹೋಗುತ್ತಿರುವಾಗ ಹರಟೆ ಹೊಡೆಯುತ್ತಿರುತ್ತಾಳೆ. ಅವಳ ತಂದೆ ಕಾಡಿನ ಕಾವಲುಗಾರ. ಅವರಿಗೆ ನನ್ನ ಪರಿಚಯ ಚೆನ್ನಾಗಿದೆ. ಲ್ಯಾಂಡೊರಿನ ಹಿಂಭಾಗದಲ್ಲಿ ದೇವದಾರು ಮರಗಳ ನಡುವೆ ಕಾಲ್ನಡಿಗೆಯಲ್ಲಿ ಹೋಗುವಾಗ ನಾನು ಅವರನ್ನು ಭೇಟಿಯಾಗುತ್ತೇನೆ. ಬಿಂದ್ರಾಳನ್ನು ಪ್ರತಿನಿತ್ಯ ನೋಡುವುದು ನನಗೆ ಅಭ್ಯಾಸವಾಗಿದೆ. ಒಮ್ಮೆ ಅವಳು ಒಂದು ವಾರ ಕಾಣಿಸದಿದ್ದಾಗ ನಾನು ಅವಳ ತಮ್ಮನಲ್ಲಿ ಏನಾದರೂ ತೊಂದರೆ ಇದೆಯೇ ಎಂದು ವಿಚಾರಿಸಿದೆ.

"ಓಹ್ ಹಾಗೇನಿಲ್ಲ," ಅವನು ಹೇಳಿದ. "ಅವಳು ಹುಲ್ಲು ಕತ್ತರಿಸಲು ಅಮ್ಮನಿಗೆ ನೆರವಾಗುತ್ತಿದ್ದಾಳೆ. ಇನ್ನೇನು ಮಳೆಗಾಲ ಮುಗಿಯುವುದರಲ್ಲಿದೆ. ಆಮೇಲೆ ಹುಲ್ಲು ಒಣಗಿ ಹೋಗುವುದರಿಂದ ಈಗಲೇ ಅದನ್ನು ಕತ್ತರಿಸಿ ಸಂಗ್ರಹಿಸಿಟ್ಟರೆ ಚಳಿಗಾಲದಲ್ಲಿ ಹಸುಗಳಿಗೆ ಮೇವು ಸಿಗುತ್ತದೆ."

"ನೀನೂ ಹುಲ್ಲನ್ನು ಕತ್ತರಿಸಬಹುದಲ್ಲ."

"ನನಗೆ ಇವತ್ತು ಕ್ರಿಕೆಟ್ ಮ್ಯಾಚ್ ಇದೆ." ಇಷ್ಟು ಹೇಳಿ ಅವನು ಅವಸರದಿಂದ ತನ್ನ ತಂಡದವರನ್ನು ಸೇರಲು ಓಡಿದ. ಅವನು ತಂಗಿಯ ಹಾಗಲ್ಲ, ಅವನಿಗೆ ಕೆಲಸಕ್ಕಿಂತಲೂ ಮನರಂಜನೆ ಮುಖ್ಯ.

✳   ✳   ✳

ಹಿಂದೆ ಕುಲೀನ ಜನರ ಆಟವಾಗಿದ್ದ ಕ್ರಿಕೆಟ್ ಈಗ ಜನಸಾಮಾನ್ಯರ ಆಟವಾಗಿದೆ. ಈ ಅಗಾಧ ದೇಶದ ಯಾವುದೇ ಭಾಗವಿರಲಿ, ರಜೆ ಬಂತೆಂದರೆ ಹುಡುಗರ ಗುಂಪೊಂದು ಬ್ಯಾಟ್, ಬಾಲ್ ಮತ್ತು ಆಟದ ಇತರ ಪರಿಕರಗಳನ್ನು

ಹಿಡಿದು ಹತ್ತಿರದ ಹೊಲ ಅಥವಾ ಬಯಲಿಗೆ ಹೋಗುವುದನ್ನು ಕಾಣಬಹುದು. ಅವರು ಆಡುವುದನ್ನು ನೋಡುತ್ತಿದ್ದರೆ ಅವರಲ್ಲಿರುವ ಪ್ರತಿಭೆ, ಅವರು ಬ್ಯಾಟ್ ಮತ್ತು ಚೆಂಡನ್ನು ನಾಜೂಕಿನಿಂದ ಬಳಸುವ ವಿಧಾನ ನನಗೆ ಆಚ್ಚರಿಯನ್ನು ಉಂಟು ಮಾಡುತ್ತಿತ್ತು. ಕೆಲವು ಸ್ಥಳೀಯ ತಂಡಗಳಂತೂ, ಎಲ್ಲ ಸೌಲಭ್ಯಗಳನ್ನು ಹೊಂದಿರುವ ಖಾಸಗಿ ಶಾಲೆಗಳ ತಂಡಗಳ ಗುಣಮಟ್ಟವನ್ನು ಹೊಂದಿರುತ್ತವೆ. ಆದರೆ ಬಡ ಅಥವಾ ಮಧ್ಯಮವರ್ಗದ ಕುಟುಂಬಗಳ ಈ ಹುಡುಗರ ಕುರಿತು ಗಮನ ಹರಿಸುವವರು ಕಡಿಮೆ. ಹೀಗಾಗಿ ರಾಜ್ಯ ಅಥವಾ ರಾಷ್ಟ್ರಮಟ್ಟದ ತಂಡಗಳಲ್ಲಿ ಆಯ್ಕೆಗೊಳ್ಳಲು ಅಗತ್ಯವಿರುವ ಅವಕಾಶಗಳು ಇವರಿಗೆ ಸಿಗುವುದಿಲ್ಲ. ಅವರು ಎಂದೂ ಪ್ರಭಾವಿ ಮತ್ತು ಅಧಿಕಾರಯುತ ಜನರನ್ನು ಸಮೀಪಿಸಲಾರರು. ಅವರು ಆಟದ ಮೇಲಿನ ಪ್ರೀತಿಗಾಗಿ ಆಡುತ್ತಿರಬೇಕು ಅಥವಾ ತಮಗಿಂತ ಹೆಚ್ಚು ಅದೃಷ್ಟಶಾಲಿಗಳಾಗಿರುವ ಹೀರೋಗಳನ್ನು ಟಿವಿಯಲ್ಲಿ ವೀಕ್ಷಿಸಬೇಕು.

* * *

ಚಳಿಗಾಲದಲ್ಲಿ ಹಗಲು ಚಿಕ್ಕದಾಗಿ ಕತ್ತಲೆ ಬೇಗ ಕವಿಯುತ್ತದೆ. ದೂರದಿಂದ ಶಾಲೆಗೆ ಬರುವ ಈ ಮಕ್ಕಳು ಕತ್ತಲಾಗುವ ಮೊದಲೇ ಮನೆ ಸೇರಲು ಅವಸರಿಸಬೇಕಾಗುತ್ತದೆ. ರಣಬೀರ ಮತ್ತು ಅವನ ಸ್ನೇಹಿತರು ಅರ್ಧ ದಾರಿಯಲ್ಲಿರುವಾಗಲೇ ಕತ್ತಲೆಯಾಗುತ್ತದೆ.

"ಅಂಕಲ್ ಗಂಟೆ ಎಷ್ಟು?"' ಐವಿ ಕಾಟೇಜ್ ಸಮೀಪದಿಂದ ಇಕ್ಕಟ್ಟಿನ ದಾರಿ ಹಿಡಿದು ಹೋಗುವಾಗ ರಣಬೀರ ಕೇಳುತ್ತಾನೆ.

ನಮಗೆ ಇಲ್ಲಿಯ ಬಹುತೇಕ ಹುಡುಗ ಅಥವಾ ಹುಡುಗಿಯಿಂದ 'ಅಂಕಲ್' ಎಂದು ಕರೆಯಿಸಿಕೊಳ್ಳುವುದು ರೂಢಿಯಾಗಿದೆ. ಈ ಅಭ್ಯಾಸ ಹೇಗೆ ಪ್ರಾರಂಭವಾಯಿತೋ? ಬಹುಶಃ ಇದಕ್ಕೆ ಮೂಲ ಹುಲಿಯ ಕುರಿತಾದ ಜಾನಪದ ಕಥೆ ಇರಬಹುದೇನೋ. ಹುಲಿಯೊಂದು ತನ್ನನ್ನು 'ಅಂಕಲ್' ಎಂದು ಕರೆದರೆ ನಿನ್ನ ಮೇಲೆ ತಾನು ಆಕ್ರಮಣ ಮಾಡುವುದಿಲ್ಲವೆಂದು ಹೇಳಿತಂತೆ. ಹುಲಿಗಳು ತಮ್ಮ ಸಂಬಂಧಿಗಳನ್ನು ತಿನ್ನುವುದಿಲ್ಲವಂತೆ! ಅಥವಾ ತಿನ್ನಬಹುದೇ? ಆದರೆ ಇದನ್ನು ಹೆಣ್ಣುಹುಲಿಗೆ ಆರೋಪಿಸುವ ಹಾಗಿಲ್ಲ. ಹೆಣ್ಣುಹುಲಿ(ಅಥವಾ ನಿಮ್ಮ ಶಿಕ್ಷಕಿ) ನಿಮ್ಮ ಎದುರಿದ್ದಾಗ ನೀವು ಅದನ್ನು 'ಆಂಟಿ' ಎಂದು ಕರೆಯುತ್ತೀರಾ?

ಆರು ಗಂಟೆಗೆ ಕತ್ತಲೆಯಾಗುತ್ತದೆ. ಅಷ್ಟರೊಳಗೆ ದೇವದಾರು ಮರಗಳ ಕಾಡನ್ನು ದಾಟಿ ಹಳ್ಳಿಗೆ ಹೋಗುವ ನೇರ ದಾರಿಯನ್ನು ತಲುಪಬೇಕೆನ್ನುವುದು ರಣಬೀರನ ಆಲೋಚನೆ. ಆ ದಾರಿಯಲ್ಲಿ ಚಂದ್ರನ ಬೆಳಕು, ನಕ್ಷತ್ರಗಳ ಬೆಳಕು

ಮತ್ತು ದಾರಿದೀಪಗಳ ಬೆಳಕು ಸಾಕಷ್ಟಿರುತ್ತದೆ. ಆದರೆ ದೇವದಾರು ಮರಗಳ ಕಾಡಿನಲ್ಲಿ ಹಗಲು ಹೊತ್ತಿನಲ್ಲಿಯೂ ಕತ್ತಲೆ ಇರುತ್ತದೆ. ಬಾವಲಿಗಳ ಮೌನ ತೂರಾಟ ಮತ್ತು ತೋಳಗಳ ಓಟ, ಗೂಬೆಯ ಹೂಂಕಾರ ಇತ್ಯಾದಿಗಳು ಧೈರ್ಯವಂತ ಮಕ್ಕಳನ್ನು ಕೂಡ ಕಂಗೆಡಿಸುವ ರೀತಿಯವು. ಒಮ್ಮೆ ರಣಬೀರ ಮತ್ತು ಇತರ ಹುಡುಗರನ್ನು ಕರಡಿಯೊಂದು ಅಟ್ಟಿಸಿ ಬಂದಿತ್ತಂತೆ.

ಅವನು ಅದನ್ನು ನನ್ನಲ್ಲಿ ಹೇಳಿದಾಗ, ನಾನು ಹೇಳಿದೆ. "ನೀನು ಕರಡಿಗಿಂತ ವೇಗವಾಗಿ ಓಡಬಲ್ಲೆ ಎನ್ನುವುದು ನಮಗೆ ಈಗ ಗೊತ್ತಾಯಿತು!"

"ಹೌದು, ಆದರೆ ಕರಡಿ ನಮ್ಮನ್ನು ಅಟ್ಟಿಸಿಕೊಂಡು ಬಂದರೆ ನಾವು ಇಳಿಜಾರಿನ ರಸ್ತೆಯಲ್ಲಿ ಓಡಬೇಕು. ಅವು ಮೇಲೆ ಹತ್ತುವ ದಾರಿಯಲ್ಲಿ ಹೆಚ್ಚು ವೇಗವಾಗಿ ಓಡಬಲ್ಲವು" ಹಲವು ಬಾರಿ ಕರಡಿಗಳಿಂದ ತಪ್ಪಿಸಿಕೊಂಡ ಅನುಭವಿಯ ಹಾಗೆ ಅವನು ಹೇಳಿದ.

"ನಾನು ಅದನ್ನು ನೆನಪಿನಲ್ಲಿ ಇಟ್ಟುಕೊಳ್ಳುತ್ತೇನೆ. ನಿನ್ನ ಹಿತವಚನಕ್ಕೆ ಥ್ಯಾಂಕ್ಸ್." ನಾನು ಹೇಳಿದೆ. ಕರಡಿಯನ್ನು 'ಅಂಕಲ್' ಎಂದು ಕರೆದರೆ ಹೆಚ್ಚು ಉಪಯೋಗವಾಗಲಿಕ್ಕಿಲ್ಲ ಎಂದು ಮನಸ್ಸಿನಲ್ಲಿಯೇ ಅಂದುಕೊಂಡೆ.

ಸಾಮಾನ್ಯವಾಗಿ ರಣಬೀರನ ಜೊತೆಯಲ್ಲಿ ಅವನ ಸ್ನೇಹಿತರು ಇರುತ್ತಾರೆ. ಅವರು ದಾರಿಯುದ್ದಕ್ಕೂ ಹಾಡುತ್ತಾರೆ. ಚಿಕ್ಕ ಹುಡುಗರ ಗಟ್ಟಿ ಧ್ವನಿ ಕೇಳಿ ಕಾಡು ಗೂಬೆಗಳು ಮೌನವಾಗುತ್ತವೆ ಮತ್ತು ಕಾಡಿನ ದೆವ್ವಗಳು ಹೆದರಿಕೊಳ್ಳುತ್ತವೆ ಎನ್ನುತ್ತಾರೆ. ಅವರಲ್ಲಿ ಒಬ್ಬ ಹುಡುಗ ಕೊಳಲು ನುಡಿಸುತ್ತಾನೆ. ಬೆಟ್ಟಪ್ರದೇಶದಲ್ಲಿ ಕೊಳಲಿನ ನಿನಾದ ಯಾವಾಗಲೂ ಬಹು ಉಲ್ಲಾಸಕಾರಿ.

* * *

ಬೆಟ್ಟ ಪ್ರದೇಶಗಳಲ್ಲಿ ಮಾತ್ರವಲ್ಲ ಭಾರತದ ಎಲ್ಲಾ ಕಡೆಗಳಲ್ಲಿ ಅದು ರಾಜಸ್ಥಾನದ ಮರುಭೂಮಿಯ ಧೂಳು ಬಿರುಗಾಳಿ ಇರಬಹುದು ಅಥವಾ ಲಡಕ್ ಮತ್ತು ಕಾಶ್ಮೀರದ ಹಿಮಗಾಳಿ ಮಕ್ಕಳು, ಕಾಲ್ನಡಿಗೆಯಲ್ಲಿಯೇ ಶಾಲೆಗೆ ಹೋಗಿ ಬರುತ್ತಾರೆ. ದೊಡ್ಡ ಪಟ್ಟಣ ಮತ್ತು ನಗರಗಳಲ್ಲಿ ಶಾಲೆಯ ವಾಹನಗಳು ಇರುತ್ತವೆ. ಆದರೆ ದೂರದ ಗ್ರಾಮೀಣ ಪ್ರದೇಶಗಳಲ್ಲಿ ಶಾಲೆಗೆ ಹೋಗಿ ಬರುವುದೇ ಸಮಸ್ಯೆಯಾಗಬಹುದು.

ಬಹುಪಾಲು ಮಕ್ಕಳು ಅಡ್ಡಿ, ಆತಂಕಗಳಿಗೆ ಹೊಂದಿಕೊಂಡಿರುತ್ತಾರೆ. ಉದಾಹರಣೆಗೆ ಒರಿಸ್ಸಾದ ಗಂಜಂ ಜಿಲ್ಲೆಯಲ್ಲಿ ಮಕ್ಕಳು ಪ್ರತಿದಿನ ಧನೀ

ನದಿಯಲ್ಲಿ ಈಜಿ ಅಥವಾ.ನೀರಿನಲ್ಲಿ ನಡೆದು ಶಾಲೆಗೆ ಹೋಗಬೇಕು. ಯಾಕೆಂದರೆ ಅಲ್ಲಿ ಸೇತುವೆ ಇಲ್ಲ. ಅವರ ಭಾವಚಿತ್ರ ನನ್ನ ಸಂಗ್ರಹದಲ್ಲಿದೆ. ಅವರು ಒಂದು ಕೈಯಲ್ಲಿ ಪುಸ್ತಕಗಳನ್ನು ಅಥವಾ ಪಾಟಿಚೀಲವನ್ನು ಎತ್ತಿ ಹಿಡಿದು, ಇನ್ನೊಂದು ಕೈಯನ್ನು ಈಜಿಗೆ ಬಳಸುತ್ತಾ ನದಿ ದಾಟುತ್ತಾರೆ. ಅಥವಾ ಪರಸ್ಪರ ಕೈಹಿಡಿದು ಸರಪಳಿ ಮಾಡಿ ಒಬ್ಬರು ಇನ್ನೊಬ್ಬರಿಗೆ ನದಿ ದಾಟಲು ನೆರವಾಗುತ್ತಾರೆ.

ನೀವು ಭಾರತದ ಯಾವುದೇ ಭಾಗಕ್ಕೆ ಹೋದರೂ ಮಕ್ಕಳು ಕುಟುಂಬದ ಕಸುಬುಗಳಲ್ಲಿ ನೆರವಾಗುವುದನ್ನು ಕಾಣಬಹುದು. ಮಲಬಾರ್ ಸಮುದ್ರತೀರದಲ್ಲಿ ಮೀನು ಒಣಗಿಸುವುದಿರಬಹುದು ಅಥವಾ ಕಾಶ್ಮೀರದಲ್ಲಿ ಅರಿಶಿನ ಮೊಗ್ಗುಗಳನ್ನು ಸಂಗ್ರಹಿಸುವುದು ಅಥವಾ ರಾಜಸ್ಥಾನ, ಗುಜರಾತಿನ ಹಳ್ಳಿಗಳಲ್ಲಿ ಒಂಟೆಗಳನ್ನು ಅಥವಾ ಜಾನುವಾರುಗಳನ್ನು ಮೇಯಿಸುವುದರಲ್ಲಿ ಮಕ್ಕಳು ತೊಡಗಿಸಿಕೊಂಡಿರುತ್ತಾರೆ.

ಕೆಲವು ಅದೃಷ್ಟವಂತರು ಮಾತ್ರ ತಮ್ಮ ಮಕ್ಕಳನ್ನು 'ಖಾಸಗಿ' ಅಥವಾ 'ಸಾರ್ವಜನಿಕ' ಆಂಗ್ಲ ಮಾಧ್ಯಮದ ಶಾಲೆಗೆ ಕಳುಹಿಸಲು ಶಕ್ತರಾಗಿರುತ್ತಾರೆ. ಅಂತಹ ಮಕ್ಕಳು ನಿಜವಾಗಿಯೂ ಅದೃಷ್ಟವಂತರೇ. ಇದರಲ್ಲಿ ಕೆಲವು ಶಾಲೆಗಳು ಅತ್ಯುತ್ತಮ ದರ್ಜೆಯದ್ದಾಗಿವೆ. ಈ ಶಾಲೆಗಳು ಬ್ರಿಟನ್ ಅಥವಾ ಯುಎಸ್ಎ ಶಾಲೆಗಳಷ್ಟೇ ಉತ್ತಮ, ಕೆಲವೊಮ್ಮೆ ಅದಕ್ಕಿಂತಲೂ ಉತ್ತಮವಾಗಿವೆ. ಅಜ್ಮೀರ್ ಅಥವಾ ಬೆಂಗಳೂರು,. ನವದೆಹಲಿ ಅಥವಾ ಚಂಡಿಘಡ, ಕಾನಪುರ ಅಥವಾ ಕಲ್ಕತ್ತಾದಲ್ಲಿನ ಶಾಲೆಗಳು ಅತ್ಯುತ್ತಮ ದರ್ಜೆಯದ್ದಾಗಿವೆ. ಮಧ್ಯಮವರ್ಗದ ಪ್ರಗತಿಯು ಗುಣಮಟ್ಟದ ಶಿಕ್ಷಣದ ಬೇಡಿಕೆಯನ್ನು ನಿರಂತರವಾಗಿ ಹೆಚ್ಚಿಸಿದೆ. ಆದರೆ ಖಾಸಗಿ ಶಾಲೆಗಳು ಹೆಚ್ಚಾಗುತ್ತಿದ್ದಂತೆ ಗುಣಮಟ್ಟ ಕುಸಿದ ಉದಾಹರಣೆಯೂ ಇದೆ. ಅನೇಕ ಮಂದಿ ಹೆತ್ತವರು ಎರಡನೆಯ ದರ್ಜೆಗೆ ಹೊಂದಿಕೊಳ್ಳಬೇಕಾಗುತ್ತದೆ.

ನಮ್ಮ ಬಹುಪಾಲು ಮಕ್ಕಳು ಇನ್ನೂ ರಾಜ್ಯ ಸರಕಾರ ಅಥವಾ ನಗರಸಭೆ ನಡೆಸುವ ಶಾಲೆಗಳಿಗೇ ಹೋಗುತ್ತಿದ್ದಾರೆ. ಈ ಶಾಲೆಗಳನ್ನು ನಡೆಸುವವರನ್ನು ಮತ್ತು ಅದು ಇರುವ ಜಾಗವನ್ನು ಆಧರಿಸಿ ಈ ಶಾಲೆಗಳ ಗುಣಮಟ್ಟ ಇರುತ್ತದೆ. ಇವು ಕೆಲವೊಮ್ಮ ಉತ್ತಮವಾಗಿದ್ದರೆ ಇನ್ನು ಕೆಲವೊಮ್ಮೆ ಕೆಟ್ಟದಾಗಿರುತ್ತವೆ. ಇಲ್ಲಿ ಕಿಟಕಿಗಳಿಲ್ಲದ, ಮಳೆಗಾಲದಲ್ಲಿ ನೀರು ಸೋರುವ ಮಾಡಿನ ತರಗತಿ ಕೋಣೆಗಳು ಅಪರೂಪವೇನಲ್ಲ. ಹಾಗಿದ್ದರೂ ವಿಭಿನ್ನ ಸಮುದಾಯಗಳಿಗೆ ಸೇರಿದ ಮಕ್ಕಳು ಇಲ್ಲಿ ಜೊತೆಯಾಗಿ ಬದುಕುವುದನ್ನು, ಬೆಳೆಯುವುದನ್ನು ಕಲಿಯುತ್ತಾರೆ. ಶ್ರಮ ನಮ್ಮಲ್ಲಿ ಸೋದರತ್ವವನ್ನು ಮೂಡಿಸುತ್ತದೆ.

ಜನಗಣತಿಯ ಪ್ರಕಾರ ಜನಸಂಖ್ಯೆಯ ಪ್ರತಿ ಐದು ಮಂದಿಯಲ್ಲಿ ಇಬ್ಬರು ಐದರಿಂದ ಹದಿನೈದು ವಯೋಗುಂಪಿಗೆ ಸೇರಿದವರಾಗಿದ್ದಾರೆ. ಒಟ್ಟು ಜನಸಂಖ್ಯೆಯ ಅರ್ಧದಷ್ಟು ಮಂದಿ ಶಾಲೆಗೆ ಹೋಗುವವರಿದ್ದಾರೆ!

ಮತ್ತು ನಾನು ಈ ನನ್ನ ಕಿಟಕಿಯ ಬಳಿ ನಿಂತುಕೊಂಡು ನನ್ನ ಮುಂದೆ ಹಾದು ಹೋಗುತ್ತಿರುವ ಈ ಮಕ್ಕಳನ್ನು ನೋಡುತ್ತಿದ್ದೇನೆ - ಹುಡುಗರು ಮತ್ತು ಹುಡುಗಿಯರು, ದೊಡ್ಡವರು ಮತ್ತು ಚಿಕ್ಕವರು, ಕೆಲವರು ಪೆದ್ದುಗಳು, ಕೆಲವರು ಬುದ್ಧಿವಂತರು, ಕೆಲವರು ಕೀಟಲೆಗಳು, ಕೆಲವರು ಗಂಭೀರರು- ಆದರೆ ಇವರೆಲ್ಲರೂ ಎಲ್ಲಿಯೋ ಹೋಗುತ್ತಿದ್ದಾರೆ-ಅದು ಉತ್ತಮ ಭವಿಷ್ಯದ ಕಡೆಗೆ ಇರಲಿ ಎಂಬ ಹಾರೈಕೆ.

✤

ಪೈನ್ ಮರಗಳ ನಡುವೆ ಶಾಲೆ

ಚಿರತೆಯೊಂದು ಬೆಟ್ಟದ ತೊರೆಯಲ್ಲಿ ನೀರು ಕುಡಿದು ಫೆಬ್ರವರಿ ತಿಂಗಳ ಕೊನೆಯ ದಿನಗಳ ಬಿಸಿಲಿನ ಕಾವಿಗೆ ಮೈಯೊಡ್ಡಿ ಹುಲ್ಲಿನ ಮೇಲೆ ಒರಗಿತು. ಅದರ ನೀಳದೇಹ ದಷ್ಟಪುಷ್ಟವಾಗಿತ್ತು. ಆಗಾಗ ಅದರ ಬಾಲ ಅಲ್ಲಾಡುತ್ತಿತ್ತು. ಅದು ನಿದ್ರಿಸುತ್ತಿರುವ ಹಾಗೆ ಕಾಣುತ್ತಿತ್ತು. ಅಷ್ಟರಲ್ಲಿ ದೂರದಿಂದ ಮಾತಿನ ಸದ್ದು ಕೇಳಿಸಿ ಅದು ತನ್ನ ತಲೆಯನ್ನು ಎತ್ತಿ ಎದ್ದು ನಿಂತಿತು. ಆಮೇಲೆ ತೊರೆಯ ಬಂಡೆಕಲ್ಲುಗಳ ಮೇಲೆ ಜಿಗಿದು ಮತ್ತೊಂದು ತೀರದಲ್ಲಿದ್ದ ಮರಗಳ ನಡುವೆ ಮಾಯವಾಯಿತು.

ಒಂದೆರಡು ನಿಮಿಷಗಳಲ್ಲಿ ಕಾಡಿನ ದಾರಿಯಿಂದ ಬಂದ ಮೂರು ಮಕ್ಕಳು ಅಲ್ಲಿಗೆ ಬಂದು ತಲುಪಿದವು. ಅದರಲ್ಲಿ ಒಬ್ಬಳು ಹುಡುಗಿ, ಇನ್ನಿಬ್ಬರು ಹುಡುಗರು. ಅವರು ತಮ್ಮ ತಾತ ಅಜ್ಜಿಯರಿಂದ ಕಲಿತ ಸ್ಥಳೀಯ ಭಾಷೆಯ ಹಳೆಯ ಹಾಡೊಂದನ್ನು ಗುನುಗುತ್ತಿದ್ದರು.

ಇನ್ನೂ ಐದು ಮೈಲಿಗಳಿವೆ ಸಾಗಲು!
ನಾವು ಮಳೆ ಮತ್ತು ಹಿಮದಲ್ಲಿ ಬಂದೆವು
ನದಿಯನ್ನು ದಾಟಬೇಕಾಗಿದೆ..
ಬೆಟ್ಟವೊಂದನ್ನು ಹತ್ತಬೇಕಾಗಿದೆ..
ಈಗ ನಮಗೆ ನಾಲ್ಕು ಮೈಲಿಗಳಿವೆ ಸಾಗಲು!

ಅವರ ಪಾಟಿಚೀಲಗಳು ಹೊಸದಾಗಿವೆ. ಅವರ ಬಟ್ಟೆಗಳನ್ನು ಒಗೆದು ಇಸ್ತ್ರಿ ಮಾಡಲಾಗಿದೆ. ಅವರ ಗಟ್ಟಿಧ್ವನಿಯ ಹಾಡು ಕತ್ತರಿಬಾಲದ ಚುಕ್ಕಿಹಕ್ಕಿಯನ್ನು ಬೆಚ್ಚಿ ಬೀಳಿಸಿತು. ಆ ಹಕ್ಕಿ ತಾನು ಕುಳಿತಿದ್ದ ತೊರೆಯ ಪ್ರಿಯ ಬಂಡೆಯನ್ನು ಬಿಟ್ಟು ಕಪ್ಪು ಗವಿಯ ಕಡೆಗೆ ಹಾರಿ ಹೋಯಿತು.

"ಇನ್ನು ನಮಗೆ ಉಳಿದಿರುವುದು ಮೂರೇ ಮೈಲಿ. ಆದರೆ ನಾವು ಮೊದಲು ತೊರೆಯನ್ನು ದಾಟಬೇಕಾಗಿದೆ." ಅವರಲ್ಲಿ ದೊಡ್ಡ ಹುಡುಗ ಪ್ರಕಾಶ ಹೇಳಿದ. ಈ ದಾರಿಯಲ್ಲಿ ನೂರಾರು ಬಾರಿ ಕ್ರಮಿಸಿ ಅವನಿಗೆ ರೂಢಿ ಇದೆ.

ಅವನು ಹನ್ನೆರಡು ವರ್ಷದ ಗಟ್ಟಿಮುಟ್ಟಾಗಿರುವ ಹುಡುಗ. ಅವನ ಕಣ್ಣುಗಳು ಕಪ್ಪು ನೇರಳೆಹಣ್ಣಿನ ಹಾಗಿವೆ. ತಲೆ ಮೇಲೆ ಅಂಕೆಗೆ ಸಿಗದ ಕೂದಲಿನ ಜೊಂಪೆ. ಹುಡುಗಿ ಮತ್ತು ಅವಳ ಸಣ್ಣ ತಮ್ಮ ಈ ದಾರಿಗೆ ಹೊಸಬರು.

"ನನಗೆ ಸುಸ್ತಾಗಿದೆ ಬೀನಾ," ಸಣ್ಣ ಹುಡುಗ ಹೇಳಿದ.

ಬೀನಾ ಅವನತ್ತ ನೋಡಿ ಮುಗುಳ್ನಕ್ಕಳು.

"ಚಿಂತೆ ಮಾಡಬೇಡವೋ ಸೋನೂ, ನಿನಗೆ ನಡಿಗೆ ಅಭ್ಯಾಸವಾಗುತ್ತದೆ. ಇನ್ನೂ ಸಮಯ ಬೇಕಾದಷ್ಟಿದೆ." ಪ್ರಕಾಶ ತನ್ನ ಕೈಗಡಿಯಾರ ನೋಡಿ ಹೇಳಿದ. ಅದು ಅಜ್ಜ ಅವನಿಗೆ ನೀಡಿದ ಕೈಗಡಿಯಾರ. ಆ ಹಳೆಯ ಗಡಿಯಾರಕ್ಕೆ ಆಗಾಗ ಕೀ ಕೊಡಬೇಕಿತ್ತು. "ನಾವು ಇಲ್ಲಿ ಐದಾರು ನಿಮಿಷ ವಿಶ್ರಾಂತಿ ತಗೆದುಕೊಳ್ಳೋಣ."

ಅವರು ಮೃದುವಾದ ಬಂಡೆಯೊಂದರೆ ಮೇಲೆ ಕುಳಿತು ಬೆಟ್ಟದಿಂದ ಕೆಳಗೆ ಹರಿದು ಬರುತ್ತಿರುವ ಸ್ವಚ್ಛ ನಿರ್ಮಲ ನೀರನ್ನು ನೋಡತೊಡಗಿದರು. ಬೀನಾ ಪ್ರಕಾಶನ ಮುಂಗೈಯಲ್ಲಿರುವ ಹಳೆಯ ಕೈಗಡಿಯಾರವನ್ನು ನೋಡಿದಳು. ಅದರ ಕನ್ನಡಿ ತುಂಬಾ ಗೀರುಗಳಿದ್ದುದರಿಂದ, ಅವಳಿಗೆ ಅದರ ಅಂಕೆಗಳು ಸರಿಯಾಗಿ ಕಾಣಲಿಲ್ಲ.

"ಇದು ಇನ್ನೂ ಸರಿಯಾದ ಗಂಟೆ ತೋರಿಸುತ್ತಿದೆ ಎಂದು ನಿನಗೆ ಖಚಿತವಿದೆಯೇ?" ಅವಳು ಕೇಳಿದಳು.

"ಇದು ಪ್ರತಿದಿನ ಐದು ನಿಮಿಷ ಹಿಂದೆ ಬೀಳುತ್ತದೆ. ಹಾಗಾಗಿ ನಾನು ರಾತ್ರಿ ಇದನ್ನು ಹತ್ತು ನಿಮಿಷ ಮುಂದಿಡುತ್ತೇನೆ. ಅದರರ್ಧ ಬೆಳಗ್ಗೆಯಾಗುವುದರೊಳಗೆ ಇದು ಸರಿಯಾಗಿರುತ್ತದೆ. ನಮ್ಮ ಮಣಿ ಮಾಸ್ತರರು ಕೂಡ ನನ್ನಲ್ಲಿಯೇ ಗಂಟೆ ಕೇಳುತ್ತಾರೆ. ಅವರು ಕೇಳದಿದ್ದರೆ, ನಾನು ಅವರಿಗೆ ಹೇಳುತ್ತೇನೆ! ನಮ್ಮ ತರಗತಿಯಲ್ಲಿರುವ ಗಡಿಯಾರ ಆಗಾಗ ನಿಂತು ಬಿಡುವುದುಂಟು."

ಅವರು ತಮ್ಮ ಬೂಟು ಕಳಚಿದರು. ಬೆಟ್ಟದಿಂದ ಹರಿಯುವ ತಣ್ಣಗಿನ ನೀರಿಗೆ ಕಾಲೊಡ್ಡಿ ಕುಳಿತರು. ಬೀನಾ ಗುಲಾಬಿ ಕೆನ್ನೆಯ, ಕಂದು ಕಣ್ಣುಗಳ, ಗುಂಗುರು ಕಳೆಯುತ್ತಿರುವ ಕೂದಲಿನ ಎಳೆ ಹುಡುಗಿ. ಅವಳಿಗೆ ಪ್ರಕಾಶನಷ್ಟೇ ವಯಸ್ಸು. ಅವಳ ಮುಖದ ಕಳೆ ಅವಳು ದಿಟ್ಟಹುಡುಗಿ ಎಂದು ಸಾರುತ್ತಿತ್ತು. ಸೋನು ಅವಳ ತಮ್ಮ, ಅವನ ವಯಸ್ಸು ಹತ್ತು ವರ್ಷ. ಮಗುವಿದ್ದಾಗ ಕಾಯಿಲೆಯಾಗಿದ್ದರಿಂದ ಅವನು ದೇಹದಲ್ಲಿ ಸಣಕಲ. ಆದರೆ ಈಗ ತುಸು ತುಂಬಿಕೊಂಡಿದ್ದಾನೆ. ನೋಡಲು ಕ್ರೀಡಾಪಟುವಾಗಿ ಕಾಣಿಸದಿದ್ದರೂ ಅವನು ಗಾಳಿಯಷ್ಟೇ ವೇಗವಾಗಿ ಓಡಬಲ್ಲ.

ಬೀನಾಳ ಸ್ವಂತ ಊರು ಕೊಳಿ. ಅದು ಬೆಟ್ಟದ ಆಚೆ ಬದಿಯಲ್ಲಿದೆ. ಅವಳು ಅಲ್ಲಿಯ ಪ್ರಾಥಮಿಕ ಶಾಲೆಯಲ್ಲಿ ಕಲಿಯುತ್ತಿದ್ದವಳು. ಆದರೆ ಆ ಶಾಲೆಯಲ್ಲಿ ಐದನೇ ತರಗತಿಯವರೆಗೆ ಮಾತ್ರ ಕಲಿಯಲು ಅವಕಾಶವಿತ್ತು. ಹೀಗಾಗಿ ಈಗ ಅವಳು ಆರನೇ ತರಗತಿ ಕಲಿಯಲು ನೌತಿಯಲ್ಲಿರುವ ಶಾಲೆ ಸೇರಿದ್ದಾಳೆ. ಅದು ಎಂಟನೆಯ ತರಗತಿವರೆಗಿನ ಪ್ರೌಢಶಾಲೆ. ಈಗ ಅವಳು ಪ್ರತಿದಿನ ಶಾಲೆಗೆ ಹಲವು ಮೈಲಿ ದೂರ ನಡೆದು ಹೋಗಬೇಕಾಗಿದೆ. ಬೀನಾಳಿಗೆ ಜೊತೆ ನೀಡಲು ಅವಳ ತಮ್ಮ ಸೋನುವನ್ನು ಕೂಡ ಈ ಹೊಸ ಶಾಲೆಗೆ ಸ್ಥಳಾಂತರಿಸುವುದೆಂದು ನಿರ್ಧರಿಸಲಾಗಿತ್ತು. ಪ್ರಕಾಶ ಅವರ ನೆರೆಮನೆಯ ಹುಡುಗ. ಅವನು ಕಲಿಯುವುದು ನೌತಿ ಶಾಲೆಯಲ್ಲಿ. ಅವನು ಮಹಾ ತಂಟೆಕೋರನಾಗಿದ್ದು ಕೆಲವೊಮ್ಮೆ ತೊಂದರೆಯಲ್ಲಿ ಸಿಕ್ಕಿಹಾಕಿಕೊಳ್ಳುತ್ತಿದ್ದ. ಇದರ ಪರಿಣಾಮವೆಂದರೆ ಈಗ ಅವನು ಅದೇ ತರಗತಿಯಲ್ಲಿ ಮತ್ತೆ ಕುಳಿತುಕೊಳ್ಳುವ ಹಾಗಾಗಿದೆ.

ಆದರೆ ಇದನ್ನು ಅವನು ಮನಸ್ಸಿಗೆ ಹಚ್ಚಿಕೊಂಡಿಲ್ಲ. “ಅವರಸರವೇನಿದೆ? ನಾನು ಶಾಲೆ ಮುಗಿಸಿದ ಬಳಿಕ ನೀವು ನನ್ನನ್ನು ವಿದೇಶಕ್ಕೆ ಕಳುಹಿಸುತ್ತಿರಲಿಲ್ಲ. ಇನ್ನು ನಮ್ಮ ಹಸುಗಳು ಓಡಿ ಹೋಗುತ್ತಿರಲಿಲ್ಲ, ಅಲ್ಲವೇನು?” ಸಿಟ್ಟಾದ ತನ್ನ ಹೆತ್ತವರಲ್ಲಿ ಅವನು ಹೇಳಿದ್ದು ಹೀಗೆ.

“ನಿನಗೆ ಜಾನುವಾರುಗಳನ್ನು ನೋಡಿಕೊಳ್ಳುವುದು ಇಷ್ಟದ ಕೆಲಸ, ಅಲ್ವೇನೋ?” ಅವರು ಎದ್ದು ಕಾಲ್ನಡಿಗೆ ಮುಂದುವರಿಸಿದಾಗ ಬೀನಾ ಅವನಲ್ಲಿ ಕೇಳಿದಳು.

“ಆದರೆ ಶಾಲೆಯೂ ಪರವಾಗಿಲ್ಲ. ನಮ್ಮ ಹಳೆಯ ಮಣಿ ಮಾಸ್ತರರನ್ನು ನೋಡುವವರೆಗೆ ತಾಳ್ಮೆಯಿಂದ ಇರು. ಅವರಿಗೆ ಯಾವಾಗಲೂ ನಮ್ಮ ಹೆಸರುಗಳ ಕುರಿತು, ಅವರು ಕಲಿಸುವ ವಿಷಯಗಳ ಕುರಿತು ಗೊಂದಲವಿರುತ್ತದೆ. ಕಳೆದ ಬಾರಿ ಗಣಿತ ಪಾಠ ಹೇಳುವ ಬದಲಾಗಿ ಅವರು ನಮಗೆ ಭೂಗೋಳ ಪಾಠ ಮಾಡಿದ್ದರು!”

“ಗಣಿತಕ್ಕಿಂತಲೂ ಇದು ತಮಾಶೆಯಾಗಿರುತ್ತದೆ.”

“ಹೌದು, ಆದರೆ ಈ ವರ್ಷ ಹೊಸ ಟೀಚರ್ ಬಂದಿದ್ದಾರೆ. ಈಗ ತಾನೇ ಕಾಲೇಜು ಮುಗಿಸಿದ ತರುಣಿಯಂತೆ. ಅವರು ಹೇಗಿರುತ್ತಾರೆಂದು ನನಗೆ ನೋಡುವ ಕುತೂಹಲ.”

ಬೀನಾ ವೇಗವಾಗಿ ನಡೆಯುತ್ತಿದ್ದಳು. ಆದರೆ ಸೋನೂವಿಗೆ ಅವರೊಂದಿಗೆ ಹೆಜ್ಜೆ ಹಾಕುವುದು ಕಷ್ಟವಾಗುತ್ತಿತ್ತು. ಹೊಸ ಶಾಲೆ, ಅಲ್ಲಿಯ ಹೊಸ ಪರಿಸರಗಳ ಕುರಿತು ಬೀನಾಳಿಗೆ ಎಲ್ಲಿಲ್ಲದ ಉತ್ಸಾಹ. ಅವಳು ತನ್ನ ಸ್ವಂತ ಹಳ್ಳಿಯಿಂದ ಹೊರಗೆ ಕಾಲಿಟ್ಟವಳೇ ಅಲ್ಲ. ಅವಳ ಊರಿನಲ್ಲಿ ಶಾಲೆ ಮತ್ತು ಒಂದು ರೇಶನ್

ಅಂಗಡಿ ಇಷ್ಟೇ ಇರುವುದು. ಅಲ್ಲಿ ದಿನನಿತ್ಯ ನಡೆಯುವ ಕೆಲಸಗಳು ಕೂಡ ಒಂದೇ ರೀತಿಯವು. ಅವಳು ತಾಯಿಗೆ ಗದ್ದೆ ಕಲಸದಲ್ಲಿ ನೆರವಾಗುತ್ತಾಳೆ. ತೊರೆಯಿಂದ ನೀರು ತುಂಬಿಸಿ ತರುವುದು ಅಥವಾ ದನಗಳಿಗೆ ಮೇವು ಮತ್ತು ಆಹಾರ ತರುವುದು–ಹೀಗೆ ಮನೆಗೆಲಸದಲ್ಲಿಯೂ ಅವಳು ಪಾಲುಗೊಳ್ಳುತ್ತಾಳೆ. ಅವಳ ತಂದೆ ಸೈನ್ಯದಲ್ಲಿದ್ದಾರೆ. ವರ್ಷಕ್ಕೆ ಒಂಬತ್ತು ತಿಂಗಳು ಅವರು ಮನೆಯಿಂದ ಹೊರಗೆ ಇರುತ್ತಾರೆ. ಸೋನು ಕಷ್ಟದ ಕೆಲಸಗಳನ್ನು ಮಾಡಲು ಇನ್ನೂ ಚಿಕ್ಕವನು.

ಅವರು ನೌತಿ ಹಳ್ಳಿಯನ್ನು ಸಮೀಪಿಸಿದಾಗ ಬೇರೆ ಬೇರೆ ದಿಕ್ಕುಗಳಿಂದ ಬರುವ ಮಕ್ಕಳು ಅವರನ್ನು ಕೂಡಿಕೊಂಡರು. ಅಲ್ಲಿ ದೊಡ್ಡ ರಸ್ತೆಗಳು ಇಲ್ಲದಿದ್ದರೂ, ಬೆಟ್ಟದ ತುಂಬಾ ಕಾಲುದಾರಿಗಳು ಮತ್ತು ಬಳಸುದಾರಿಗಳಿವೆ. ಹಾವು ಮತ್ತು ಏಣಿಯಾಟದ ಹಾಗೆ ಈ ಚಿಕ್ಕ ಚಿಕ್ಕ ದಾರಿಗಳು ಬೆಟ್ಟಗಳನ್ನು ಮತ್ತು ಹಳ್ಳಿಗಳನ್ನು ಸುತ್ತಿಕೊಂಡಿರುತ್ತವೆ. ಇವು ಹೊಲಗಳನ್ನು ಮತ್ತು ಇಕ್ಕಟ್ಟಾದ ಕಣಿವೆಯನ್ನು ಬಳಸಿ ಕೊನೆಗೆ ಒಂದು ಅಗಲವಾದ ರಸ್ತೆಯಲ್ಲಿ ಕೂಡಿಕೊಳ್ಳುತ್ತವೆ. ಈ ದಾರಿಯಲ್ಲಿ ಹೇಸರಗತ್ತೆ, ಜಾನುವಾರು ಮತ್ತು ಆಡುಗಳ ಓಡಾಟ ಇರುತ್ತದೆ.

ನೌತಿ ಸುಮಾರಾಗಿ ದೊಡ್ಡ ಹಳ್ಳಿ. ಇಲ್ಲಿಂದ ತೆಹರಿಗೆ ಹೋಗಿ ತಲುಪುವ ಅಗಲವಾದ, ಆದರೆ ಧೂಳು ತುಂಬಿದ ರಸ್ತೆ ಪ್ರಾರಂಭವಾಗುತ್ತದೆ. ಆ ರಸ್ತೆಯಲ್ಲಿ ಚಿಕ್ಕ ಬಸ್ಸುಗಳು, ಕೆಲವು ಟ್ರಕ್ಕುಗಳು ಮತ್ತು ರೋಡ್ ರೋಲರ್ ಸಂಚಾರವಿದೆ. ನೌತಿ ಎತ್ತರ ಪ್ರದೇಶದಲ್ಲಿರುವುದರಿಂದ, ಭಾರವಾಗಿರುವ ಡೀಸಿಲ್ ರೋಡ್ ರೋಲರ್‌ಗೆ ಹತ್ತಿ ಹೋಗುವುದು ಸಾಧ್ಯವಾಗಿಲ್ಲ. ಹೀಗಾಗಿ ರಸ್ತೆಯ ಕಾಮಗಾರಿ ಪೂರ್ಣಗೊಂಡಿಲ್ಲ. ರೋಡ್ ರೋಲರ್ ತೆಹರಿಯಿಂದ ಅರ್ಧದಾರಿಯಲ್ಲಿ ರಸ್ತೆಯ ಪಕ್ಕದಲ್ಲಿ ನಿಂತಿದೆ.

ಪ್ರಕಾಶನಿಗೆ ಈ ಪ್ರದೇಶದ ಬಹುತೇಕ ಮಂದಿ ಪರಿಚಿತರು. ಅವನು ಎಲ್ಲರನ್ನೂ ವಿಚಾರಿಸುತ್ತಿರುತ್ತಾನೆ. ಮಕ್ಕಳು, ಹೇಸರಗತ್ತೆಗಳನ್ನು ಮೇಯಿಸುವವರು, ಬಸ್ ಚಾಲಕರು, ಹಾಲು ಮಾರುವವರು ಮತ್ತು ರಸ್ತೆಯ ಕೆಲಸ ಮಾಡುವ ಕಾರ್ಮಿಕರು ಹೀಗೆ ಪ್ರತಿಯೊಬ್ಬರನ್ನೂ ಮಾತನಾಡಿಸುತ್ತಾನೆ. ಅವರಿಗೆ ಆಸಕ್ತಿ ಇಲ್ಲದಿದ್ದರೂ, ಗಂಟೆ ಎಷ್ಟಾಯಿತೆಂದು ಎಲ್ಲರಿಗೂ ಹೇಳುವುದು ಅವನಿಗೆ ಇಷ್ಟದ ಕೆಲಸ.

"ಗಂಟೆ ಒಂಬತ್ತಾಯಿತು. ಇವತ್ತು ನಿಮ್ಮ ಬಸ್ ಹೊರಡುವುದಿಲ್ಲವೇನು?" ಅವನು ತನ್ನ ಮೊಣಕೈ ನೋಡಿ ಹೇಳುತ್ತಾನೆ.

"ಹೋಗಪ್ಪಾ! ನಾನು ರೆಡಿಯಾದ ಕೂಡಲೇ ಹೊರಡುವುದೇ" ಬಸ್ ಚಾಲಕನ ಪ್ರತಿಕ್ರಿಯೆ.

ಮಕ್ಕಳು ನೌತಿ ಸಮೀಪಿಸಿದಾಗ, ಹಳ್ಳಿಯ ಹೊರವಲಯದಲ್ಲಿ ಶಾಲೆಯ ಚಿಕ್ಕ ಕಟ್ಟಡ ಅವರಿಗೆ ಕಾಣಿಸಿತು. ಅದರ ಸುತ್ತಲೂ ಉದ್ದ ಎಲೆಗಳ ಪೈನ್ ಮರಗಳಿದ್ದವು. ಆಟದ ಬಯಲಿನಲ್ಲಿ ಚಿಕ್ಕ ಗುಂಪು ಸೇರಿತ್ತು. ಯಾವುದೋ ಅಪರೂಪದ ಸಂಗತಿ ನಡೆದಿರುವ ಹಾಗಿತ್ತು. ಪ್ರಕಾಶ ಏನಾಯಿತೆಂದು ನೋಡಲು ಮುಂದೆ ಓಡಿದ. ಬೀನಾ ಮತ್ತು ಸೋನು ಶಾಲೆಯ ಅವರಣದ ಗೋಡೆಯ ಹತ್ತಿರ ಕಾಯುತ್ತಾ ಬಿಸಿಲಿನಲ್ಲಿ ನಿಂತುಕೊಂಡರು.

ಪ್ರಕಾಶ ಮತ್ತೆ ಅವರ ಬಳಿ ಓಡುತ್ತಾ ಬಂದ. ಅವನ ಉತ್ಸಾಹ ಮೇರೆ ಮೇರಿತ್ತು.

"ಮಣಿ ಮಾಸ್ತರ ಕಾಣೆಯಾಗಿದ್ದಾರೆ, ಅವರನ್ನು ಚಿರತೆ ಹೊತ್ತುಕೊಂಡು ಹೋಗಿರಬಹುದೆಂದು ಜನ ಆಡಿಕೊಳ್ಳುತ್ತಿದ್ದಾರೆ."

ಮಣಿ ಮಾಸ್ತರ ತುಂಬಾ ವಯಸ್ಸಾದವರಲ್ಲ. ಅವರಿಗೆ ಸುಮಾರು ಐವತ್ತೈದು ವರ್ಷ ಸಧ್ಯದಲ್ಲಿಯೇ ನಿವೃತ್ತಿ ಹೊಂದುವವರಿದ್ದರು. ಆದರೆ ಮಕ್ಕಳಿಗೆ ನಲ್ವತ್ತು ಮೀರಿದವರೆಂದರೆ ಅವರು ಪುರಾತನರೆಂದೇ! ಮಣಿಯವರು ತರುಣರಾಗಿದ್ದಾಗಲಿಂದಲೂ ತುಸು ಮರೆವಿನ ವ್ಯಕ್ತಿ.

ಅಂದು ಅವರು ಎಂದಿನಂತೆ ತಮ್ಮ ಮುಂಜಾನೆಯ ವಾಕಿಂಗಿಗೆ ತೆರಳಿದ್ದರು. ತಾನು ಬೆಳಗ್ಗಿನ ಉಪಾಹಾರಕ್ಕೆ ಸರಿಯಾಗಿ ಎಂಟು ಗಂಟೆಯೊಳಗೆ ಬರುವುದಾಗಿ, ಆಮೇಲೆ ಶಾಲೆಗೆ ಹೋಗಲು ಸಿದ್ಧತೆ ನಡೆಸುವುದಾಗಿ ತಿಳಿಸಿದ್ದರು. ಅವರಿಗೆ ಮದುವೆಯಾಗಿಲ್ಲ. ಆದರೆ ಅವರ ತಂಗಿ ಮತ್ತು ಅವಳ ಗಂಡ ಅವರೊಂದಿಗಿದ್ದಾರೆ. ಅವರು ಒಂಬತ್ತು ಗಂಟೆಯಾದರೂ ಬಾರದಿರುವುದನ್ನು ನೋಡಿ, ಪ್ರಾಯಶಃ ನೆರೆಮನೆಯಲ್ಲಿ ಅವರು ಉಪಾಹಾರ ಸೇವಿಸಿರಬಹುದು (ಬೇರೆಯವರ ಮನೆಗಳಲ್ಲಿ ಬೆಳಗ್ಗಿನ ಉಪಾಹಾರ ಸೇವಿಸುವುದೆಂದರೆ ಅವರಿಗೆ ತುಂಬಾ ಇಷ್ಟ) ಮತ್ತು ಅಲ್ಲಿಂದಲೇ ಶಾಲೆಗೆ ಹೋಗಿರಬಹುದೆಂದು ಅವರ ತಂಗಿ ಅಂದುಕೊಂಡಿದ್ದರು. ಆದರೆ ಹತ್ತು ಗಂಟೆಗೆ ಶಾಲೆಯ ಗಂಟೆ ಬಾರಿಸಿದಾಗ, ಅಲ್ಲಿ ಎಲ್ಲರೂ ಹಾಜರಿದ್ದು ಮಣಿ ಮಾತ್ರ ಇಲ್ಲದಿರುವುದನ್ನು ನೋಡಿ ಪ್ರಶ್ನೆಗಳನ್ನು ಕೇಳಲಾಯಿತು. ಏನೇನೋ ಊಹಿಸಿಕೊಳ್ಳಲಾಯಿತು.

ಅವರು ವಾಕಿಂಗ್ ಮುಗಿಸಿ ಬಂದಿರುವುದನ್ನು ಯಾರೂ ನೋಡಿರಲಿಲ್ಲ. ಅವರು ಯಾರ ಮನೆಯಲ್ಲಿಯೂ ಉಪಾಹಾರ ಸೇವಿಸಿಲ್ಲವೆಂದು ಹಳ್ಳಿಯ ಮನೆಗಳಲ್ಲಿ ವಿಚಾರಿಸಿದಾಗ ತಿಳಿದು ಬಂತು. ಮಣಿ ಕಾಣೆಯಾಗಿರುವುದೇ ಒಗಟಾಗಿ ಕಂಡರೆ, ಇನ್ನು ಅವರು ಉಪಹಾರವನ್ನೂ ಸೇವಿಸದೆ ಕಾಣೆಯಾಗಿರುವುದು ಇನ್ನೂ ವಿಶೇಷವೆನಿಸಿತು.

ಹಾಗಿರುವಾಗ, ಹತ್ತಿರದ ಹಳ್ಳಿಯಿಂದ ಬಂದಿರುವ ಗೌಳಿಗನೊಬ್ಬ, ಪೈನ್ ಕಾಡಿನ ಹೊರವಲಯದಲ್ಲಿ ಬಂಡೆಯೊಂದರ ಮೇಲೆ ಚಿರತೆ ಕುಳಿತಿರುವುದನ್ನು ತಾನು ಕಂಡಿರುವುದಾಗಿ ಹೇಳಿದ. ಅಣೆಕಟ್ಟು ನಿರ್ಮಾಣದಿಂದ ಚಿರತೆಗಳು ಮತ್ತು ಇತರ ಪ್ರಾಣಿಗಳು ಸ್ಥಳಾಂತರಗೊಂಡು, ಕಣಿವೆಯಲ್ಲಿ ಹಸುವನ್ನು ಕೊಂದ ಪ್ರಾಣಿಯೊಂದರ ಕುರಿತು ಮಾತುಕತೆ ಕೇಳಿಬಂದಿತ್ತು. ಆದರೆ ಚಿರತೆ ಮನುಷ್ಯನ ಮೇಲೆ ದಾಳಿ ಮಾಡಿರುವುದನ್ನು ಇದುವರೆಗೆ ಯಾರೂ ಕೇಳಿರಲಿಲ್ಲ. ಅದರ ಮೊದಲ ಬಲಿಪಶು ಮಣಿ ಆಗಿರಬಹುದೇ? ಯಾರೋ ಒಬ್ಬನಿಗೆ ಕಪ್ಪುಹಣ್ಣಿನ ಪೊದೆಗೆ ಸಿಕ್ಕಿಕೊಂಡಿದ್ದ ಕೆಂಪು ಬಟ್ಟೆಯ ತುಂಡು ಕಾಣಲು ಸಿಕ್ಕಿತು. ಅವನು ಎಲ್ಲರಿಗೂ ಅದನ್ನು ತೋರಿಸುತ್ತಾ ಹಳ್ಳಿಯೊಳಗೆಲ್ಲಾ ಸುತ್ತಾಡಿದ. ಮಣಿ ಕೆಂಪು ಪೈಜಾಮ ಉಡುವರೆಂದು ಎಲ್ಲರಿಗೂ ತಿಳಿದ ವಿಷಯ. ಚಿರತೆ ಅವರನ್ನು ಎಳೆದು ಹೋಗಿ ತಿಂದಿರುವುದು ಖಚಿತ. ಆದರೆ ಅವರ ದೇಹದ ಉಳಿದ ಭಾಗಗಳು ಎಲ್ಲಿವೆ? ಅವರು ಯಾಕೆ ಪೈಜಾಮ ಧರಿಸಿದ್ದರು?

ಮೀನಾ ಮತ್ತು ಸೋನು ಹಾಗೂ ಉಳಿದ ಮಕ್ಕಳು ತಮ್ಮ ತಮ್ಮ ಶಿಕ್ಷಕರನ್ನು ಹಿಂಬಾಲಿಸಿ ಶಾಲೆಯ ಆಟದ ಬಯಲಿಗೆ ಬಂದರು. ಬೀನಾ ತಾನು ಕಳೆದು ಹೋಗಿರುವ ಭಾವದಲ್ಲಿ ಸುತ್ತಲೂ ಪ್ರಕಾಶನನ್ನು ಹುಡುಕಿದಳು. ಅವಳಿಗೆ ಅಲ್ಲಿ ಸುಮಾರು ಇಪ್ಪತ್ತರ ಹರೆಯದ ಕಪ್ಪು ಕನ್ನಡಕ ಧರಿಸಿದ ತೆಳ್ಳಗಿನ ದೇಹದ ತರುಣಿಯೊಬ್ಬಳು ಕಾಣಿಸಿದಳು. ವಯಸ್ಸಿನಲ್ಲಿ ಅವಳು ವಿದ್ಯಾರ್ಥಿಗಳಿಗಿಂತ ತುಸು ದೊಡ್ಡವಳಾಗಿ ಕಾಣುತ್ತಿದ್ದಳು. ಅವಳ ಭಾವಪೂರ್ಣ ಮುಖದಲ್ಲಿ ಸುತ್ತ ನಡೆಯುತ್ತಿರುವುದರ ಕುರಿತು ಕಾಳಜಿ ಎದ್ದು ಕಾಣುತ್ತಿತ್ತು.

ಆ ತರುಣಿಯ ಕೈಗಳು ಮೃದುವಾಗಿರುವುದನ್ನು ಬೀನಾ ಗಮನಿಸಿದಳು. ಈ ಹೊಸ ಟೀಚರ್ ಹಾಲು ಕರೆಯುವುದನ್ನಾಗಲೀ, ತೋಟದ ಕೆಲಸ ಮಾಡಿರುವುದಾಗಲೀ ಇಲ್ಲವೆಂದು ಬೀನಾ ಕಂಡುಕೊಂಡಳು.

"ನೀನು ಇಲ್ಲಿ ಹೊಸಬಳಾಗಿರುವೆಯಲ್ಲ?" ಆ ಟೀಚರ್ ಬೀನಾಳತ್ತ ನಗೆ ಬೀರಿ ಕೇಳಿದಳು "ಇವನು ನಿನ್ನ ಸಣ್ಣತಮ್ಮನೇ?"

"ಹೌದು, ನಾವು ಕೊಳಿ ಗ್ರಾಮದಿಂದ ಬಂದಿದ್ದೇವೆ. ನಾವು ಅಲ್ಲಿಯ ಶಾಲೆಯಲ್ಲಿ ಕಲಿಯುತ್ತಿದ್ದೆವು."

"ಕೊಳಿಯಿಂದ ಇಲ್ಲಿವರೆಗೆ ನಡೆದು ಬರುವುದೆಂದರೆ ತುಂಬಾ ದೂರವಾಗುತ್ತದೆ. ನೀವು ದಾರಿಯಲ್ಲಿ ಚಿರತೆಗಳನ್ನು ನೋಡಿದ್ದೀರಾ? ನಾನೂ ಇಲ್ಲಿ ಹೊಸಬಳು. ನೀನು ಆರನೆಯ ತರಗತಿ ಇರಬೇಕಲ್ಲ?"

"ಸೋನು ಮೂರನೆಯ ತರಗತಿ, ನಾನು ಆರನೆಯ ತರಗತಿ."

"ಹಾಗಿದ್ದರೆ ನಾನು ನಿನ್ನ ಹೊಸ ಟೀಚರ್. ನನ್ನ ಹೆಸರು ತಾನಿಯಾ ರಮೋಲಾ. ಬಾ ನಾವು ನಮ್ಮ ತರಗತಿ ಕೋಣೆಯಲ್ಲಿ ಕುಳಿತುಕೊಳ್ಳಬಹುದೇ ಎಂದು ನೋಡೋಣ."

2

ಹನ್ನೆರಡು ಗಂಟೆಗೆ ಮಣಿ ಮಾಸ್ತರರು ಹಿಂತಿರುಗಿ ಬಂದರು. ಇಲ್ಲಿಯ ಗೊಂದಲ ನೋಡಿ ಅವರಿಗೆ ಆಶ್ಚರ್ಯವಾಯಿತು. ತನ್ನ ಮೇಲೆ ಚಿರತೆ ಆಕ್ರಮಣ ಮಾಡಿಲ್ಲವೆಂದು ಅವರು ತಕ್ಷಣ ಹೇಳಿದರು. ಆದರೆ ಅವರ ಪೈಜಾಮ ಕಾಣೆಯಾಗಿರುವುದಂತೂ ನಿಜ. ಯಾರಾದರೂ ಅದನ್ನು ಅವರಿಗೆ ಹಿಂತಿರುಗಿಸಬಹುದೇ?

"ಸರ್, ನೀವು ಪೈಜಾಮ ಹೇಗೆ ಕಳೆದುಕೊಂಡಿರಿ?" ಪ್ರಕಾಶ ಕೇಳಿದ.

"ಅದು ಒಣಗಲು ಹಾಕಿದ ಹಗ್ಗದಿಂದ ಹಾರಿ ಹೋಗಿತ್ತು." ಮಣಿ ಹೇಳಿದರು.

ಅವರನ್ನು ಪದೇ ಪದೇ ವಿಚಾರಿಸಿದ ಬಳಿಕ ತಾನು ಬಯಸಿದ್ದಕ್ಕಿಂತ ಹೆಚ್ಚು ದೂರದವರೆಗೆ ನಡೆದು ಹೋಗಿರುವುದಾಗಿ, ಆಮೇಲೆ ಹಿಂತಿರುಗಿ ಬರಲು ತನಗೆ ದಾರಿ ತಪ್ಪಿತೆಂದು ಅವರು ಒಪ್ಪಿಕೊಂಡರು. ಇನ್ನೂ ಎಳೆಯ ಹುಡುಗಿಯಾಗಿ ಕಾಣಿಸುವ ಹೊಸ ಟೀಚರಳಿಗೆ ಆರನೆಯ ತರಗತಿ ನೀಡಿ, ತಾನಿನ್ನೂ ಐದನೆಯ ತರಗತಿಯಲ್ಲಿಯೇ ಉಳಿಯುವಂತಾದುದು ಮಣಿಯವರ ತಲೆಯನ್ನು ಕೆಡಿಸಿತ್ತು. ಅದರಲ್ಲಿಯೂ ಆ ತರಗತಿಯಲ್ಲಿ ಪದೇ ಪದೇ ಸಮಯ ಹೇಳುವ ಪ್ರಕಾಶನಂತಹ ತಂಟೆಕೋರರಿದ್ದಾರೆ. ಈ ವರ್ಷದ ಕೊನೆಯಲ್ಲಿ ಅವರು ನಿವೃತ್ತಿ ಹೊಂದುವವ ರಾಗಿದ್ದರಿಂದ ಅವರಿಗೆ ಹಿರಿಯ ತರಗತಿಯ ಭಾರವನ್ನು ಹೊರೆಸುವುದು ಸರಿಯಲ್ಲವೆಂದು ಶಾಲೆಯವರೇ ತಿಳಿದರೆಂದು ಮುಖ್ಯಾಪಾಧ್ಯಾಯರು ಅವರಿಗೆ ಹೇಳಿದ್ದರು. ಆದರೆ ಇದೆಲ್ಲವೂ ತನ್ನನ್ನು ಹೊರತಳ್ಳುವುದಕ್ಕೆ ನಡೆಸಿದ ಕಾರ್ಯತಂತ್ರವೆಂದು ಮಣಿಯವರಿಗೆ ಅನಿಸುತ್ತಿತ್ತು. ಮಿಸ್ ರಮೋಲಳನ್ನು ಹಾದು ಹೋಗುವಾಗಲೆಲ್ಲಾ ಅವರು ಅವಳತ್ತ ದುರುಗುಟ್ಟುತ್ತಿದ್ದರು. ಅವಳು ಅವರ ಕಡೆಗೆ ನಸುನಗೆ ಬೀರಿದರೆ, ಅವರು ಮುಖ ತಿರುಗಿಸಿ ಹೋಗುತ್ತಿದ್ದರು.

ಇತ್ತೀಚಿಗಂತೂ ಅವರಿಗೆ ಮರೆವು ಜಾಸ್ತಿಯಾಗಿತ್ತು. ಬೂಟು ಧರಿಸಿದರೆ ಅವರು ಕಾಲುಚೀಲ ಧರಿಸಲು ಮರೆಯುತ್ತಿದ್ದರು. ಕೋಟನ್ನು ತಿರುಗಾಮುರಗಾ ಹಾಕಿಕೊಳ್ಳುತ್ತಿದ್ದರು. ಅವರಿಗೆ ಜನರ ಹೆಸರುಗಳಲ್ಲಿ ಗೊಂದಲವಿರುತ್ತಿತ್ತು. ಯಾರದೋ ತಿಂಡಿ ತಿನ್ನುತ್ತಿದ್ದರು, ಬೇರೆಯವರ ಊಟ ಮಾಡುತ್ತಿದ್ದರು. ಒಮ್ಮೆ

ಅವರ ತಂಗಿ ಜ್ವರದಿಂದ ಬಳಲುತ್ತಿದ್ದ ಪೋಸ್ಟ್ ಮಾಸ್ತರರಿಗಾಗಿ ಮಾಂಸದ ಸಾರು ಮಾಡಿ ಫ್ಲಾಸ್ಕಲ್ಲಿ ತುಂಬಿಸಿ ಮಣಿಗೆ ಅದನ್ನು ತಲುಪಿಸಲು ಹೇಳಿದರೆ, ಅವರು ದಾರಿ ನಡುವೆಯೇ ಅದನ್ನು ಕುಡಿದು ಖಾಲಿ ಮಾಡಿದ್ದರು.

ತಾನು ನಿವೃತ್ತಿ ಹೊಂದಿದ ಬಳಿಕ ಮನೆಯ ಹಿಂಭಾಗದಲ್ಲಿರುವ ತನ್ನ ಸಣ್ಣ ಹೊಲದ ಉಸ್ತುವಾರಿ ನೋಡಿಕೊಳ್ಳುವುದಾಗಿ ಅವರು ಹೇಳುತ್ತಿದ್ದರು. ಆ ಜಾಗದಲ್ಲಿ ಈಗಾಗಲೇ ಆಲೂಗಡ್ಡೆ ಬೆಳೆಯುತ್ತಿದ್ದುದರಿಂದ ಅದಕ್ಕೆ ಹೆಚ್ಚಿನ ಕಾಳಜಿಯ ಆವಶ್ಯಕತೆ ಇರಲಿಲ್ಲ. ಆದರೆ ಅಲ್ಲಿ ಡೇಲಿಯಾ, ಗುಲಾಬಿ, ಬೀನ್ಸ್ ಮತ್ತು ಇತರ ಹಣ್ಣು, ಹೂಗಳನ್ನು ಬೆಳೆಸುವ ಯೋಜನೆಗಳು ಅವರದು.

ತಾನು ಮುಂದೆ ತೆಹರಿಗೆ ಭೇಟಿ ನೀಡಿದಾಗ ಅಲ್ಲಿಂದ ಸ್ವಲ್ಪ ಡೇಲಿಯಾ ಗಡ್ಡೆಗಳನ್ನು, ಗುಲಾಬಿ ಗೆಲ್ಲುಗಳನ್ನು ಖರೀದಿಸಿ ತರಬೇಕು ಎಂದು ಅವರು ಅಂದುಕೊಳ್ಳುತ್ತಾರೆ. ಅದನ್ನು ನೆಡಲು ಮಳೆಗಾಲ ಸೂಕ್ತ ಸಮಯವಾಗಿರುತ್ತದೆ. ಈಗ ಅವರ ಆಲೂಗಡ್ಡೆ ಬೆಳೆ ಸಮೃದ್ಧವಾಗಿ ಬೆಳೆದಿದೆ.

3

ಬೀನಾ ಹೊಸ ಶಾಲೆಯ ತನ್ನ ಮೊದಲ ದಿನವನ್ನು ಖುಷಿಯಾಗಿ ಕಳೆದಳು. ರಮೋಲ ಟೀಚರ್ ಜೊತೆ ಅವಳು ಸಲೀಸಾಗಿ ವರ್ತಿಸಿದಳು. ಅದೇ ರೀತಿ ಅವಳ ತರಗತಿಯ ಬಹುಪಾಲು ಹುಡುಗರು ಮತ್ತು ಹುಡುಗಿಯರು ಕೂಡ ರಮೋಲ ಜೊತೆ ಹೊಂದಿಕೊಂಡರು. ತಾನಿಯಾ ರಮೋಲ ದೂರದ ದೆಹಲಿ ಮತ್ತು ಲಕ್ನೋ ನಗರದಲ್ಲಿದ್ದವಳು. ಆ ಮಕ್ಕಳಿಗೆ ಆ ಹೆಸರುಗಳನ್ನು ಪುಸ್ತಕದಲ್ಲಿ ಓದಿ ಮಾತ್ರ ಗೊತ್ತಿತ್ತು. ಅವಳ ಅಣ್ಣ ವಿಮಾನ ಚಾಲಕನಾಗಿದ್ದು ಇಡೀ ಜಗತ್ತಿನಾದ್ಯಂತ ವಿಮಾನಗಳನ್ನು ಹಾರಿಸಿದ್ದಾನೆ ಎಂದು ಅವರಿಗೆ ಕೇಳಿ ಗೊತ್ತಿತ್ತು. ಅವನು ಯಾವಾಗಲಾದರೂ ಒಮ್ಮೆ ನೌತಿಯ ಮೇಲೆ ಕೂಡ ವಿಮಾನ ಹಾರಿಸಬಹುದು.

ಆ ಮಕ್ಕಳಲ್ಲಿ ಬಹಳ ಮಂದಿ ಆಕಾಶದಲ್ಲಿ ಹಾರುವ ವಿಮಾನಗಳನ್ನು ನೋಡಿದ್ದಾರೆ. ಆದರೆ ಅವರಲ್ಲಿ ಹಡಗನ್ನು ನೋಡಿದವರು ಯಾರೂ ಇಲ್ಲ. ಕೆಲವರು ಮಾತ್ರ ರೈಲು ನೋಡಿದ್ದಾರೆ. ತೆಹರಿ ಬೆಟ್ಟವು ರೈಲ್ವೇಯಿಂದ ಬಹು ದೂರದಲ್ಲಿದೆ. ಅಲ್ಲಿಂದ ಸಮುದ್ರ ನೂರಾರು ಮೈಲಿ ದೂರದಲ್ಲಿದೆ.

ಮನೆಗೆ ಹಿಂತಿರುಗಿ ಹೋಗುವಾಗ ಬೀನಾ, ಸೋನು ಮತ್ತು ಪ್ರಕಾಶರ ಜೊತೆಯಲ್ಲಿ ಬೇರೆ ಮಕ್ಕಳು ಕೂಡ ಇರುತ್ತಾರೆ. ಆದರೆ ಅರ್ಧ ದಾರಿಯಲ್ಲಿ ಅವರು ಬೇರೆ ದಿಕ್ಕುಗಳಿಗೆ ಚದುರಿ ಹೋಗುತ್ತಾರೆ. ತೊರೆಯನ್ನು ದಾಟಿ ಹೋದ ಮೇಲೆ ಅವರಷ್ಟೇ ಉಳಿಯುತ್ತಾರೆ. ಅವರು ಇಕ್ಕಟ್ಟಾದ ದಾರಿಯಲ್ಲಿ ಮೇಲೆ

ಹತ್ತಿಕೊಂಡು ತಮ್ಮ ಹಳ್ಳಿಗೆ ಹೋಗಬೇಕಾಗುತ್ತದೆ. ಪ್ರಕಾಶ ತನ್ನಲ್ಲಿದ್ದ ಕಡಲೆಬೀಜವನ್ನು ಬೀನಾ ಮತ್ತು ಸೋನುಗೆ ನೀಡಿದ. ಅವರು ಚಿಕ್ಕ ತೊರೆಯ ನೀರು ಕುಡಿದು ಬಾಯಾರಿಕೆ ಹಿಂಗಿಸಿಕೊಂಡರು.

ಅವರ ಮನೆಗೆ ಒಂದು ಮೈಲಿ ದೂರವಿರುವಾಗ ಅವರಿಗೆ ಅಂಚೆಯವನು ಭೇಟಿಯಾದ. ಆ ಪ್ರದೇಶದ ಹಳ್ಳಿಗಳಲ್ಲಿ ಸುತ್ತಾಡಿ ಅವನು ನೌತಿಗೆ ಹಿಂತಿರುಗುವ ದಾರಿಯಲ್ಲಿದ್ದ.

"ದಾರಿಯಲ್ಲಿ ಸಮಯ ಹಾಳು ಮಾಡಬೇಡಿ. ಕತ್ತಲೆಯಾಗುವುದರೊಳಗೆ ಮನೆಗೆ ಹೋಗಲು ಪ್ರಯತ್ನಿಸಿ." ಅವನು ಅವರಿಗೆ ಹೇಳಿದ.

"ಅವಸರ ಮಾಡುವುದು ಯಾಕೆ? ಈಗ ಐದು ಗಂಟೆಯಾಗಿದೆ ಅಷ್ಟೇ." ಪ್ರಕಾಶ ಕೈಗಡಿಯಾರ ನೋಡಿ ಹೇಳಿದ

"ಇಲ್ಲಿ ಚಿರತೆ ಇದೆ. ಇವತ್ತು ಬೆಳಗ್ಗೆ ತೊರೆಯ ಸಮೀಪವೇ ನಾನು ಅದನ್ನು ನೋಡಿದ್ದೇನೆ. ಅದು ಅಲ್ಲಿಗೆ ಹೇಗೆ ಬಂತು ಎಂದು ಯಾರಿಗೂ ಗೊತ್ತಿಲ್ಲ. ಹೀಗಾಗಿ ಜಾಗ್ರತೆಯಲ್ಲಿರಿ. ಬೇಗ ಮನೆಗೆ ಹೋಗಿ."

"ಹಾಗಿದ್ದರೆ ಚಿರತೆ ಇರುವುದು ನಿಜ." ಸೋನು ಹೇಳಿದ.

ಅವರು ಅವನ ಎಚ್ಚರಿಕೆಯ ಮಾತು ಕೇಳಿ ಬೇಗ ಬೇಗ ಹೆಜ್ಜೆ ಹಾಕಿದರು. ಸೋನು ತನ್ನ ಕಾಲು ನೋವಿನ ಕುರಿತು ದೂರು ನೀಡಲು ಮರೆತ.

ಅವರು ಸೂರ್ಯಾಸ್ತಕ್ಕಿಂತ ಮೊದಲೇ ಮನೆ ತಲುಪಿದರು. ಅವರ ಮೂಗಿಗೆ ಅಡುಗೆ ವಾಸನೆ ಬಡಿಯಿತು. ಅವರಿಗೆ ಹಸಿವಾಗಿತ್ತು.

"ಕ್ಯಾಬೆಜ್ ಪಲ್ಯ ಮತ್ತು ರೊಟ್ಟಿ" ಪ್ರಕಾಶನ ಮುಖ ಬಾಡಿತು. "ಆದರೆ ಇವತ್ತು ನಾನು ಏನು ಬೇಕಾದರೂ ತಿನ್ನಬಲ್ಲೆ." ಅವನು ಬೆಣಚುಕಲ್ಲಿನ ಸೂರು ಹೊಂದಿರುವ ತನ್ನ ಮನೆಯ ಮುಂದೆ ನಿಂತುಕೊಂಡ. ಬೀನಾ ಮತ್ತು ಸೋನು ಅವನಿಗೆ ವಿದಾಯ ಹೇಳಿ ಕೈಬೀಸಿದರು. ಅವರು ಉತ್ತಿರುವ ಕೆಲವು ಹೊಲಗಳನ್ನು ದಾಟಿ ತಮ್ಮ ಮನೆ ತಲುಪಿದರು. ಕಲ್ಲಿನ ಸೂರನ್ನು ಹೊಂದಿರುವ ಮನೆಯ ಹೊರಗೆ ನಿಂತಿರುವಾಗಲೇ ಅಡುಗೆ ವಾಸನೆ ತಿಳಿದ ಸೋನು ಹೇಳಿದ, "ಟೊಮೆಟೊ ಮಸಾಲೆ ಪಲ್ಯ"

"ಮತ್ತು ನಿಂಬೆ ಉಪ್ಪಿನಕಾಯಿ" ಬೀನಾ ಹೇಳಿದಳು. ತಿಂಗಳ ಹಿಂದೆ ನಿಂಬೆ ಕತ್ತರಿಸಿ ಅದಕ್ಕೆ ಉಪ್ಪು ಹಚ್ಚಿ ಬಿಸಿಲಲ್ಲಿ ಒಣಗಿಸಿದವಳು ಅವಳೇ.

ಅವರ ಅಮ್ಮ ಅಡುಗೆ ಒಲೆ ಹೊತ್ತಿಸುತ್ತಿದ್ದಳು. ಅವರು ಅಮ್ಮನನ್ನು ತಬ್ಬಿಕೊಂಡರು. ಬೇಗನೆ ಊಟ ಬಡಿಸು ಎಂದು ಹೇಳಿದರು. ಅವರ ಅಮ್ಮ ಎಷ್ಟು

ಒಳ್ಳೆಯ ಅಡುಗೆ ಮಾಡುತ್ತಿದ್ದರೆಂದರೆ ಅದು ಸರಳ ಅಡುಗೆಯಾಗಿದ್ದರೂ ತಿನ್ನಲು ತುಂಬಾ ರುಚಿಕಟ್ಟಾಗಿ ಇರುತ್ತಿತ್ತು. 'ಮನೆಯಲ್ಲಿ ಮಾಡಿದ ಸಾರು ದೆಹಲಿಯ ಚಿಕನ್ ಸೂಪ್‌ಗಿಂತ ಉತ್ತಮ'ವೆಂದು ಅವಳು ಯಾವಾಗಲೂ ಹೇಳುವುದುಂಟು. ಆ ಮಾತಿಗೆ ಬೀನಾ ಮತ್ತು ಸೊನೂ ಒಪ್ಪಿಗೆಯೂ ಇದೆ.

ಅವರ ಹಳ್ಳಿಗೆ ಇನ್ನೂ ವಿದ್ಯುತ್ ಸಂಪರ್ಕ ಬಂದಿಲ್ಲ. ಅವರು ಚಿಮಿಣಿ ದೀಪದ ಬೆಳಕಿನಲ್ಲಿ ಊಟ ಮಾಡಿದರು. ಆಮೇಲೆ ಸೋನು ಮನೆಗೆಲಸ ಮಾಡಲು ಕುಳಿತ. ಬೀನಾ ಮನೆಯಿಂದ ಹೊರಗೆ ಬಂದು ನಕ್ಷತ್ರಗಳನ್ನು ನೋಡತೊಡಗಿದಳು. ಹೊಲಗಳ ಆಚೆ ಯಾರೋ ಕೊಳಲು ಊದುತ್ತಿದ್ದರು. ಅದು ಪ್ರಕಾಶನೇ ಇರಬೇಕು ಎಂದು ಬೀನಾ ತಿಳಿದಳು. ಅವನು ಯಾವಾಗಲೂ ಎತ್ತರದ ಧ್ವನಿಯಲ್ಲಿ ಕೊಳಲು ನುಡಿಸುತ್ತಾನೆ. ಆದರೆ ಕೊಳಲಿನ ನಾದ ಇಂಪಾಗಿರುತ್ತದೆ. ಅವಳು ಕತ್ತಲೆಯಲ್ಲಿ ಮೆತ್ತಗೆ ಹಾಡಲಾರಂಭಿಸಿದಳು.

4

ಮಣಿ ಮಾಸ್ತರರಿಗೆ ಮುಳ್ಳುಹಂದಿಯ ಕಾಟ. ಅವು ರಾತ್ರಿ ಹೊತ್ತು ಅವರ ತೋಟಕ್ಕೆ ನುಗ್ಗಿ ಮಣ್ಣು ಕೊರೆದು ಆಲೂಗಡ್ಡೆ ತಿನ್ನುತ್ತವೆ, ಏಪ್ರಿಲ್, ಮೇ ತಿಂಗಳು ಬೇಸಗೆಯ ದಿನಗಳಾದುದರಿಂದ ಅವರು ತಮ್ಮ ಕೋಣೆಯ ಕಿಟಕಿ ಬಾಗಿಲನ್ನು ತೆರೆದಿಡುತ್ತಾರೆ. ಅಲ್ಲಿಂದ ಅವರಿಗೆ ತಾನು ಕಷ್ಟಪಟ್ಟು ಬೆಳೆಸಿದ ಆಲೂಗಡ್ಡೆಗಳನ್ನು ಮುಳ್ಳುಹಂದಿಗಳು ತಿನ್ನುವ ಸದ್ದು ಕೇಳಿಸುತ್ತದೆ. ಆ ಪ್ರಾಣಿಗಳು ರಸಭರಿತ ದೊಡ್ಡ ದೊಡ್ಡ ಆಲೂಗಡ್ಡೆಗಳನ್ನು ತಮ್ಮ ಕೋರೆ ಹಲ್ಲುಗಳಿಂದ ಕತ್ತರಿಸಿ ತಿನ್ನುವಾಗ ಕರ್ರ್ ಕರ್ರ್.. ಕಟರ್ ಕಟರ್...ಸದ್ದು ಹೊರಡುತ್ತದೆ. ಆಗ ಮಣಿ ಮಾಸ್ತರರಿಗೆ ಅವು ಕಚ್ಚಿ ತನ್ನ ಚರ್ಮವನ್ನೇ ಕಿತ್ತು ತೆಗೆಯುತ್ತಿರುವಂತೆ ಭಾಸವಾಗುತ್ತದೆ. ಚೆನ್ನಾಗಿ ಬೆಳೆದು ನಿಂತಿರುವ ಹಸಿರು ಎಲೆಗಳ ಗಿಡಗಳನ್ನು ಕಿತ್ತು ಬಿಸಾಡುತ್ತಿರುವ ಮುಳ್ಳುಹಂದಿಗಳ ಮೇಲೆ ಅವರಿಗೆ ವಿಪರೀತ ಕೋಪ ಬರುತ್ತದೆ. ಇದು ತೀರಾ ಅನ್ಯಾಯ!

ಹೌದು, ಮಣಿ ಮಾಸ್ತರರು ಮುಳ್ಳುಹಂದಿಗಳನ್ನು ದ್ವೇಷಿಸುತ್ತಾರೆ. ಅವು ನಾಶವಾಗಲಿ, ಈ ಭೂಮಿಯ ಮೇಲೆ ಅವು ಕಾಣದ ಹಾಗಾಗಲಿ ಎಂದು ಅವರು ಪ್ರಾರ್ಥಿಸುತ್ತಾರೆ. ಆದರೆ ಅವರ ಸ್ನೇಹಿತರು ಹೇಳುವ ಹಾಗೆ, 'ದೇವರು ಮುಳ್ಳು ಹಂದಿಗಳನ್ನೂ ಕಾಪಾಡುತ್ತಾನೆ." ಮುಳ್ಳುಹಂದಿಗಳನ್ನು ನೋಡುವುದಾಗಲೀ, ಹಿಡಿಯುವುದಾಗಲೀ ಸಾಧ್ಯವಿಲ್ಲ. ಯಾಕೆಂದರೆ ಅವು ರಾತ್ರಿ ಸಂಚಾರಿಗಳು.

ಪ್ರತಿರಾತ್ರಿ ಮಣಿ ಮಾಸ್ತರ ಒಂದು ಕೈಯಲ್ಲಿ ಟಾರ್ಚ್ ಮತ್ತು ಇನ್ನೊಂದು ಕೈಯಲ್ಲಿ ದಪ್ಪ ಕೋಲು ಹಿಡಿದು ತೋಟಕ್ಕೆ ಬರುತ್ತಾರೆ. ಅವರು ತೋಟದ ಒಳಗೆ

ಕಾಲಿಟ್ಟ ಕೂಡಲೇ ನೆಲ ಕೊರೆಯುವ, ಆಲೂಗಡ್ಡೆಯನ್ನು ಕಚ್ಚಿ ತಿನ್ನುವ ಸದ್ದು ಅಡಗಿ ಹೋಗುತ್ತದೆ. ಅಲ್ಲಿ ಉಳಿಯುವುದು ಕಿರಿಕಿರಿ ಮೌನ ಮಾತ್ರ. ಅವರು ಕತ್ತಲೆಯಲ್ಲಿ ಜೋರಾಗಿ ಕೋಲು ಬೀಸುತ್ತಾ ಅತ್ತ ಇತ್ತ ಅಡ್ಡಾಡುತ್ತಾರೆ. ಆದರೆ ಒಂದೇ ಒಂದು ಮುಳ್ಳು ಹಂದಿ ಅವರ ಕಣ್ಣಿಗೆ ಬೀಳುವುದಿಲ್ಲ. ಅದರ ಸದ್ದು ಅವರಿಗೆ ಕೇಳುವುದಿಲ್ಲ. ಅವರು ಒಳಗೆ ಬಂದು ಹಾಸಿಗೆಯಲ್ಲಿ ಮಲಗಿದ ಕೂಡಲೇ ಮತ್ತೆ ಅದೇ ಸದ್ದು ಶುರು.. ಕರ್ರ್ ಕರ್ರ್.. ಕಟರ್ ಕಟರ್...

ಮರುದಿನ ಮಣಿ ಮಾಸ್ತರರು ತಮ್ಮ ತರಗತಿಗೆ ಬಂದಾಗ ಅವರು ಸುಸ್ತಾಗಿರುತ್ತಾರೆ. ಅವರ ಕೂದಲು ಕೆದರಿಕೊಂಡಿರುತ್ತದೆ. ಕಣ್ಣಿನ ಕೆಳಗೆ ವರ್ತುಲಗಳಿದ್ದು ಮುಖ ಗಂಟು ಹಾಕಿಕೊಂಡಿರುತ್ತದೆ. ಅವರ ದುಃಖಕ್ಕೆ ಕಾರಣ ಏನಿರಬಹುದೆಂದು ತಿಳಿದುಕೊಳ್ಳಲು ಅವರ ವಿದ್ಯಾರ್ಥಿಗಳಿಗೆ ಸ್ವಲ್ಪ ಸಮಯ ಹಿಡಿಯಿತು. ಅವರಿಗೆ ತಮ್ಮ ಮಾಸ್ತರರ ಕುರಿತು ಮರುಕ ಹುಟ್ಟಿತು. ಆಮೇಲೆ ಅವರು ಮುಳ್ಳುಹಂದಿಗಳಿಂದ ಮಾಸ್ತರರ ಆಲೋಗಡ್ಡೆಗಳನ್ನು ಉಳಿಸಿಕೊಳ್ಳುವುದು ಹೇಗೆಂದು ಚರ್ಚೆ ಮಾಡಿದರು.

ಇದಕ್ಕೆ ಪರಿಹಾರ ನೀರಿನ ಗುಂಡಿ ತೋಡುವುದು ಎಂದು ಹೇಳಿದವನು ಪ್ರಕಾಶ. "ಮುಳ್ಳುಹಂದಿಗಳಿಗೆ ನೀರು ಕಂಡರಾಗದು." ಅವನು ತನ್ನ ಜ್ಞಾನ ಪ್ರದರ್ಶಿಸಿದ.

"ಅದು ನಿನಗೆ ಹೇಗೆ ಗೊತ್ತು?" ಅವನ ಸ್ನೇಹಿತರಲ್ಲಿ ಒಬ್ಬ ಕೇಳಿದ.

"ಅವುಗಳ ಮೇಲೆ ನೀರು ಚೆಲ್ಲಿದರೆ ಅವು ಓಡಿ ಹೋಗುತ್ತವೆ. ಬೇಕಾದರೆ ನೀನೇ ಮಾಡಿ ನೋಡು! ಈ ಪ್ರಾಣಿಗೆ ತಮ್ಮ ಮುಳ್ಳುಗಳು ಒದ್ದೆಯಾಗುವುದು ಇಷ್ಟವಾಗುವುದಿಲ್ಲ."

ಪ್ರಕಾಶನ ಸಿದ್ಧಾಂತವನ್ನು ಅಲ್ಲಗಳೆಯುವವರು ಅಲ್ಲಿ ಯಾರೂ ಇರಲಿಲ್ಲ. ಆಮೇಲೆ ಅವರು ನೀರಿನ ಗುಂಡಿ ತೋಡುವ ವಿಚಾರದಲ್ಲಿ ಮಗ್ನರಾದರು. ಈ ಕೆಲಸದ ನೆವದಲ್ಲಿ ಇಡೀ ದಿನ ರಜೆ ಪಡೆಯಬಹುದಲ್ಲ ಎನ್ನುವ ಆಸೆ ಅವರದು.

"ಮಣಿ ಮಾಸ್ತರರನ್ನು ಸಂತೋಷದಲ್ಲಿ ಇಡಲು ಏನೂ ಬೇಕಾದರೂ ಮಾಡಬಹುದು." ಮುಖ್ಯೋಪಾಧ್ಯಾಯರು ಹೇಳಿದರು. ಆಮೇಲೆ ಐದನೆಯ ತರಗತಿಯ ಮಕ್ಕಳೆಲ್ಲರೂ ಸೇರಿ ಮನೆಮನೆಗಳಿಂದ ಸಂಗ್ರಹಿಸಿದ ಹಾರೆ, ಪಿಕ್ಕಾಸು ಹಿಡಿದು ಮಣಿ ಮಾಸ್ತರರ ಆಲೂಗಡ್ಡೇ ಹೊಲದ ಸುತ್ತಲೂ ಗುಂಡಿ ತೋಡುವ ಕೆಲಸದಲ್ಲಿ ನಿರತರಾದರು. ಇದನ್ನು ನೋಡಿ ಉಳಿದ ತರಗತಿಯ ಮಕ್ಕಳಿಗೆ ಮತ್ಸರವಾಯಿತು. ಸಂಜೆಯಾಗುವುದರೊಳಗೆ ಗುಂಡಿ ಸಿದ್ಧವಾಯಿತು. ಆದರೆ ಅದರಲ್ಲಿ ನೀರು ಇರಲಿಲ್ಲವಲ್ಲ. ಹೀಗಾಗಿ ಆ ರಾತ್ರಿಯೂ ಮುಳ್ಳುಹಂದಿಗಳು ಬಂದು ಆಲುಗಡ್ಡೆ ಮೆದ್ದು ಹಬ್ಬ ಆಚರಿಸಿದವು.

"ಇದು ಹೀಗೆಯೇ ಮುಂದುವರಿದರೆ ಹೊಲದಲ್ಲಿ ಆಲೂಗಡ್ಡೆಗಳೇ ಇರಲಿಕ್ಕಿಲ್ಲ." ಮಣಿ ಮಾಸ್ತರರು ಬೇಸರದಿಂದ ಹೇಳಿದರು.

ಆದರೆ ಮರುದಿನ ಪ್ರಕಾಶ ಮತ್ತು ಇತರ ಹುಡುಗರು ಮತ್ತು ಹುಡುಗಿಯರು ಸೇರಿ ಹತ್ತಿರದಲ್ಲಿಯೇ ಹರಿಯುತ್ತಿದ್ದ ತೊರೆಯ ನೀರನ್ನು ಹೊಲದ ಕಡೆಗೆ ತಿರುಗಿಸುವುದರಲ್ಲಿ ಸಫಲರಾದರು.

ತೊರೆಯ ನೀರು ನಿಧಾನವಾಗಿ ಗುಂಡಿಗೆ ಹರಿದು ಬರುವುದನ್ನು ನೋಡಿ ತೃಪ್ತಿ ಹೊಂದಿದ ವಿದ್ಯಾರ್ಥಿಗಳು ಒಳ್ಳೆಯ ಮೂಡಿನಲ್ಲಿ ತಮ್ಮ ತಮ್ಮ ಮನೆಗೆ ತೆರಳಿದರು.

ರಾತ್ರಿಯಾಗುವುದರೊಳಗೆ ಗುಂಡಿ ತುಂಬಿ ನೀರು ಹೊರಗೆ ಹರಿಯಲಾರಂಭಿಸಿತು. ಆಲೂಗಡ್ಡೆ ಹೊಲದಲ್ಲಿ ಪ್ರವಾಹ ಬಂದಂತಾಯಿತು. ಮಣಿ ಮಾಸ್ತರರು ಹೊರಗೆ ಕಾಲಿಡಲಾಗದೆ ಮನೆಯೊಳಗೆ ಬಂಧಿಯಾದರು. ಆದರೆ ಪ್ರಕಾಶ ಮತ್ತು ಅವನ ಸ್ನೇಹಿತರಿಗೆ ಗೆಲುವು ಲಭಿಸಿತ್ತು. ಆ ರಾತ್ರಿ ಮುಳ್ಳುಹಂದಿಗಳು ಮುಖ ತೋರಿಸಿರಲೇ ಇಲ್ಲ!

ತಿಂಗಳು ಕಳೆಯಿತು. ಬೆಟ್ಟದ ಇಳಿಜಾರುಗಳಲ್ಲಿ ಚೆಲ್ಲಿದ ಹಾಗೆ ವಿವಿಧ ಕಾಡುಹೂಗಳು ಅರಳಿ ನಿಂತವು. ಬೀನಾ ತನಗೆ ಸಾಧ್ಯವಾಗುವಷ್ಟು ಹೂಗಳನ್ನು ಸಂಗ್ರಹಿಸಿ ಚಿಕ್ಕ ದಂಡೆ ಕಟ್ಟಿದಳು.

ತನ್ನ ಮೇಜಿನ ಮೇಲೆ ಅಲಂಕಾರವಾಗಿ ಇಟ್ಟಿರುವ ಈ ಸೊಗಸಾದ ಹೂದಂಡೆಯನ್ನು ನೋಡಿ ರಮೋಲ ಟೀಚರಿಗೆ ತುಂಬಾ ಕುಷಿಯಾಯಿತು. "ಇದನ್ನು ಇಲ್ಲಿ ಇಟ್ಟವರು ಯಾರು?" ಆಕೆ ಆಶ್ಚರ್ಯದಿಂದ ಕೇಳಿದರು.

ಬೀನಾ ಮಾತನಾಡಲಿಲ್ಲ. ಉಳಿದ ಮಕ್ಕಳು ಗುಟ್ಟಾಗಿ ನಕ್ಕರು. ಆಮೇಲೆ ಸರದಿಯಂತೆ ಅವರು ಹೂಗಳನ್ನು ತರಗತಿಗೆ ತರಲಾರಂಭಿಸಿದರು.

ಬಹು ದೂರದ ದಾರಿಯಲ್ಲಿ ನಡೆಯುತ್ತಾ ಶಾಲೆಗೆ ಹೋಗಿ ಬರುವುದರಿಂದ ಬೀನಾಳಿಗೆ ಗಿಡಗಳಲ್ಲಿ ಹೊಸ ಎಲೆಗಳು ಚಿಗುರುವುದು ಏಪ್ರಿಲ್ ತಿಂಗಳಲ್ಲಿ ಎಂಬ ಸಂಗತಿ ಗೊತ್ತಾಯಿತು. ಓಕ್ ಮರದ ಎಲೆಗಳ ಮೇಲ್ಭಾಗ ಗಾಢ ಹಸಿರು ಬಣ್ಣದ್ದಾಗಿದ್ದರೆ, ಅದರ ತಳದಲ್ಲಿ ಬೆಳ್ಳಿ ಬಣ್ಣವಿರುತ್ತದೆ. ಗಾಳಿ ಬೀಸಿದಾಗ ಈ ಎಲೆಗಳ ಕುಲುಕಾಟವು ಅಲ್ಲಿ ಬೆಳ್ಳಿಹಸಿರಿನ ಮೋಡವನ್ನೇ ಸೃಷ್ಟಿಸುವಂತಿರುತ್ತದೆ. ದಾರಿಯುದ್ದಕ್ಕೂ ಒಣಗಿ ಕರಕರ ಸದ್ದು ಹೊರಡಿಸುವ ಎಲೆಗಳು ಹರಡಿ ಕೊಂಡಿರುತ್ತವೆ. ಸೋನುವಿಗೆ ಈ ಎಲೆಗಳನ್ನು ಕಾಲಿನಿಂದ ಒದೆಯುವುದು ಇಷ್ಟ.

ಬಿಳಿ ಚಿಟ್ಟೆಗಳ ಗುಂಪು ಮೋಡಗಳ ಹಾಗೆ ತೊರೆಯ ಮೇಲೆ ತೇಲಿ

ಹೋಗುತ್ತಿದ್ದವು. ಸೋನು ಚಿಟ್ಟೆಯೊಂದನ್ನು ಹಿಂಬಾಲಿಸಿ ಓಡುವಾಗ ಅವನು ಹುಲ್ಲಿನ ಮೇಲಿದ್ದ ಕಪ್ಪು ವಸ್ತುವೊಂದನ್ನು ಎಡವಿ ಕೆಳಗೆ ಬಿದ್ದ. ಅವನು ಎದ್ದು ನಿಂತು ಅದೇನೆಂದು ನೋಡಿದರೆ ಅದು ಯಾವುದೋ ಚಿಕ್ಕ ಪ್ರಾಣಿಯೊಂದರ ದೇಹದ ಭಾಗವಾಗಿತ್ತು.

"ಬೀನಾ, ಪ್ರಕಾಶ್! ಬೇಗ ಬನ್ರೋ ಇಲ್ಲಿ!" ಅವನು ಜೋರಾಗಿ ಕೂಗಿ ಕರೆದ.

ಅದು ಸತ್ತ ಕುರಿಯ ದೇಹದ ಭಾಗವಾಗಿತ್ತು. ಕೆಲವು ದಿನಗಳ ಹಿಂದೆ ಯಾವುದೋ ದೊಡ್ಡ ಪ್ರಾಣಿ ಅದನ್ನು ಕೊಂದು ಹಾಕಿತ್ತು.

"ಇದು ಚಿರತೆಯದೇ ಕೆಲಸ." ಪ್ರಕಾಶ ಹೇಳಿದ.

"ಹಾಗಿದ್ದರೆ ನಾವು ಇಲ್ಲಿಂದ ಹೋಗೋಣ." ಸೋನು ಹೇಳಿದ. "ಅದು ಇನ್ನೂ ಇಲ್ಲಿಯೇ ಸುತ್ತಮುತ್ತ ಇರಬಹುದು."

"ಇಲ್ಲ. ಇದರಲ್ಲಿ ತಿನ್ನಲು ಏನೂ ಉಳಿದಿಲ್ಲ. ಈಗ ಆ ಚಿರತೆ ಬೇರೆ ಜಾಗದಲ್ಲಿ ಬೇಟೆಯಾಡುತ್ತಿರಬಹುದು. ಬಹುಶಃ ಮತ್ತೊಂದು ಕಣಿವೆಗೆ ಹೋಗಿರಲೂಬಹುದು."

"ಆದರೂ ನನಗೆ ಹೆದರಿಕೆಯಾಗುತ್ತದೆ," ಸೋನು ಹೇಳಿದ. "ಬೇರೆ ಚಿರತೆಗಳು ಕೂಡ ಇರಬಹುದಲ್ಲ."

ಬೀನಾ ಅವನ ಕೈಹಿಡಿದು ಹೇಳಿದಳು. "ಇಲ್ಲ ಕಣೋ ಚಿರತೆಗಳು ಮನುಷ್ಯರ ಮೇಲೆ ಆಕ್ರಮಣ ಮಾಡುವುದಿಲ್ಲ."

"ಇಲ್ಲ, ಅವು ಮನುಷ್ಯರ ರುಚಿ ತಿಳಿದರೆ ಅವರ ಮೇಲೆಯೂ ಆಕ್ರಮಣ ಮಾಡುತ್ತವೆ!" ಪ್ರಕಾಶ ಹೇಳಿದ.

"ಆದರೆ, ಈ ಚಿರತೆ ಇನ್ನೂ ಯಾವ ಮನುಷ್ಯನ ಮೇಲೆಯೂ ಆಕ್ರಮಣ ಮಾಡಿಲ್ಲ." ಹಾಗೆ ಹೇಳಿದರೂ, ಬೀನಾಳಿಗೆ ತನ್ನ ಮಾತಿನಲ್ಲಿಯೇ ವಿಶ್ವಾಸ ಇರಲಿಲ್ಲ. ಅಣೆಕಟ್ಟಿನ ಹತ್ತಿರ ಕೆಲಸದಾಳುಗಳ ಮೇಲೆ ಚಿರತೆ ಆಕ್ರಮಣ ಮಾಡಿರುವ ಸುದ್ದಿ ಇತ್ತಲ್ಲವೇ. ಆದರೆ ಅವಳಿಗೆ ಸೋನು ಹೆದರಿಕೊಳ್ಳುವುದು ಬೇಕಿರಲಿಲ್ಲ. ಹೀಗಾಗಿ ಅವಳು ಆ ಕಥೆಯನ್ನು ಹೇಳಲು ಹೋಗಲಿಲ್ಲ. "ಅಣೆಕಟ್ಟಿನ ಬಳಿ ಕೆಲಸ ನಡೆಯುತ್ತಿರುವುದರಿಂದ ಅದು ಪ್ರಾಯಶಃ ಇಲ್ಲಿಗೆ ಬಂದಿರಬಹುದು." ಎಂದು ಅವಳು ಹೇಳಿದಳು.

ಆದರೂ ಅವರು ಬೇಗನೆ ಮನೆಗೆ ತೆರಳಿದರು. ಆಮೇಲೆ ಕೆಲವು ದಿನಗಳ ಕಾಲ ಅವರು ತೊರೆಯನ್ನು ತಲುಪಿದ ಬಳಿಕ ಅಲ್ಲಿಂದ ಬೇಗನೆ ಹೊರಟು

ಬಿಡುತ್ತಿದ್ದರು. ಆ ಸುಂದರ ತಾಣದಲ್ಲಿ ಹೆಚ್ಚು ಸಮಯ ಕಳೆಯುವುದು ಅವರಿಗೆ ಬೇಕಿರಲಿಲ್ಲ.

5

ಕೆಲವು ದಿನಗಳು ಕಳೆದವು. ಹೊಸದಾಗಿ ನಿರ್ಮಾಣಗೊಳ್ಳುತ್ತಿರುವ ಅಣೆಕಟ್ಟನ್ನು ನೋಡಲು ಶಾಲೆಯ ಮಕ್ಕಳ ಗುಂಪು ತೆಹರಿ ದಾರಿ ಹಿಡಿದು ಹೊರಟಿತು.

ರಮೋಲ ಟೀಚರ್ ತನ್ನ ತರಗತಿಯ ಮಕ್ಕಳನ್ನು ಕರೆದುಕೊಂಡು ಹೋಗಲು ನಿರ್ಧರಿಸಿದಾಗ, ಮಣಿ ಮಾಸ್ತರರು ಹಿಂದೆ ಉಳಿಯಲು ಮನಸ್ಸಾಗದೆ ತನ್ನ ತರಗತಿಯ ಮಕ್ಕಳನ್ನು ಕೂಡ ಆ ಗುಂಪಿಗೆ ಸೇರಿಸಿದರು. ಹೀಗೆ ಸುಮಾರು ಐವತ್ತು ಹುಡುಗರು ಮತ್ತು ಹುಡುಗಿಯರು ಈ ಹೊರಾಂಗಣ ಸುತ್ತಾಟದಲ್ಲಿ ಸೇರಿಕೊಂಡರು. ಆದರೆ ಮಿನಿ ಬಸ್ಸಿನಲ್ಲಿ ಮೂವತ್ತು ಮಂದಿಗೆ ಮಾತ್ರ ಕುಳಿತುಕೊಳ್ಳಲು ಅವಕಾಶವಿತ್ತು. ಒಬ್ಬ ಟ್ರಕ್ ಡ್ರೈವರ್ ಕೆಲವು ಮಕ್ಕಳನ್ನು ಹತ್ತಿಸಿಕೊಳ್ಳಲು ಒಪ್ಪಿಕೊಂಡ. ಆದರೆ ಅವರು ಟ್ರಕ್ಕಿನ ಹಿಂಭಾಗದಲ್ಲಿ ಆಲೂಗಡ್ಡೆ ತುಂಬಿದ ಗೋಣಿಯ ಮೇಲೆ ಕುಳಿತು ಪಯಣಿಸಬೇಕಿತ್ತು. ಪ್ರಕಾಶ ಅಲ್ಲಿ ನಿಂತಿದ್ದ ಡಿಸೀಲ್ ರೋಲರ್‌ನ ಮಾಲಿಕನಲ್ಲಿ ವಿನಂತಿಸಿ ತನ್ನ ಕೆಲವು ಗೆಳೆಯರೊಂದಿಗೆ ಅದರ ಚಾಲಕನ ಬಳಿ ಕುಳಿತು ಪಯಣಿಸುವ ವ್ಯವಸ್ಥೆ ಮಾಡಿದ.

ಪ್ರಕಾಶ ಮತ್ತು ಅವನ ಗೆಳೆಯರ ಚಿಕ್ಕ ಗುಂಪು ಮುಂಜಾನೆ ಸೂರ್ಯೋದಯದ ಸಮಯದಲ್ಲಿ ಕಾಲ್ನಡಿಗೆಯಲ್ಲಿ ಹೊರಟು ತುಸು ದೂರದಲ್ಲಿ ರೋಲರ್ ಇರುವ ಜಾಗವನ್ನು ತಲುಪಿತು. ರಮೋಲ ಟೀಚರ್ ಮತ್ತು ಅವರ ತರಗತಿಯ ಮಕ್ಕಳು, ಮಣಿ ಮಾಸ್ತರರ ಕೆಲವು ವಿದ್ಯಾರ್ಥಿಗಳು ಕುಳಿತಿರುವ ಮಿನಿ ಬಸ್ ಬೆಳಗ್ಗೆ ಒಂಬತ್ತು ಗಂಟೆಗೆ ಹೊರಟಿತು. ಸ್ವಲ್ಪ ಸಮಯ ಕಳೆದ ಬಳಿಕ ಟ್ರಕ್ ಇವರನ್ನು ಹಿಂಬಾಲಿಸಿ ಬರುವುದರಲ್ಲಿತ್ತು.

ಬೀನಾ ಇದೇ ಮೊದಲ ಬಾರಿ ದೊಡ್ಡ ಪಟ್ಟಣವೊಂದನ್ನು ನೋಡಲಿದ್ದಾಳೆ. ಅವಳಿಗೆ ಬಸ್ ಪ್ರಯಾಣವೂ ಹೊಸದೇ.

ಬೆಟ್ಟದ ತಿರುವು ಮತ್ತು ಬಳಸು ದಾರಿಯ ಪ್ರಯಾಣದಿಂದ ಬಹಳ ಮಕ್ಕಳಿಗೆ ಹೊಟ್ಟೆ ತೊಳಸಿ ಬಂತು. ಚಾಲಕ ಅವಸರದಲ್ಲಿ ಇದ್ದ ಹಾಗೆ ವೇಗವಾಗಿ ಬಸ್ ಚಲಾಯಿಸುತ್ತಿದ್ದ. ಬಸ್ಸು ತೊನೆದಾಡುತ್ತಾ, ತೂಗಾಡುತ್ತಾ ಸಾಗುತ್ತಿದ್ದರೆ ಬೀನಾಳಿಗೆ ತಲೆ ಸುತ್ತಿದ ಹಾಗಾಯಿತು. ಅವಳು ಹೊರಗಿನ ದೃಶ್ಯವನ್ನು ನೋಡಲಾಗದೆ ಕತ್ತು ಬಗ್ಗಿಸಿ ಮುಖವನ್ನು ಕೈಗಳಿಂದ ಮುಚ್ಚಿಕೊಂಡಳು. ಬಹು ಇಕ್ಕಟ್ಟಾದ ತಿರುವುಗಳು,

ಕಂದಕದ ಅಂಚುಗಳು, ಪೈನ್ ಮರದ ಕಾಡುಗಳು ಮತ್ತು ಹಿಮದಿಂದ ಆವೃತಗೊಂಡಿರುವ ಶಿಖರಗಳು ಎಲ್ಲವೂ ಅವಳನ್ನು ದಾಟಿ ಹೋಗುತ್ತಿದ್ದವು. ಆದರೆ ಅವಳಿಗೆ ಅಸ್ವಸ್ಥತೆಯಿಂದ ಅವುಗಳನ್ನು ನೋಡಲಾಗಲಿಲ್ಲ. ಇದ್ದಕ್ಕಿದ್ದಂತೆ ನೂರಾರು ಅಡಿಗಳವರೆಗೆ ಕುಸಿದು ಕೆಳಗೆ ಕಣಿವೆಯ ಕಡೆಗೆ ಚಲಿಸುವುದೆಂದರೆ ಭಯ ಹುಟ್ಟಿಸುವ ಮಾತೇ. ತಾನು ಇಲ್ಲಿ ಬರಲೇ ಬಾರದಿತ್ತು ಎಂದು ಬೀನಾ ಅಂದುಕೊಂಡಳು. ತಾನು ಪ್ರಕಾಶನ ಜೊತೆ ರೋಲರ್‌ನಲ್ಲಿ ಕುಳಿತು ಬಂದಿದ್ದರೆ ಒಳ್ಳೆಯದಿತ್ತು ಎಂದೂ ಅವಳು ಯೋಚಿಸಿದಳು.

ರಮೋಲ ಟೀಚರ್ ಮತ್ತು ಮಣಿ ಮಾಸ್ತರರಿಗೆ ಹಳೆಯ ಬಸ್ಸಿನ ಕರ್ಕಶ ಸದ್ದು ಮತ್ತು ಓಲಾಟ ಗಮನಕ್ಕೆ ಬಂದ ಹಾಗೆ ಕಾಣಲಿಲ್ಲ. ಅವರು ಈ ರೀತಿ ಅನೇಕ ಬಾರಿ ಪ್ರಯಾಣ ಮಾಡಿದ್ದಾರೆ. ಅವರು ದೊಡ್ಡ ಅಣೆಕಟ್ಟುಗಳ ಸಾಧಕ ಬಾಧಕಗಳ ಚರ್ಚೆಯಲ್ಲಿ ಮಗ್ನರಾಗಿದ್ದಾರೆ. ಈ ಚರ್ಚೆ ದಿನವಿಡೀ ಮುಂದುವರಿಯಲಿತ್ತು. ಅದು ಬೇರೆ ಬೇರೆ ಭಾಷೆಗಳಲ್ಲಿ! ಕೆಲವೊಮ್ಮೆ ಹಿಂದಿ, ಕೆಲವೊಮ್ಮೆ ಇಂಗ್ಲಿಷ್, ಇನ್ನು ಕೆಲವೊಮ್ಮೆ ಸ್ಥಳೀಯ ಭಾಷೆಯಲ್ಲಿ!

ಇದೇ ಸಮಯದಲ್ಲಿ ಪ್ರಕಾಶ ಮತ್ತು ಅವನ ಗೆಳೆಯರು ರೋಲರ್ ಇರುವಲ್ಲಿಗೆ ಬಂದು ತಲುಪಿದರು. ಚಾಲಕ ಇನ್ನೂ ಬಂದಿರಲಿಲ್ಲ. ಆದರೆ ಅವರು ಅದನ್ನು ತಿರುಗಿಸಿ ತೆಹರಿ ದಿಕ್ಕಿಗೆ ಅದನ್ನು ಓಡಿಸಿದರು. ಅವರನ್ನು ದಾಟಿ ಬಸ್ ಮತ್ತು ಟ್ರಕ್ ಮುಂದೆ ಹೋದರೂ ಅವರು ಮಾತ್ರ ವೇಗ ಹೆಚ್ಚಿಸಲಿಲ್ಲ, ಪ್ರಕಾಶನಿಗೆ ಬಸ್ಸಿನ ಕಿಟಕಿಯಲ್ಲಿ ಬೀನಾ ಕಂಡಳು. ಅವನು ಅವಳಿಗೆ ಕೈಬೀಸಿದ. ಅವಳು ನಿತ್ರಾಣದಲ್ಲಿ ಪ್ರತಿಕ್ರಿಯಿಸಿದಳು.

ತೆಹರಿ ಸಮೀಪಿಸುತ್ತಿದ್ದಂತೆ ರಸ್ತೆ ಸಪಾಟಾಗಿದ್ದುದರಿಂದ ಬೀನಾ ಚೇತರಿಸಿಕೊಂಡಳು. ಅವರು ಅಗಲವಾದ ನದಿಯ ಮೇಲಿನ ಹಳೆಯ ಸೇತುವೆಯನ್ನು ದಾಟಿ ಹೋಗುವಾಗ ದೊಡ್ಡ ಸದ್ದು ಕೇಳಿಸಿತು. ಅವರ ಬಸ್ಸು ತುಸು ಅಲುಗಾಡಿತು. ಅಲ್ಲಿ ಎದ್ದ ಧೂಳು ಮೋಡವಾಗಿ ಪಟ್ಟಣವನ್ನು ಆವರಿಸಿತು.

"ಅವರು ಬೆಟ್ಟವನ್ನು ಸ್ಫೋಟಿಸುತ್ತಿದ್ದಾರೆ." ರಮೋಲ ಟೀಚರ್ ಹೇಳಿದರು.

"ಬೆಟ್ಟದ ಕತೆ ಮುಗಿಯಿತು." ಶೋಕ ವ್ಯಕ್ತಪಡಿಸುತ್ತಾ ಮಣಿ ಮಾಸ್ತರ ಹೇಳಿದರು.

ಅವರು ಬಸ್ ನಿಲ್ದಾಣದ ಅಂಗಡಿಯಲ್ಲಿ ಟೀ ಕುಡಿಯುತ್ತಾ, ಅಲುಗಾಡ್ಡೆಯ ಟ್ರಕ್ ಮತ್ತು ರೋಡ್ ರೋಲರ್‌ಗಾಗಿ ಕಾದು ನಿಂತರು. ರಮೋಲ ಟೀಚರ್ ಮತ್ತು ಮಣಿ ಮಾಸ್ತರ್ ಅವರ ಅಣೆಕಟ್ಟಿನ ಚರ್ಚೆಯನ್ನು ಮುಂದುವರಿಸಿದರು.

ಅಣೆಕಟ್ಟಿನಿಂದ ವಿದ್ಯುತ್ ಶಕ್ತಿ ದೊರೆಯುತ್ತದೆ, ವಿಶಾಲ ಪ್ರದೇಶಗಳಿಗೆ, ಸುತ್ತಮುತ್ತಲಿನ ಊರುಗಳ ನೀರಾವರಿಗೆ ನೀರಿನ ಕೊರತೆಯಾಗದು ಎಂದು ರಮೋಲ ಟೀಚರ್ ಹೇಳಿದರೆ, ಅದು ಭೂಕಂಪ ನಡೆಯಬಹುದಾದ ಪ್ರದೇಶದಲ್ಲಿ ಇರುವುದರಿಂದ ಕೆಡುಕು ತಪ್ಪದು ಎಂದು ಮಣಿ ಮಾಸ್ತರರ ಅಭಿಪ್ರಾಯ. ಅಣೆಕಟ್ಟು ಒಡೆದರೆ ದೊಡ್ಡ ಅನಾಹುತವೇ ಸಂಭವಿಸಬಹುದು. ಬೀನಾಳಿಗೆ ಇವೆಲ್ಲ ಗೊಂದಲ ಉಂಟು ಮಾಡುತ್ತದೆ. ಹಾಗೇನಾದರೂ ನಡೆದರೆ ಅಲ್ಲಿರುವ ಪ್ರಾಣಿಗಳ ಗತಿ ಏನೆಂದು ಅವಳು ಯೋಚಿಸುತ್ತಾಳೆ.

ಅವರ ಚರ್ಚೆ ಕಾವೇರಿದಾಗ ಆಲೂಗಡ್ಡೆ ಟ್ರಕ್ ಅಲ್ಲಿಗೆ ಬಂದು ತಲುಪಿತು. ಆದರೆ ರೋಡ್ ರೋಲರ್ ಪತ್ತೆ ಇಲ್ಲ. ಮಣಿ ಮಾಸ್ತರರು ಪ್ರಕಾಶ ಮತ್ತು ಅವನ ಸ್ನೇಹಿತರಿಗಾಗಿ ಕಾದು ನಿಲ್ಲುವುದು ಮತ್ತು ರಮೋಲ ಟೀಚರ್ ಉಳಿದವರೊಂದಿಗೆ ಹೊರಡುವುದೆಂದು ನಿರ್ಧಾರವಾಯಿತು.

ತೆಹರಿಗೆ ಎಂಟು-ಹತ್ತು ಮೈಲಿ ಇರುವಾಗ ರೋಡ್ ರೋಲರ್ ನಿಂತು ಬಿಟ್ಟಿತ್ತು. ಪ್ರಕಾಶ ಮತ್ತು ಅವನ ಸ್ನೇಹಿತರಿಗೆ ನಡೆದು ಹೋಗುವುದಲ್ಲದೆ ಬೇರೆ ದಾರಿ ಇರಲಿಲ್ಲ. ಅವರು ಸ್ವಲ್ಪ ದೂರ ಹೋಗುವಷ್ಟರಲ್ಲಿ ಐದು ಅಥವಾ ಆರು ಹೇಸರಗತ್ತೆಗಳ ಸಾಲು ಬರುತ್ತಿರುವುದು ಅವರಿಗೆ ಕಂಡಿತು. ನೌತಿಗೆ ಕಾಳುಗಳ ಚೀಲಗಳನ್ನು ರವಾನಿಸಿದ ಹೇಸರಗತ್ತೆಗಳು ಅವು. ಅದರಲ್ಲಿ ಮುಂದಿರುವ ಹೇಸರಗತ್ತೆಯ ಬೆನ್ನಿನ ಮೇಲೆ ಹುಡುಗನೊಬ್ಬ ಕುಳಿತಿದ್ದ. ಆದರೆ ಉಳಿದವುಗಳ ಮೇಲೆ ಹೊರೆ ಇರಲಿಲ್ಲ.

"ನಾವು ನಿನ್ನೊಂದಿಗೆ ತೆಹರಿ ಬರಬಹುದೇ?" ಪ್ರಕಾಶ ಆ ಹುಡುಗನಲ್ಲಿ ಕೇಳಿದ.

"ಧಾರಾಳವಾಗಿ ಬನ್ನಿ." ಹುಡುಗ ಹೇಳಿದ.

ಹೇಸರಗತ್ತೆಗಳ ಬೆನ್ನಿಗೆ ಹಗ್ಗದಿಂದ ಗೋಣಿಚೀಲವನ್ನು ಕಟ್ಟಲಾಗಿತ್ತು. ಅಲ್ಲಿ ಕಾಲುಗಳಿಗೆ ಆಧಾರವಾಗಿ ಏನೂ ಇರಲಿಲ್ಲ. ಅವರಲ್ಲಿ ಯಾರಿಗೂ ಕತ್ತೆ ಸವಾರಿಯ ಅನುಭವವಿರಲಿಲ್ಲ. ಆದು ತುಸು ಕಷ್ಟದಾಯಕವಾಗಿದ್ದರೂ ಹುಡುಗರಿಗೆ ಮಜಾ ಅನಿಸಿತು. ಅವರ ಪ್ರಯಾಣದಲ್ಲಿ ಗಂಟೆಯಷ್ಟು ಸಮಯವನ್ನು ಅವರು ಉಳಿಸಿದಂತಾಗಿತ್ತು.

ಅವರು ಬಸ್ ನಿಲ್ದಾಣ ತಲುಪಿ ಸುತ್ತಮುತ್ತ ನೋಟ ಹರಿಸಿ ಉಳಿದವರಿಗಾಗಿ ಹುಡುಕಾಡಿದರೆ, ಅವರ ಶಾಲೆಯವರು ಯಾರೂ ಅಲ್ಲಿ ಕಾಣಲಿಲ್ಲ. ಮಣಿ ಮಾಸ್ತರರು ಅವರಿಗಾಗಿ ಕಾದು ನಿಲ್ಲಬೇಕಿತ್ತು. ಆದರೆ ಅವರು ಮಾಯವಾಗಿದ್ದರು.

6

ತಾನಿಯ ರಮೋಲ ಮತ್ತು ಅವರ ಗುಂಪು ತೆಹರಿಯ ಮೇಲ್ಭಾಗದ ಗುಡ್ಡ ಹತ್ತುವ ಕಡಿದಾದ ದಾರಿ ಹಿಡಿದು ಹೋಗುತ್ತಿದ್ದಾರೆ. ಅರ್ಧ ಗಂಟೆ ಬೆಟ್ಟ ಹತ್ತಿದ ಬಳಿಕ ಅವರು ತುಸು ಸಮತಟ್ಟಾದ ಜಾಗಕ್ಕೆ ಬಂದು ತಲುಪಿದರು. ಅಲ್ಲಿ ನಿಂತು ನೋಡಿದರೆ ಕೆಳಗಿರುವ ಪಟ್ಟಣ, ನದಿ ಮತ್ತು ಅಣೆಕಟ್ಟು ನಿರ್ಮಾಣವಾಗುತ್ತಿರುವ ಜಾಗ ಕಾಣುತ್ತಿತ್ತು.

ಅಣೆಕಟ್ಟಿನ ಭೂಪ್ರದೇಶದ ಕೆಲಸಗಳು ಪ್ರಾರಂಭವಾಗಿದ್ದವು. ನದಿಯ ನೀರನ್ನು ಬೇರೊಂದು ಕಾಲುವೆಗೆ ಹರಿಸಲು ಬೆಟ್ಟದೊಳಗೆ ದೊಡ್ಡ ಸುರಂಗವೊಂದನ್ನು ಕೊರೆದಿದ್ದರು. ಕೆಳಗೆ ಕಣಿವಯಲ್ಲಿ ಹರಡಿಕೊಂಡಿರುವ ಪಟ್ಟಣದ ದೃಶ್ಯ ಬಹು ಮನೋಹರವಾಗಿತ್ತು.

"ಅಣೆಕಟ್ಟಿನ ನೀರು ಇಡೀ ಪಟ್ಟಣವನ್ನು ನುಂಗಿ ಬಿಡಬಹುದೇ?" ಬೀನಾ ಕೇಳಿದಳು.

"ಹೌದು, ಎಲ್ಲವೂ ಮುಳುಗಿ ಹೋಗುತ್ತವೆ." ರಮೋಲ ಟೀಚರ್ ಹೇಳಿದರು. "ಗಡಿಯಾರ ಸ್ತಂಭ ಮತ್ತು ಹಳೆಯ ಅರಮನೆ, ಪೇಟೆಯ ಉದ್ದ ಬೀದಿ ಮತ್ತು ದೇವಾಲಯಗಳು, ಶಾಲೆಗಳು ಮತ್ತು ಜೈಲು, ಕಣಿವೆಯಲ್ಲಿ ಮೈಲಿಗಟ್ಟಳೆ ಹರಡಿಕೊಂಡಿರುವ ಮನೆಗಳು ಎಲ್ಲವೂ ಮುಳುಗಿ ಹೋಗುತ್ತವೆ. ಅಲ್ಲಿರುವ ಸಾವಿರಾರು ಜನರು ಆ ಜಾಗವನ್ನು ಬಿಟ್ಟು ಹೋಗಬೇಕಾಗುತ್ತದೆ. ಅವರಿಗೆ ಬೇರೆಡೆ ನೆಲೆಸಲು ಸೌಲಭ್ಯವನ್ನು ಕಲ್ಪಿಸಲಾಗುತ್ತದೆ."

"ಆದರೆ ಈ ಪಟ್ಟಣ ನೂರಾರು ವರ್ಷಗಳಿಂದ ಇಲ್ಲಿತ್ತು. ಅಣೆಕಟ್ಟು ಇಲ್ಲದೆಯೂ ಈ ಜನ ಸಂತೋಷವಾಗಿದ್ದರು ಅಲ್ಲವೇ?" ಬೀನಾ ಕೇಳಿದಳು.

"ಇರಬಹುದು. ಆದರೆ ಅಣೆಕಟ್ಟು ಇರುವುದು ಈ ಜನರಿಗಾಗಿ ಮಾತ್ರವಲ್ಲ. ಅದು ನದಿಯ ಆಚೆ ಬಯಲು ಪ್ರದೇಶದಲ್ಲಿ ನೆಲೆಸುವ ಲಕ್ಷಗಟ್ಟಳೆ ಜನರ ನೀರಿನ ಬಳಕೆಗಾಗಿ ಇರುತ್ತದೆ."

"ಈ ಜಾಗಕ್ಕೆ ಏನೇ ಆದರೂ ಅದನ್ನು ಪರಿಗಣಿಸಲಾಗುವುದಿಲ್ಲ, ಹೌದೇನು?"

"ಸ್ಥಳೀಯ ಜನರಿಗೆ ಬೇರೆಡೆ ಹೊಸ ಮನೆಗಳನ್ನು ನೀಡಲಾಗುತ್ತದೆ." ರಮೋಲ ಟೀಚರ್ ಸಮರ್ಥಿಸಿ ಮಾತನಾಡುತ್ತಿದ್ದರು. ಆಮೇಲೆ ಅವರಿಗೆ ವಿಷಯ ಬದಲಾಯಿಸಿದರೆ ಒಳ್ಳೆಯದು ಎಂದು ಅನಿಸಿತು. "ಎಲ್ಲರಿಗೂ ಹಸಿವೆ ಆಗಿರುವ ಹಾಗಿದೆ. ಈಗ ನಾವು ಊಟ ಮಾಡುವ ಸಮಯ."

ಬೀನಾ ಮೌನ ವಹಿಸಿದಳು. ಸ್ಥಳೀಯರು ಈ ಜಾಗ ಬಿಟ್ಟು ಹೋಗಲು ಇಷ್ಟಪಡುವ ಹಾಗೆ ಬೀನಾಳಿಗೆ ಕಾಣಲಿಲ್ಲ. ಅವಳಿಗೆ ತನ್ನ ಹಳ್ಳಿಯ ಬಳಿ ಚಿಕ್ಕದೊಂದು ತೊರೆ ಮಾತ್ರ ಇರುವುದು ಮನಸ್ಸಿಗೆ ಸಮಾಧಾನವನ್ನು ನೀಡಿತು. ಪಟ್ಟಣ ಮತ್ತು ನೂರಾರು ಹಳ್ಳಿಗಳನ್ನು ಕಿತ್ತು ತೆಗೆದು ಅಲ್ಲಿಯ ಜನರನ್ನು ದೂರದಲ್ಲೆಲ್ಲೋ ಸೆಕೆ ಮತ್ತು ಧೂಳು ತುಂಬಿದ ಬಯಲು ಪ್ರದೇಶಕ್ಕೆ ಸ್ಥಾನಾಂತರಗೊಳಿಸುವ ವಿಚಾರವನ್ನು ಸಹಿಸಲು ಅವಳಿಗೆ ಸಾಧ್ಯವಾಗಲಿಲ್ಲ.

"ನಾನು ತೆಹರಿಯಲ್ಲಿ ವಾಸವಾಗಿಲ್ಲವಲ್ಲ, ಅದು ಖುಷಿಯ ಸಂಗತಿ." ಅವಳು ಹೇಳಿದಳು.

ಈಗಾಗಲೇ ಎಲ್ಲ ಪ್ರಾಣಿಗಳು ಮತ್ತು ಬಹುಪಾಲು ಪಕ್ಷಿಗಳು ಆ ಪ್ರದೇಶ ಬಿಟ್ಟು ಹೋಗಿರುವುದು ಅವಳಿಗೆ ಗೊತ್ತಿಲ್ಲ. ಅವುಗಳಲ್ಲಿ ಆ ಚಿರತೆಯೂ ಒಂದು.

ಅವರು ಜನರಿಂದ ತುಂಬಿದ್ದ ವರ್ಣರಂಜಿತ ಪೇಟೆಯಲ್ಲಿ ಸುತ್ತಾಡಿದರು. ಅಲ್ಲಿ ಹಣ್ಣು ಮಾರುವವರಿದ್ದರು. ಬೆಳ್ಳಿ ಆಭರಣ ತಯಾರಕರಿದ್ದರು. ಕಾಲ್ದಾರಿಯಲ್ಲಿ ಕೊಡೆಯಿಂದು ಹಿಡಿದು ಬಳೆಗಳವರೆಗೆ ಎಲ್ಲ ವಿಧದ ವಸ್ತುಗಳನ್ನು ಮಾರುವವರಿದ್ದರು. ಗುಬ್ಬಚ್ಚಿಗಳು ಬಂದು ಧಾನ್ಯದ ಚೀಲಗಳ ಮೇಲೆ ಎರಗುತ್ತಿದ್ದವು. ಮಂಗಗಳು ಬಾಳೆಹಣ್ಣುಗಳನ್ನು ಎತ್ತಿ ಓಡಿ ಹೋಗುತ್ತಿದ್ದವು. ಕಾಗೆಗಳು ಮತ್ತು ನಾಯಿಗಳು ಕಸದ ಬುಟ್ಟಿಗಾಗಿ ಜಗಳವಾಡುತ್ತಿದ್ದವು. ಆದರೆ ಅದನ್ನು ಅಲ್ಲಿ ಯಾರೂ ಗಮನಿಸುತ್ತಿರಲಿಲ್ಲ. ರೇಡಿಯೋದಿಂದ ಸಂಗೀತ ಕೇಳಿಬರುತ್ತಿತ್ತು. ಬಸ್ಸುಗಳು ಜೋರಾಗಿ ಹಾರ್ನ್ ಹಾಕುತ್ತಿದ್ದವು. ಸೋನು ಪೀಪಿಯೊಂದನ್ನು ಖರೀದಿಸಲು ಮುಂದಾದ. ಆದರೆ ರಮೋಲ ಟೀಚರ್ ಅದನ್ನು ಅಲ್ಲಿಯೇ ಬಿಟ್ಟು ಬರುವಂತೆ ಅವನಿಗೆ ಹೇಳಿದರು. ಬೀನಾಳಲ್ಲಿ ಹತ್ತು ರೂಪಾಯಿ ಇತ್ತು. ಅವಳು ಅದರಿಂದ ತಾಯಿಗಾಗಿ ತಲೆವಸ್ತ್ರವನ್ನು ಖರೀದಿಸಿದಳು.

ಅವರು ಊಟಕ್ಕಾಗಿ ಚಿಕ್ಕ ಹೊಟೇಲೊಂದನ್ನು ಪ್ರವೇಶಿಸುವಾಗ, ಪ್ರಕಾಶ ಮತ್ತು ಅವನ ಗೆಳೆಯರು ಅವರೊಂದಿಗೆ ಜೊತೆಗೂಡಿದರು. ಆದರೆ ಇನ್ನೂ ಮಣಿ ಮಾಸ್ತರರ ಪತ್ತೆ ಇರಲಿಲ್ಲ.

"ಅವರಿಗೆ ಯಾರೋ ಒಬ್ಬ ಸಂಬಂಧಿಕ ಭೇಟಿಯಾಗಿರಬೇಕು. ಅವರ ಸಂಬಂಧಿಕರು ಎಲ್ಲ ಕಡೆ ಇದ್ದಾರೆ." ಪ್ರಕಾಶ ಹೇಳಿದ.

ಅನ್ನ ಮತ್ತು ಸೊಪ್ಪಿನ ಪಲ್ಯದ ಸರಳ ಊಟವನ್ನು ಮುಗಿಸಿದ ಬಳಿಕ ಅವರು ಪೇಟೆ ಬೀದಿಯುದ್ದಕ್ಕೂ ನಡೆದು ಹೋದರು. ಆದರೆ ಅವರಿಗೆ ಮಣಿ ಮಾಸ್ತರರು ಕಾಣಸಿಗಲೇ ಇಲ್ಲ. ಕೊನೆಗೆ ಇನ್ನು ಅವರನ್ನು ಹುಡುಕಿ ಪ್ರಯೋಜನವಿಲ್ಲ ಎಂದು

ಕೊಳ್ಳುವಾಗ, ಭಾರವಾದ ಚೀಲವೊಂದನ್ನು ಭುಜಕ್ಕೆ ತೂಗು ಹಾಕಿ ಪಕ್ಕದ ಓಣಿಯಿಂದ ನಡೆದು ಬರುತ್ತಿರುವ ಮಣಿ ಮಾಸ್ತರ ಅವರಿಗೆ ಕಂಡರು.

"ಸರ್, ನೀವು ಎಲ್ಲಿದ್ದೀರಿ?" ಪ್ರಕಾಶ ಕೇಳಿದ. "ನಾವು ನಿಮಗಾಗಿ ಎಲ್ಲ ಕಡೆಗಳಲ್ಲಿ ಹುಡುಕಿದೆವು."

ಮಣಿ ಮಾಸ್ತರರ ಮುಖ ಪ್ರಫುಲ್ಲಿತವಾಗಿತ್ತು. "ಈ ಚೀಲವನ್ನು ಸ್ವಲ್ಪ ಹಿಡಿದುಕೊಳ್ಳಿಪ್ಪಾ" ಅವರು ಏದುಸಿರು ಬಿಡುತ್ತಾ ಹೇಳಿದರು.

"ಆಲೂಗಡ್ಡೆ ಖರೀದಿಸಿದ ಹಾಗಿದೆ." ಪ್ರಕಾಶ ಹೇಳಿದ.

"ಆಲೂಗಡ್ಡೆ ಅಲ್ವೋ ಹುಡುಗ! ಇದು ಡೇರೆ ಗಿಡದ ಗಡ್ಡೆಗಳು!"

7

ಅವರೆಲ್ಲರೂ ನೌತಿಗೆ ಬಂದು ತಲುಪಿದಾಗ ಕತ್ತಲೆ ಆವರಿಸಿತ್ತು. ಮಣಿ ಮಾಸ್ತರರು ತಮ್ಮ ಡೇರೆ ಗಿಡದ ಗಡ್ಡೆಗಳ ಚೀಲ ಹಿಡಿದು ಟ್ರಕ್ಕಿನ ಹಿಂಭಾಗದಲ್ಲಿ ಕುಳಿತು ಬಂದಿದ್ದರು. ಅವರೊಂದಿಗೆ ಪ್ರಕಾಶ ಮತ್ತು ಹುಡುಗರಿದ್ದರು.

ಬೀನಾಳಿಗೆ ಹಿಂದೆ ಬರುವಾಗ ಹೆಚ್ಚಿನ ತೊಂದರೆಯಾಗಲಿಲ್ಲ. ಬೆಟ್ಟ ಹತ್ತುವುದಕ್ಕಿಂತ ಬೆಟ್ಟ ಇಳಿಯುವುದು ಕಠಿಣ. ಅವರ ಬಸ್ ನೌತಿ ತಲುಪುವಷ್ಟರಲ್ಲಿ ಕತ್ತಲೆ ಕವಿದುದರಿಂದ, ದೂರದ ಹಳ್ಳಿಗಳ ಮಕ್ಕಳಿಗೆ ತಮ್ಮ ಮನೆಗಳಿಗೆ ನಡೆದು ಹೋಗುವುದು ಸಾಧ್ಯವಾಗಲಿಲ್ಲ. ಹುಡುಗರಿಗೆ ಮಲಗಲು ಕೆಲವು ಮನೆಗಳಲ್ಲಿ ವ್ಯವಸ್ಥೆ ಮಾಡಲಾಯಿತು. ಹುಡುಗಿಯರಿಗೆ ಶಾಲೆಯ ವರಾಂಡದಲ್ಲಿ ಮಲಗಲು ಹಾಸಿಗೆ ನೀಡಲಾಯಿತು.

ಮೌನ ಆವರಿಸಿದ ಬೆಚ್ಚಗಿರುವ ರಾತ್ರಿ. ದೊಡ್ಡ ದೊಡ್ಡ ಪತಂಗಗಳು ಹಾರಿ ಬಂದು ವರಾಂಡದ ದೀಪಕ್ಕೆ ಮುತ್ತಿಕೊಳ್ಳುತ್ತಿದ್ದವು. ಆ ಪತಂಗಗಳನ್ನು ಎಣಿಸುತ್ತಾ ಸೋನು ನಿದ್ದೆಗೆ ಜಾರಿದ. ಆದರೆ ಬೀನಾಳಿಗೆ ನಿದ್ದೆ ಬೇಗ ಬರಲಿಲ್ಲ. ಅವಳು ರಾತ್ರಿಯ ಸದ್ದನ್ನು ಕೇಳಿಸಿಕೊಳ್ಳುತ್ತ ಮಲಗಿದ್ದಳು. ನಿಶಾಚರಿ ಪಕ್ಷಿಯಿಂದು ಟಾಂಕ್ ಟಾಂಕ್ ಮಾಡುತ್ತಾ ಪೊದೆಯೊಳಗೆ ನುಸುಳಿತು. ಕಾಡಿನಲ್ಲಿ ಎಲ್ಲಿಯೋ ಗೂಬೆಯೊಂದು ಮೃದುವಾಗಿ ಗುರುಗುಟ್ಟಿತು. ತೊರೆಯ ಸಮೀಪದಿಂದ ಕೂಗಿದ ಜಿಂಕೆಯ ಧ್ವನಿ ಕಣಿವೆಯಿಂದ ಮೇಲೇರಿ ಕೇಳಿಸಿತು. ನರಿಗಳು ಊಳಿಡುತ್ತಿದ್ದವು. ಅವು ಹಿಂದಿಗಿಂತಲೂ ಹೆಚ್ಚು ಸಂಖ್ಯೆಯಲ್ಲಿ ಇರುವ ಹಾಗೆ ಭಾಸವಾಗುತ್ತಿತ್ತು. ಜಿಂಕೆಯ ಕೂಗನ್ನು ಕೇಳಿಸಿಕೊಂಡವವರಲ್ಲಿ ಬೀನಾ ಒಬ್ಬಳೇ ಆಗಿರಲಿಲ್ಲ. ಬಂಡೆಕಲ್ಲಿನ ಮೇಲೆ ಕಾಲು ಚಾಚಿ ಮಲಗಿದ್ದ ಚಿರತೆಗೂ ಅದು

ಕೇಳಿಸಿತ್ತು. ಚಿರತೆ ತಲೆ ಎತ್ತಿ ನಿಧಾನವಾಗಿ ಎದ್ದು ನಿಂತಿತು. ಜಿಂಕೆ ಅದರ ಸಹಜ ಆಹಾರ. ಆದರೆ ಇತ್ತೀಚಿಗೆ ಜಿಂಕೆಗಳ ಸಂಖ್ಯೆ ಕಡಿಮೆಯಾಗಿದೆ. ಈ ಕಾರಣಕ್ಕಾಗಿಯೇ ಚಿರತೆ ಅಣೆಕಟ್ಟಿನಿಂದ ನಾಶಗೊಂಡಿರುವ ತನ್ನ ಕಾಡನ್ನು ಬಿಟ್ಟು ಹಳ್ಳಿಗಳ ಹತ್ತಿರ ನಾಯಿ ಮತ್ತು ಜಾನುವಾರುಗಳ ಮೇಲೆ ಆಕ್ರಮಣ ಮಾಡುತ್ತಿದೆ.

ಜಿಂಕೆಯ ಕೂಗು ಹತ್ತಿರವಾಗುತ್ತಿದ್ದಂತೆ ಚಿರತೆ ತನ್ನ ಹುಡುಕಾಟದ ದಿಕ್ಕನ್ನು ಬದಲಿಸಿ ನಿಧಾನವಾಗಿ ನೆರಳಿನಲ್ಲಿ ತೊರೆಯ ಸಮೀಪ ಚಲಿಸಿತು. .

8

ಜೂನ್ ತಿಂಗಳು ಪ್ರಾರಂಭವಾಯಿತು. ಬೆಟ್ಟಗಳಲ್ಲಿರುವ ಗಿಡಮರಗಳು ಒಣಗಿದವು. ಅಲ್ಲಿ ಧೂಳು ತುಂಬಿತು. ಕಾಡಿನಲ್ಲಿ ಬೆಂಕಿ ಹರಡಿತು. ಆ ಬೆಂಕಿ ಪೊದೆಗಳನ್ನು ಮತ್ತು ಮರಗಳನ್ನು ಸುಟ್ಟು ನಾಶಪಡಿಸಿತು, ಹಕ್ಕಿಗಳು ಮತ್ತು ಸಣ್ಣಪುಟ್ಟ ಪ್ರಾಣಿಗಳು ಸತ್ತು ಹೋದವು. ಪೈನ್ ಮರಗಳ ಅಂಟು ಈ ಮರಗಳನ್ನು ವೇಗವಾಗಿ ಸುಟ್ಟುಕೊಳ್ಳುವಂತೆ ಮಾಡಿದವು. ಮರಗಳಿಗೆ ಹತ್ತಿದ ಬೆಂಕಿಯ ಕಿಡಿಗಳನ್ನು ಗಾಳಿ ಕೊಂಡೊಯ್ದು ಒಣಗಿದ ಹುಲ್ಲು ಮತ್ತು ಎಲೆಗಳಿಗೆ ತಲುಪಿಸಿತು. ಈಗ ಹಳೆಯ ಬೆಂಕಿ ಆರುವ ಮೊದಲೇ ಹೊಸ ಬೆಂಕಿ ಹುಟ್ಟಿಕೊಂಡಿತು. ಅದೃಷ್ಟವಶಾತ್ ಬೀನಾಳ ಹಳ್ಳಿ ಪೈನ್ ಮರಗಳ ಸಾಲಿನಲ್ಲಿ ಇರಲಿಲ್ಲ. ಹೀಗಾಗಿ ಬೆಂಕಿ ಅಲ್ಲಿಯವರೆಗೆ ತಲುಪಲಿಲ್ಲ. ಆದರೆ ನೌತಿಯ ಸುತ್ತಲೂ ಬೆಂಕಿ ಹರಡಿ ಅದು ಮೂರು ದಿನಗಳ ಕಾಲ ಅಟ್ಟಹಾಸ ಮೆರೆಯಿತು. ಮಕ್ಕಳು ಶಾಲೆಯಿಂದ ದೂರವೇ ಉಳಿಯಬೇಕಾಗಿ ಬಂತು.

ಜೂನ್ ಕೊನೆಯಲ್ಲಿ ಮುಂಗಾರು ಮಳೆಯ ಪ್ರವೇಶವಾಗಿ ಕಾಡಿನ ಬೆಂಕಿ ಆರಿತು. ಮಳೆಗಾಲ ಮೂರು ತಿಂಗಳವರೆಗೆ ಇರುತ್ತದೆ. ಈ ಅವಧಿಯಲ್ಲಿ ಕೆಳಹಿಮಾಲಯ ಪ್ರದೇಶಗಳು ಮಳೆ, ಮಂಜು ಮತ್ತು ಮೋಡಗಳಿಂದ ಆವೃತವಾಗಿರುತ್ತವೆ.

ಬೀನಾ, ಪ್ರಕಾಶ ಮತ್ತು ಸೋನು ಶಾಲೆಯಿಂದ ಹಿಂತಿರುಗಿ ಬರುವಾಗ ಮಳೆ ಬಂತು. ಧೂಳು ತುಂಬಿದ ರಸ್ತೆಯ ಮೇಲೆ ಮೊದಲ ಮಳೆ ಹನಿಗಳು ಬಿದ್ದಾಗ ಅವರು ಹರ್ಷದಿಂದ ಕೂಗಿದರು. ಅಮೇಲೆ ಮಳೆ ಜೋರಾಗಿ ಸುರಿಯಲಾರಂಭಿಸಿತು. ಭೂಮಿಯಿಂದ ಸುಮಧುರವಾದ ಪರಿಮಳ ಎದ್ದಿತು.

"ಜಗತ್ತಿನಲ್ಲಿ ಅತಿ ಶ್ರೇಷ್ಠವಾದ ಪರಿಮಳ!" ಬೀನಾ ಉದ್ಗರಿಸಿದಳು.

ಇದ್ದಕ್ಕಿದ್ದಂತೆ ಎಲ್ಲವೂ– ಹುಲ್ಲು, ಬೆಳೆಗಳು, ಗಿಡಮರಗಳು ಮತ್ತು ಹಕ್ಕಿಗಳು

ಜೀವತಳೆದವು. ಮರಗಳ ಎಲೆಗಳು ಕೂಡ ಹೊಳಪಾಗಿ ಹೊಸದರಂತೆ ಕಾಣಲಾರಂಭಿಸಿದವು.

ಆ ಮೊದಲ ಮಳೆ ಬಿದ್ದ ವಾರಾಂತ್ಯದಲ್ಲಿ ಬೀನಾ ಮತ್ತು ಸೋನು ತಮ್ಮ ತಾಯಿಗೆ ಹುರುಳಿಕಾಯಿ, ಜೋಳ ಮತ್ತು ಸೌತೆ ಬೀಜ ಬಿತ್ತಲು ನೆರವಾದರು. ಹನಿಮಳೆ ಬೀಳುತ್ತಿದ್ದರೆ ಅವರು ಬರಿಗಾಲಿಗೆ ಒದ್ದೆ ಮಣ್ಣನ್ನು ಮೆತ್ತಿಕೊಂಡು ಕೆಲಸ ಮುಂದುವರಿಸುತ್ತಾರೆ, ಜೋರಾಗಿ ಮಳೆ ಬಿದ್ದರೆ ಮನೆಗೆ ಓಡಿ ಬರುತ್ತಾರೆ.

ಈಗ ಪ್ರಕಾಶನಲ್ಲಿ ಒಂದು ಕಪ್ಪು ನಾಯಿ ಇದೆ. ಅದರ ಒಂದು ಕಿವಿ ನೆಟ್ಟಗಿದ್ದರೆ ಮತ್ತೊಂದು ಕೆಳಗೆ ಬಾಗಿರುತ್ತದೆ. ಆ ನಾಯಿ ಜನರ ಓಡಾಟಕ್ಕೆ ಅಡ್ಡಿ ಪಡಿಸುತ್ತಾ ಎಲ್ಲೆಡೆ ಓಡಾಡುತ್ತಿತ್ತು. ಹಸು, ಆಡು, ಕೋಳಿ ಮತ್ತು ಜನರನ್ನು ಕಂಡರೆ ಬೊಗಳುತ್ತಿತ್ತು. ಆದರೆ ಯಾರನ್ನೂ ಹೆದರಿಸುತ್ತಿರಲಿಲ್ಲ. ಪ್ರಕಾಶನ ಪಾಲಿಗೆ ಅದು ಅತ್ಯಂತ ಜಾಣ ನಾಯಿ. ಆದರೆ ಬೇರೆಯವರು ಅದನ್ನು ಹಾಗೆ ತಿಳಿದುಕೊಂಡಿರಲಿಲ್ಲ. ಅದು ಚಿರತೆಯಿಂದ ಹಳ್ಳಿಯನ್ನು ರಕ್ಷಿಸುತ್ತದೆ ಎಂದು ಪ್ರಕಾಶ ಹೇಳಿದರೆ, ಚಿರತೆಯ ಬಾಯಿಗೆ ಮೊದಲು ಬಲಿಯಾಗುವುದು ಈ ನಾಯಿಯೇ ಎಂದು ಊರವರು ಹೇಳುತ್ತಾರೆ!

ನೌತಿಯಲ್ಲಿ ತಾನಿಯಾ ರಮೋಲಗೆ ಇರಲು ನೀಡಿದ ಮನೆ ಇಡೀ ಸೋರುತ್ತಿತ್ತು. ಅದು ಹಳೆಯ ಕಟ್ಟಡ. ಅದರ ಸೂರಿನಿಂದ ಸೋರುವ ನೀರಿಗಾಗಿ ಅವಳು ನೆಲದ ಮೇಲೆಲ್ಲಾ ಲೋಟ, ಬಕೆಟುಗಳನ್ನು ಇಡಬೇಕಾಗುತ್ತದೆ.

ಮಣಿ ಮಾಸ್ತರರು ತಮ್ಮ ಹೊಲದಲ್ಲಿ ಬೆಳೆದ ಆಲೂಗಡ್ಡೆಯ ಕಟಾವು ಮುಗಿಸಿದ್ದಾರೆ. ತನಗೆ ಹಗಲು ಮತ್ತು ರಾತ್ರಿ ಊಟ ನೀಡುವ ಸ್ನೇಹಿತರಿಗೆ, ನೆರೆಮನೆಯವರಿಗೆ ಅವರು ಆಲೂಗಡ್ಡೆಯನ್ನು ಹಂಚಿದ್ದಾರೆ. ಈಗ ಅವರು ತೋಟದಲ್ಲೆಲ್ಲಾ ಡೇರೆ ಹೂವಿನ ಗಡ್ಡೆಗಳನ್ನು ನೆಟ್ಟಿದ್ದಾರೆ. ಅದು ಅವರ ಹಲವು ದಿನಗಳ ಕನಸು.

"ನನ್ನ ಹೊಲ ಬಹುವರ್ಣದ ಡೇರೆ ಹೂವಿನಿಂದ ಕೂಡಿರುತ್ತದೆ. ನೀವು ಆಗಸ್ಟ್ ತಿಂಗಳ ಕೊನೆಯವರೆಗೆ ಕಾದಿರಿ." ಎಂದು ಅವರು ಘೋಷಿಸಿದ್ದಾರೆ.

"ನೀನು ಆ ಮುಳ್ಳು ಹಂದಿಗಳ ವಿಚಾರದಲ್ಲಿ ಜಾಗ್ರತೆಯಿಂದ ಇರು. "..... ಅವು ಡೇರೆ ಗಡ್ಡೆಗಳನ್ನು ಕೂಡ ತಿನ್ನುತ್ತವೆ!" ಅವರ ತಂಗಿ ಎಚ್ಚರಿಸಿದರು.

ಮಣಿ ಮಾಸ್ತರರು ತನ್ನ ತೋಟದ ಗುಂಡಿಯನ್ನು ಪರೀಶೀಲಿಸಿದರು. ಅದರಲ್ಲಿ ನೀರಿನ ಹೊರಹರಿವು ಇರಲಿಲ್ಲ. ಎಲ್ಲವೂ ಸಮರ್ಪಕವಾಗಿರುವುದು ಅವರ ಗಮನಕ್ಕೆ ಬಂತು. ಪ್ರಕಾಶ ತನ್ನ ಕೆಲಸವನ್ನು ಸರಿಯಾಗಿಯೇ ನಿಭಾಯಿಸಿದ್ದ.

ಮಕ್ಕಳು ತೊರೆಯ ಬಳಿ ಬಂದಾಗ ನೀರಿನ ಮಟ್ಟ ಸುಮಾರು ಒಂದು ಅಡಿಯಷ್ಟು ಹೆಚ್ಚಾಗಿರುವುದು ಅವರಿಗೆ ತಿಳಿಯಿತು. ಅಲ್ಲಲ್ಲಿ ಪುಟಿಯುತ್ತಿರುವ ಚಿಕ್ಕ ಚಿಕ್ಕ ಜಲಪಾತಗಳು, ತೀರದಲ್ಲಿ ಚಿಗುರಿದ ಝರಿ ಗಿಡಗಳು..ವಟಗುಟ್ಟುತ್ತಾ ಹರಟೆ ಹೊಡೆಯುತ್ತಿರುವ ಕಪ್ಪೆಗಳು.

ಪ್ರಕಾಶ ಮತ್ತು ಅವನ ನಾಯಿ ಜಿಗಿಯುತ್ತಾ ತೊರೆಯನ್ನು ದಾಟಿದರು. ಬೀನಾ ಮತ್ತು ಸೋನು ಜಾಗರೂಕತೆಯಿಂದ ಅವರನ್ನು ಅನುಸರಿಸಿದರು. ಈಗ ನೀರಿನ ಹರಿವು ಪ್ರಬಲವಾಗಿದ್ದು, ಅದು ಅವರ ಮೊಣಗಂಟನ್ನು ಮುಟ್ಟುವಷ್ಟು ಇದೆ. ಅವರು ತೊರೆ ದಾಟಿದ ಕೂಡಲೇ, ಮಳೆಯಲ್ಲಿ ಸಿಕ್ಕಿ ಹಾಕಿಕೊಳ್ಳಬಾರದೆಂದು ಬೇಗ ಬೇಗನೆ ನಡೆದು ಹೋದರು. ಅವರು ಶಾಲೆ ತಲುಪುವುದರೊಳಗೆ ಪ್ರತಿಯೊಬ್ಬರ ಕಾಲುಗಳಿಗೆ ಎರಡು ಅಥವಾ ಮೂರು ಜಿಗಣೆಗಳು ನೇತಾಡಿ ಕೊಂಡಿರುವುದು ಸಾಮಾನ್ಯ. ಅವುಗಳನ್ನು ಕಾಲಿನಿಂದ ಕಿತ್ತೊಗೆಯಲು ಅವರು ಕಾಲಿಗೆ ಉಪ್ಪು ಹಚ್ಚಬೇಕಾಗುತ್ತದೆ. ಮಳೆಗಾಲದಲ್ಲಿ ಈ ಜಿಗಣೆಗಳದು ಅತಿ ಹೆಚ್ಚು ಪೀಡೆ. ಚಿರತೆಗೆ ಕೂಡ ಜಿಗಣೆಗಳನ್ನು ಕಂಡರಾಗುವುದಿಲ್ಲ. ಅದು ಹುಲ್ಲಿನ ಮೇಲೆ ಮಲಗಿದರೆ ಜಿಗಣೆಗಳು ಬಂದು ಅದರ ಉಗುರುಗಳಿಗೆ, ಮುಖಕ್ಕೆ ಅಂಟಿಕೊಳ್ಳುತ್ತವೆ.

ಒಂದು ದಿನ ಬೀನಾ, ಪ್ರಕಾಶ ಮತ್ತು ಸೋನು ತೊರೆಯನ್ನು ದಾಟುವಾಗ ಅವರಿಗೆ ಮೆಲ್ಲಗೆ ಗುಡುಗುಟ್ಟುವ ಸದ್ದು ಕೇಳಿತು. ಕ್ಷಣ ಕ್ಷಣಕ್ಕೂ ಅದು ಹೆಚ್ಚಾಗುತ್ತಾ ಹೋಯಿತು. ಅವರು ಎದುರಿದ್ದ ಬೆಟ್ಟವನ್ನು ನೋಡಿದಾಗ ಅಲ್ಲಿ ಅನೇಕ ಮರಗಳು ಅಲುಗಾಡುತ್ತಾ ಬಗ್ಗಿ ಕೆಳಗೆ ಬೀಳಲಾರಂಭಿಸಿದವು. ಮಣ್ಣು ಮತ್ತು ಬಂಡೆಗಳು ಕುಸಿದು ಕಣಿವೆಗೆ ಬಿದ್ದವು.

"ಮಣ್ಣು ಕುಸಿತ!" ಸೋನು ಗಟ್ಟಿಯಾಗಿ ಕಿರಿಚಿದ.

"ಅದರಿಂದ ರಸ್ತೆ ಮುಚ್ಚಿ ಹೋಗಿದೆ." ಬೀನಾ ಹೇಳಿದಳು. "ಮುಂದೆ ಹೋಗುವುದು ಬೇಡ."

ಹೆಚ್ಚೆಚ್ಚು ಬಂಡೆಗಳು, ಮರಗಳು ಮತ್ತು ಪೊದೆಗಳು ಉರುಳಿ ಬೆಟ್ಟದ ಕೆಳಗೆ ಬೀಳುತ್ತಿರುವ ಸದ್ದು ಜೋರಾಗಿ ಕೇಳಿ ಬರಲಾರಂಭಿಸಿತು.

ಮುಂದೆ ಓಡಿ ಹೋಗಿದ್ದ ಪ್ರಕಾಶನ ನಾಯಿ ಬಾಲವನ್ನು ಕಾಲುಗಳ ನಡುವಿಟ್ಟು ಹಿಂದೆ ಬಂತು.

ಅವರು ಬಂಡೆಗಳು ಬೀಳುವುದು ಮತ್ತು ಧೂಳು ಏಳುವುದು ನಿಲ್ಲುವವರೆಗೆ ಮುಂದೆ ಚಲಿಸಲಿಲ್ಲ. ಪಕ್ಷಿಗಳು ವಿಚಿತ್ರವಾಗಿ ಕೂಗುತ್ತಾ ಆ ಪ್ರದೇಶದ ಸುತ್ತಲೂ

ಹಾರಲಾರಂಭಿಸಿದವು. ಅವರ ಮುಂದಿನಿಂದ ಭಯಭೀತ ಜಿಂಕೆಯೊಂದು ಓಡಿ ಹೋಯಿತು.

"ನಾವೀಗ ಶಾಲೆಗೆ ಹೋಗುವ ಹಾಗಿಲ್ಲ. ಸುತ್ತಮುತ್ತ ರಸ್ತೆಯೇ ಇಲ್ಲವಲ್ಲ." ಪ್ರಕಾಶ ಹೇಳಿದ.

ಕವಿಯುತ್ತಿರುವ ಮಂಜಿನ ನಡುವೆ ಹೆಜ್ಜೆ ಹಾಕುತ್ತಾ ಅವರು ಮನೆ ತಲುಪಿದರು.

ಕೋಳಿಯ ಮಣ್ಣುಕುಸಿತದ ದೊಡ್ಡ ಸದ್ದನ್ನು ಕೇಳಿಸಿಕೊಂಡ ಪ್ರಕಾಶನ ತಂದೆ ತಾಯಿ ಮಕ್ಕಳನ್ನು ಹುಡುಕಲು ಹೊರಡುವಷ್ಟರಲ್ಲಿ ಮಂಜಿನ ನಡುವೆ ಕೈಬೀಸುತ್ತಾ ಆ ಮಕ್ಕಳು ಮುಖ ತೋರಿಸಿದವು.

9

ಮಕ್ಕಳಿಗೆ ಮತ್ತೆ ಮೂರು ದಿನ ಶಾಲೆಗೆ ಹೋಗಲು ಸಾಧ್ಯವಾಗಲಿಲ್ಲ. ಕೊನೆಯ ಪರೀಕ್ಷೆ ಬರೆಯುವುದು ಸಾಧ್ಯವಾಗುವುದೋ ಇಲ್ಲವೋ ಎಂದು ಬೀನಾಳಿಗೆ ಚಿಂತೆ. ಆದರೆ ಪರೀಕ್ಷೆ ತಪ್ಪುವ ವಿಚಾರದಲ್ಲಿ ಪ್ರಕಾಶನಿಗೆ ತಲೆ ಬಿಸಿ ಇರಲಿಲ್ಲ. ಆದರೆ ರಸ್ತೆಗಳು ಹಾಳಾದ ಕಾರಣಕ್ಕಾಗಿ ನಾವು ಅಸಹಾಯಕರಾಗಿ ಉಳಿಯುವುದು ಅವನಿಗೆ ಹಿಡಿಸಲಿಲ್ಲ. ಹೀಗಾಗಿ ಅವನು ಬೆಟ್ಟದ ಬಳಿ ಹೋಗಿ ಅಲ್ಲಿಯ ಪರಿಸ್ಥಿತಿಯನ್ನು ಪರೀಕ್ಷಿಸಿದ. ಅಲ್ಲಿ ಅವನಿಗೆ ಬೆಟ್ಟಕ್ಕೆ ಸುತ್ತಿ ಬರುವ ಆಡುಗಳ ಕಾಲುದಾರಿ ಕಂಡಿತು. ಇದು ನೌತಿ ಸಮೀಪದ ಮತ್ತೊಂದು ರಸ್ತೆಗೆ ಜೋಡಿಸಿಕೊಂಡಿತ್ತು. ಈ ದಾರಿ ಹಿಡಿದರೆ ಅವರು ಒಂದು ಮೈಲಿ ಜಾಸ್ತಿ ನಡೆದು ಹೋಗಬೇಕು. ಆದರೆ ಬೀನಾ ಅದನ್ನು ಮನಸ್ಸಿಗೆ ಹಚ್ಚಿಕೊಳ್ಳಲಿಲ್ಲ. ಮಳೆ ಬೀಳುತ್ತಿದ್ದುದರಿಂದ ವಾತಾವರಣ ಹೆಚ್ಚು ತಂಪಾಗಿತ್ತು.

ಈ ಹೊಸ ರಸ್ತೆಯ ಒಂದೇ ತೊಂದರೆಯೆಂದರೆ ಅದು ಚಿರತೆ ವಾಸವಾಗಿರುವ ಜಾಗದ ಸಮೀಪದಲ್ಲಿರುವುದು. ಅಣೆಕಟ್ಟು ಪ್ರದೇಶದಿಂದ ಸ್ಥಳಾಂತರಗೊಂಡಿರುವ ಚಿರತೆ ಈ ಜಾಗವನ್ನು ಸ್ವಂತಕ್ಕೆ ಮಾಡಿಕೊಂಡಿದೆ.

ಒಂದು ದಿನ ಅವರಿಗಿಂತ ಮುಂದೆ ಓಡುತ್ತಿರುವ ಪ್ರಕಾಶನ ನಾಯಿ ಭಯದಿಂದ ಬೊಗಳಲಾರಂಭಿಸಿತು. ಆಮೇಲೆ ಅದು ಊಳಿಡುತ್ತಾ ಓಡಿ ಹಿಂದೆ ಬಂತು.

"ಅದು ಯಾವಾಗಲೂ ಏನನ್ನೋ ನೋಡಿ ಬೆದರುತ್ತದೆ." ಸೋನು ಹೇಳಿದ. ಆದರೆ ನಿಮಿಷ ಕಳೆಯುವುದರೊಳಗೆ ನಾಯಿಯ ಭಯದ ಕಾರಣ ಅವರಿಗೆ ತಿಳಿಯಿತು.

ಅವರು ತಿರುವು ದಾಟಿ ಮುಂದೆ ಹೋಗುವಾಗ ಅವರ ರಸ್ತೆಯ ನಡುವೆ ಚಿರತೆ ನಿಂತಿರುವುದು ಸೋನುವಿಗೆ ಕಂಡಿತು. ಅವರು ಹೆದರಿ ಮೂಕರಾದರು. ಓಡುವುದಕ್ಕೂ ಅವರಿಗೆ ಧೈರ್ಯ ಬರಲಿಲ್ಲ. ಅದು ಬಲಿಷ್ಠ ಶಕ್ತಿಶಾಲಿ ಪ್ರಾಣಿ. ಅದು ಕೆಳಧ್ವನಿಯಿಂದ ಗುರುಗುಟ್ಟಿತು. ಜಿಗಿಯಲು ಸಿದ್ಧವಾಗಿರುವ ಹಾಗೆ ಕಂಡಿತು.

ಅವರು ಸ್ವಲ್ಪವೂ ಚಲನೆ ತೋರದೆ ನಿಂತರು. ಅವರಿಗೆ ಆಚೀಚೆ ಚಲಿಸುವುದಾಗಲೀ, ಒಂದೇ ಒಂದು ಮಾತು ಆಡುವುದಾಗಲೀ ಸಾಧ್ಯವಾಗಲಿಲ್ಲ. ಅದೇ ರೀತಿ ಆ ಚಿರತೆಗೂ ಆಶ್ಚರ್ಯವಾಗಿರಬೇಕು. ಅದು ಕೆಲವು ಕ್ಷಣ ಅವರನ್ನು ದಿಟ್ಟಿಸಿ ನೋಡಿತು. ಆಮೇಲೆ ರಸ್ತೆ ದಾಟಿ ಓಕ್ ಕಾಡಿನತ್ತ ತೆರಳಿತು.

ಸೋನು ನಡುಗುತ್ತಿದ್ದ. ಬೀನಾಳಿಗೆ ತನ್ನ ಎದೆ ಬಡಿತ ಕೇಳುತ್ತಿತ್ತು. ಪ್ರಕಾಶ ತಡವರಿಸುತ್ತಾ ಹೇಳಿದ, "ಅದು ಜಿಗಿದ ರೀತಿ ನೋಡಿದಿರಾ? ತುಂಬಾ ಸುಂದರವಾಗಿತ್ತಲ್ಲ?"

ಆಮೇಲೆ ಅವನು ಆ ದಿನವಿಡೀ ತನ್ನ ಕೈಗಡಿಯಾರ ನೋಡುವುದನ್ನು ಮರೆತ.

ಕೆಲವು ದಿನಗಳ ಬಳಿಕ ಸೋನು ಅವರಿಗೆ ಮತ್ತೊಂದು ಬೆಟ್ಟದ ಎತ್ತರದ ಬಂಡೆಯನ್ನು ತೋರಿಸಿದ. ಅದರ ಮೇಲೆ ಚಿರತೆ ನಿಂತಿತ್ತು. ಅದು ಬಲಿಷ್ಠವಾಗಿ ಶಕ್ತಿಶಾಲಿಯಾಗಿ ಕಾಣುತ್ತಿತ್ತು. ಅದರ ಹತ್ತಿರ ಎರಡು ಎಳೆಯ ಮರಿಗಳು ನಿಂತಿದ್ದವು.

"ಅಲ್ಲಿ ನೋಡಿ ಚಿರತೆಮರಿಗಳು!" ಸೋನು ವಿಸ್ಮಯದಿಂದ ಹೇಳಿದ.

"ಹಾಗಿದ್ದರೆ ಅದು ಹೆಣ್ಣು ಚಿರತೆ, ಗಂಡಲ್ಲ." ಪ್ರಕಾಶ ಹೇಳಿದ.

"ತನ್ನ ಮರಿಗಳಿಗೂ ತಿನ್ನಿಸಬೇಕಾಗಿರುವುದರಿಂದ ಅದು ಪದೇ ಪದೇ ಬೇಟೆಯಾಡುತ್ತಿದೆ."

ಅವರು ಚಿರತೆ ಮತ್ತು ಅದರ ಮರಿಗಳನ್ನು ನೋಡುತ್ತಾ ಸ್ವಲ್ಪ ಹೊತ್ತು ಅಲ್ಲಿಯೇ ನಿಂತುಕೊಂಡರು. ಚಿರತೆ ಕುಟುಂಬ ಅವರನ್ನು ಗಮನಿಸಲಿಲ್ಲ.

"ನಾವು ಇಲ್ಲಿರುವುದು ಅದಕ್ಕೆ ಗೊತ್ತಿದೆ." ಪ್ರಕಾಶ ಹೇಳಿದ. "ಆದರೆ ನಾವು ಅದಕ್ಕೆ ತೊಂದರೆ ಕೊಡುವುದಿಲ್ಲವೆಂದು ಗೊತ್ತಿರುವುದರಿಂದ ಅದು ನಮ್ಮತ್ತ ಗಮನ ನೀಡುತ್ತಿಲ್ಲ."

"ನಾವೂ ಮರಿಗಳೇ" ಸೋನು ಹೇಳಿದ.

"ಹೌದು," ಬೀನಾ ಹೇಳಿದಳು. 'ನಮಗೆಲ್ಲರಿಗೂ ಇರಲು ಸಾಕಾಗುವಷ್ಟು

ಜಾಗವಿದೆ. ಅಣೆಕಟ್ಟು ಸಿದ್ಧವಾದ ಬಳಿಕವೂ ಚಿರತೆ ಹಾಗೂ ಮನುಷ್ಯರ ವಾಸಕ್ಕೆ ಜಾಗವಿರುತ್ತದೆ"

10

ಶಾಲೆಯ ಪರೀಕ್ಷೆಗಳು ಮುಗಿದವು. ಮಳೆಯೂ ನಿಲ್ಲುವುದರಲ್ಲಿತ್ತು. ಗುಡ್ಡದಿಂದ ಜರಿದ ಮಣ್ಣನ್ನು ತೆಗೆದು ರಸ್ತೆ ತೆರವುಗೊಳಿಸಲಾಗಿತ್ತು. ಈಗ ಬೀನಾ, ಪ್ರಕಾಶ ಮತ್ತು ಸೋನು ಮತ್ತೆ ತೊರೆಯನ್ನು ದಾಟಿ ಹೋಗುತ್ತಿದ್ದಾರೆ.

ಸೆಪ್ಟೆಂಬರ್ ಕೊನೆಯಾಗಿದ್ದರಿಂದ ವಾತಾವರಣದಲ್ಲಿ ತುಸು ಚಳಿ ಇದೆ.

ಪ್ರಕಾಶ ಕೊಳಲು ನುಡಿಸುವುದನ್ನು ಚೆನ್ನಾಗಿ ಕಲಿತಿದ್ದಾನೆ. ಶಾಲೆಗೆ ಹೋಗುವಾಗ ಮತ್ತು ಶಾಲೆಯಿಂದ ಮರಳಿ ಬರುವಾಗ ಅವನು ಕೊಳಲು ನುಡಿಸುತ್ತಿರುತ್ತಾನೆ. ಇದರಿಂದ ಆಗಾಗ ಕೈಗಡಿಯಾರ ನೋಡುವ ಅವನ ಪರಿಪಾಠ ಕಡಿಮೆಯಾಗಿದೆ.

ಒಮ್ಮೆ ಬೆಳಗ್ಗಿನ ಹೊತ್ತು ಅವರಿಗೆ ಮಣಿ ಮಾಸ್ತರರ ಮನೆಯ ಮುಂದೆ ಜನ ಗುಂಪಾಗಿ ಸೇರಿರುವುದು ಕಂಡಿತು.

"ಏನಾಗಿರಬಹುದು? ಅವರು ಮತ್ತೆ ಕಳೆದು ಹೋಗಿರಲಿಕ್ಕಿಲ್ಲ ಅಲ್ವೇ?" ಬೀನಾ ಅಚ್ಚರಿಯಿಂದ ಕೇಳಿದಳು.

"ಅವರಿಗೆ ಮೈ ಸರಿಯಿಲ್ಲದಿರಬಹುದು." ಸೋನು ಹೇಳಿದ.

"ಮುಳ್ಳುಹಂದಿಯ ಕಾಟವಿರಬೇಕು." ಪ್ರಕಾಶ ಹೇಳಿದ.

ಆದರೆ ಆ ಯಾವ ಕಾರಣಗಳೂ ಆಗಿರಲಿಲ್ಲ. ಮಣಿ ಮಾಸ್ತರರ ಹೊಲದಲ್ಲಿ ಮೊದಲ ಡೇರೆ ಹೂ ಅರಳಿದೆ. ಅದನ್ನು ನೋಡಲು ಅರ್ಧ ಹಳ್ಳಿ ಜನ ಅಲ್ಲಿ ನೆರೆದಿದ್ದಾರೆ! ಕೆಂಪು ಬಣ್ಣದ ಡಬ್ಬಲ್ ಡೇರೆ!! ಅದು ಎಷ್ಟು ಭಾರವಾಗಿತ್ತೆಂದರೆ ಅದಕ್ಕೆ ಆಧಾರವಾಗಿ ಕೋಲುಗಳನ್ನು ನಿಲ್ಲಿಸಬೇಕಾಗಿತ್ತು. ಇದುವರೆಗೆ ಅಂತಹ ಹೂವನ್ನು ಯಾರೂ ನೋಡಿರಲಿಲ್ಲ.

ಮಣಿ ಮಾಸ್ತರರಿಗೆ ತುಂಬಾ ಸಂತೋಷವಾಗಿತ್ತು. ಮುಂದಿನ ವಾರ ಮತ್ತಷ್ಟು ಕೇಸರಿ, ಹಳದಿ, ನೇರಳೆ, ಬಿಳಿ ಹೀಗೆ ವಿವಿಧ ಬಣ್ಣದ, ವಿವಿಧ ವಿನ್ಯಾಸಗಳ ಡೇರೆ ಹೂಗಳು ಅರಳಿದಾಗ, ಅವೆಲ್ಲವೂ ತನ್ನದಾಗಿಸಿಕೊಂಡಿರುವ ಅವರ ಮೂಡ್ ಮತ್ತಷ್ಟು ಸುಧಾರಿಸಿತು. ಅದರಲ್ಲಿ ಒಂದು ಡೇರೆ ಹೂ ತಾನಿಯಾ ರವೋಲರ

ಮೇಜನ್ನು ಅಲಂಕರಿಸಿತು. ಈಗ ಅವರಿಬ್ಬರೂ ಸ್ನೇಹಿತರಾಗಿದ್ದಾರೆ. ಮತ್ತೊಂದು ಹೂ ಮುಖ್ಯೋಪಾಧ್ಯಾಯರ ಅಧ್ಯಯನ ಕೊಠಡಿಗೆ ಮೀಸಲಾಯಿತು.

ವಾರ ಕಳೆಯಿತು. ಶಾಲೆಯ ಕೊನೆಯ ದಿನ. ಮನೆಗೆ ಹಿಂತಿರುಗುವ ದಾರಿಯಲ್ಲಿ ಬೀನಾ, ಪ್ರಕಾಶ ಮತ್ತು ಸೋನು ತಾವು ಬೆಳೆದು ದೊಡ್ಡವರಾದ ಬಳಿಕ ಏನು ಮಾಡಬಹುದೆಂದು ಮಾತನಾಡಿಕೊಂಡರು.

"ನಾನು ಟೀಚರ್ ಆಗಬಹುದು ಎಂದುಕೊಂಡಿದ್ದೇನೆ." ಬೀನಾ ಹೇಳಿದಳು. "ನಾನು ಮಕ್ಕಳಿಗೆ ಪ್ರಾಣಿಗಳು ಮತ್ತು ಪಕ್ಷಿಗಳು, ಮರಗಳು ಮತ್ತು ಹೂಗಳ ಕುರಿತು ಕಲಿಸುತ್ತೇನೆ."

"ಅಂಕಗಣಿತಕ್ಕಿಂತ ಅದು ಮೇಲು." ಪ್ರಕಾಶ ಹೇಳಿದ.

"ನಾನು ವಿಮಾನ ಚಾಲಕನಾಗುತ್ತೇನೆ." ಸೋನು ಹೇಳಿದ. "ನನಗೆ ರಮೋಲ ಟೀಚರರ ಅಣ್ಣನ ಹಾಗೆ ವಿಮಾನ ಹಾರಿಸಬೇಕು."

"ಪ್ರಕಾಶ, ನಿನ್ನದೇನು?" ಬೀನಾ ಪ್ರಶ್ನಿಸಿದಳು.

ಪ್ರಕಾಶ ಮುಗುಳ್ನಕ್ಕು ಹೇಳಿದ. "ನಾನು ಕೊಳಲುವಾದಕನಾಗಬಹುದು." ಅವನು ಕೊಳಲನ್ನು ತುಟಿಗಿಟ್ಟು ಸುಶ್ರಾವ್ಯವಾಗಿ ನುಡಿಸಿದ.

ಅವನೊಂದಿಗೆ ಹೆಜ್ಜೆ ಹಾಕುತ್ತಾ ಬೀನಾ ಹೇಳಿದಳು, "ಹೌದು, ಜಗತ್ತಿಗೆ ಕೊಳಲುವಾದಕರ ಅಗತ್ಯವೂ ಇದೆ."

ಚಿರತೆ ತಾನು ಬೇಟೆಯಾಡಿದ ಜಿಂಕೆಯನ್ನು ತಿನ್ನುತ್ತಿತ್ತು. ಅದು ಕೊಳಲಿನ ಧ್ವನಿ ಮತ್ತು ಮಕ್ಕಳ ಮಾತು ಕೇಳಿ ತಡೆಯಿತು. ಅದರ ಮರಿಗಳು ಬಹು ಬೇಗನೆ ಬೆಳೆಯುತ್ತಿದ್ದವು. ಆದರೆ ಈ ಹುಡುಗಿ ಮತ್ತು ಇಬ್ಬರು ಹುಡುಗರು ಹೆಚ್ಚು ಬೆಳೆದ ಹಾಗೆ ಕಾಣಿಸುತ್ತಿರಲಿಲ್ಲ.

ಅವರು ಮತ್ತೊಮ್ಮೆ ತಮ್ಮ ಪ್ರೀತಿಯ ಹಾಡನ್ನು ಹಾಡಲಾರಂಭಿಸಿದರು.

ಇನ್ನೂ ಐದು ಮೈಲಿಗಳಿವೆ ಸಾಗಲು!
ನಾವು ಮಳೆ ಮತ್ತು ಹಿಮದಲ್ಲಿ ಬಂದೆವು
ನದಿಯನ್ನು ದಾಟಬೇಕಾಗಿದೆ..
ಬೆಟ್ಟವೊಂದನ್ನು ಹತ್ತಬೇಕಾಗಿದೆ..
ಈಗ ನಮಗೆ ನಾಲ್ಕು ಮೈಲಿಗಳಿವೆ ಸಾಗಲು!

✤